உலகப் புகழ்பெற்ற கட்டுரைகள்

இஸ்க்ரா

இயற்பெயர், சதீஸ்குமார்.
கோவை பாரதியார் பல்கலைக்கழகத் தமிழ்த்துறையில்
முனைவர் பட்ட ஆய்வு மேற்கொண்டு வருகிறார்.
மொழிபெயர்ப்பில் ஆர்வம் கொண்டவர்.
இதுவரை மூன்று நூல்கள் வெளியிட்டுள்ளார்.
வரலாறும் இலக்கியமும் இவருடைய
விருப்பத்துக்குரிய துறைகள்.

உலகப் புகழ்பெற்ற கட்டுரைகள்

தமிழில்: இஸ்க்ரா

கிழக்கு

உலகப் புகழ்பெற்ற கட்டுரைகள்

Ulaga Pugazhpetra Katturaigal

IskRa ©

First Edition: December 2023

248 Pages

Printed in India.

ISBN : 978-93-86737-98-4

Kizhakku - 1346

Kizhakku Pathippagam
177/103, First Floor, Ambal's Building, Lloyds Road,
Royapettah, Chennai - 600 014. Ph: +91-44-4200-9603
Email : support@nhm.in Website : www.nhm.in

kizhakkupathippagam kizhakku_nhm

Cover Image: Shutterstock

Author's Email id: iskrathewriter@gmail.com

Kizhakku Pathippagam is an imprint of New Horizon Media Private Limited

அன்பு அக்கா கிருத்திகாவிற்கு...

பொருளடக்கம்

முன்னுரை

ஏறத்தாழ 2000 ஆண்டுத் தமிழ் இலக்கிய வரலாற்றில் முந்நூறு ஆண்டுகளுக்கு முன்புதான் உரைநடை வடிவம் செல்வாக்குப் பெறத் தொடங்கியது. இந்தக் குறுகிய காலத்தில், மக்கள் ஊடகமாய் இவ்வடிவம் அடைந்த வளர்ச்சி அசாத்தியமானது. தாம் நினைத்ததை நினைத்தவாறே எழுதவும்; புதிய வாசல்களைத் திறந்துவிடவும் ஊக்கம் கொடுத்தது. ஆனால் உலகளவில் கட்டுரைகளின் வளர்ச்சி என்னவாக இருக்கிறது, அவை உண்டாக்கிய தாக்கத்தால் என்னென்ன பயன் விளைந்தன என்று நாம் அதிகம் உரையாடவில்லை.

1849ஆம் ஆண்டு ஹென்றி டேவிட் தூரோ எழுதிய ‘சட்ட மறுப்பு’ எனும் கட்டுரை நூறு ஆண்டுகளுக்குள் ஒரு துணைக் கண்டத்தையே அமைதி வழியில் சுதந்திரம் பெற வழிநடத்தியது; அமெரிக்கக் கறுப்பின மக்கள் போராட்டத்திற்கு உந்து சக்தியாக விளங்கியது. 1967இல் ரோலண்ட் பார்த்தெஸ் எழுதிய ‘எழுத்தாளன் இறந்துவிட்டான்’ எனும் கட்டுரை விமர்சன உலகத்தைப் புரட்டிப் போட்டது. ஜோனத்தன் ஸ்விஃப்ட் எழுதிய ‘ஓர் எளிய திட்டம்’ அயர்லாந்து மக்களின் பஞ்ச வாழ்வைச் சுவையாகப் படம்பிடித்ததோடு, பிரிட்டன் இழைத்த அநீதிகளை உலகிற்குச் சொன்னது. இதுபோன்று உலகின் போக்கை மடைமாற்றிய உன்னத வரிகளைச் சேகரிக்கத் தொடங்கினேன்.

‘காலத்தின் குரல்’ நூலில் உலகப் புகழ்பெற்ற உரைகளைத் தமிழ்ப்படுத்திய பின், உரைநடையாய் கட்டியெழுப்பப்பட்ட கட்டுரைகளைக் கவனப்படுத்தும் முயற்சிக்கு கிழக்குப் பதிப்பகத்தின் ஆசிரியர் மருதன் அவர்கள் கைகொடுத்ததால், அச்சேகரம் நூலாக உருப்பெறத் தொடங்கியது. கட்டுரைத் தேர்வு

செய்வதற்குச் சில நிபந்தனைகள் தேவைப்பட்டன. பெருங்கடலிலிருந்து சமகாலச் சிக்கல்களின் பிம்பத்தைப் பிரதிபலிக்கும் துளிகளைத் தேடி முகர்ந்தேன். குறிப்புரை இல்லாமலே எளிதில் விளங்கும் கட்டுரைகளைப் பிரித்தெடுக்கச் சற்று மெனக்கெட வேண்டியிருந்தது.

கி.பி. 1597இல் எழுதிய ஃபிரான்சிஸ் பேக்கன் முதல் 1965இல் எழுதிய மால்கம் எக்ஸ் வரை பொதுத் தளத்தில் உள்ள குறிப்பிடத்தக்க எழுத்தாளர்களின் 24 கட்டுரைகள் இந்நூலில் இடம்பெற்றுள்ளன. தொகுப்புப் பணியிலும் மொழியாக்கப் பணியிலும் உதவி நல்கிய ஆங்கிலப் பேராசிரியர்கள் மற்றும் ஆய்வு மாணவர்களை இங்கு நன்றியோடு நினைத்துப் பார்க்கிறேன்.

ஜார்ஜ் ஆர்வெல் எழுதிய 'ஒரு தூக்குத் தண்டனையின் கள அனுபவக் குறிப்பு' கட்டுரை, மரணத் தண்டனையின் ஓலத்தைச் செவிப்பறையில் பாய்ச்சுகிறது. டானியல் டீஃபோவின் 'பெண் கல்வி' குறித்த கட்டுரை, அக்காலச் சமூகத்தின் முற்போக்கு முன்னோடிகளை அடையாளம் காட்டுகிறது. ஆல்பர்ட் ஐன்ஸ்டைனின், 'அணு ஆயுதப்போர் அல்லது அமைதிப் பேச்சு வார்த்தை' விஞ்ஞானப் பார்வையில் உலகின் அழிவைக் கண் முன் நிறுத்துவதோடு அமைதிப் பிச்சை கேட்கிறது.

இத்தொகுப்பை வாசிப்பதனால் பல காலத்தில், உலகின் பல மூலையில் வாழ்ந்த அறிஞர்களின் கருத்தை ஒரேயடியாகக் கண்டடைந்த மகிழ்ச்சிப் பிறக்கும் என நம்புகிறேன். கட்டுரை எழுந்த சூழலை முன்வைத்து, ஒவ்வொரு வரியாகச் சிலாகித்துப் படிக்கையில் எனக்கேற்பட்ட அனுபவம் உங்களை வந்தடையும் புள்ளியில் நாம் இருவரும் கைக்குலுக்கிக் கொள்வோம். இத்தொகுப்பில் இந்தியர்களின் கட்டுரை சொற்பமாக இடம்பெறுவதற்கு, இந்திய உரைநடை வளர்ச்சியே காரணம். ஆகச் சிறந்த கட்டுரைகள் பொதுத் தளத்தில் இல்லாததால், மென் சோகத்தோடு கடந்து செல்கிறேன். அதுகுறித்த மேலதிக வாசிப்புக்கு, அரவிந்த் கிருஷ்ண மெஹ்ரோத்ராவின் 'தி புக் ஆஃப் இந்தியன் எஸ்ஸேஸ்' உதவி செய்யும்.

தனிப்பட்ட முறையில் ஜார்ஜ் ஆர்வெல்லின் எழுத்துக்கள் என்னை இம்சை செய்ததால், அவரின் படைப்புகளே 4 கட்டுரைகளாக இடம்பெற்றுவிட்டன. மறுபுறம் ரிச்சர்ட் ஸ்டீல், ஜோசப் அடிசன், மிச்செல் மாண்டெய்ன் போன்ற ஜாம்பவான்களின் எழுத்துக்கள் ஒன்று கூட இடம்பெறவில்லை என்பது இத்தொகுப்பின் போதாமைதான் என ஒப்புக்கொள்கிறேன். இருப்பினும் இப்பணி

அத்தனை எளிதில் செம்மைப்பெறக் கூடியதல்ல. மொழிபெயர்ப் பாளனாக சார்ல்ஸ் லேம்ப், பேக்கன், ஆல்பர்ட் காம்யூவின் கட்டுரைகள் சவாலாக இருந்தன. பலவிடத்து சுருக்கவுரை நாடியும், வல்லுநர்களின் உதவிபெற்றும் இம்மொழியாக்கத்தை நிறைவு செய்திருக்கிறேன். 'மேலதிகப் புரிதலுக்கு அந்தந்தக் கட்டுரையின் இறுதியில், மூல வடிவத்தின் பெயர் மற்றும் அவை இடம் பெற்றுள்ள நூலின் தகவல்களை இணைத்துள்ளேன். ஆய்வாளர் களுக்குப் பெருந்துணைச் செய்யும்.

ஒவ்வொரு கட்டுரையும் 'கிழக்கு டுடே' தளத்தில் தொடராக வெளிவந்தபோது இனிது வரவேற்ற வாசகர்களுக்கும், பாடமெடுக்கப் பயன்படுத்திக் கொண்டதாய் சொன்ன பேராசிரியர் களுக்கும் நன்றி. ஒவ்வொரு வியாழக்கிழமையும் புதுப்புது அத்தியாயங்களை இறுதி நேரத்தில் செம்மையாக்கம் செய்து, உடனடியாக அதன் அம்சங்களைப் பாராட்டும் நன்மாறன் திருநாவுக்கரசு அண்ணாவிற்குப் பெரும் அன்பு செலுத்த விரும்புகிறேன்.

என்றென்றும் வழிநடத்திக் கொண்டிருக்கும் ஆசிரியர் மருதன் அவர்களும், கிழக்கு பதிப்பகத்தாரும், நூலைச் செம்மையாக்கிய அச்சகத்தாரும் நூலாசிரியரைவிட இப்பணியில் அளவுகடந்த அன்பு கொண்டவர்கள் எனச் சொன்னால் மிகையாகாது.

கோவை — அன்புடன்

டிசம்பர் 2023 — **இஸ்க்ரா**

நான் ஏன் எழுதுகிறேன்?

ஜார்ஜ் ஆர்வெல்

வளர்ந்த பிறகு நான் ஓர் எழுத்தாளன் ஆவேன் என்று மிகச் சிறு வயதிலிருந்தே, ஒருவேளை ஐந்தாறு வயதிலேயே எனக்கு நன்றாகத் தெரியும் என்று சொல்லலாம். பதினேழு வயதிலிருந்து இருபத்தி நான்கு வயதுவரை எழுத்தாளராகும் எண்ணத்தை எப்படியாவது கைவிட வேண்டுமென்று தீவிரமாக முயற்சித்தேன். என் சுயத்தைக் சீர்குலைக்கிறேன் என்ற பிரக்ஞை தோன்றியது. ஆனால் கூடிய விரைவில் எப்படியாவது புத்தகங்கள் எழுத வேண்டும் என்றுதான் அவ்வாறு செய்தேன்.

எங்கள் வீட்டில் மூன்று குழந்தைகள். நான்தான் நடுப்பிள்ளை. எனக்கு முன்னும் பின்னும் தலா ஐந்து வருட இடைவெளியுடன் இரண்டு சகோதரிகள் இருந்தார்கள். எட்டு வயதுவரை என் தந்தையும் மிக அரிதாகவே என்னைப் பார்க்க வருவார். இதனாலும் இன்னபிற காரணத்தாலும் தனிமையிலே நாட்களைக் கழித்து, கூடாத பழக்கங்களை எல்லாம் கற்றுக்கொண்டேன். என் பள்ளிபருவ நாட்களும் அத்தனை மகிழ்ச்சிகரமாய் இல்லை.

தனித்துவிடப்பட்ட குழந்தை என்னவெல்லாம் செய்யுமோ அதைபோல் கதைகள் உருவாக்கினேன், கற்பனை கதாப்பாத்திரங் களுடன் தனிமையில் உரையாடினேன். ஒடுக்கப்பட்டோரும் தனித்துவிடப்பட்டோரும்தான் என் இலக்கியப் பிரதியின் மையமாக இருக்கவேண்டும் என்று சிறு வயதிலேயே என் இலக்கியக் கொள்கையை வகுத்துக் கொண்டேன்.

விரும்பத்தகாத உண்மைகளை எதிர்கொள்ளும் ஆற்றலும், வார்த்தைகளை உருவாக்கும் பக்குவமும் எனக்கு நன்றாக வாய்த்திருந்தது. இதை வைத்துக் கொண்டு ஏகாந்த உலகம் ஒன்றை உருவாக்கி, நிஜத்தில் ஏற்படும் தோல்விகளுக்கு எல்லாம் என் தனிப்பட்ட உலகில் ஆறுதல் தேடிக்கொண்டேன். ஆனாலும் இத்தனை காத்திரமாக நான் எழுதியவை - என் குழந்தைப் பிராயம் முழுக்க எழுதியவை வெறும் அரை டஜன் பக்கங்கள்தான் வரும்.

நான்கு அல்லது ஐந்து வயதில் என் முதல் கவிதையை எழுதினேன் . நான் சொல்வதைக் கேட்டு அப்படியே என் அம்மா அதை எழுத்தில் பதித்தார். அது புலி பற்றிய ஒரு கவிதை. 'நாற்காலி போல் பற்கள் கொண்ட புலி' என்ற சொற்றொடரைத் தவிர அந்தக் கவிதைப் பற்றி வேறெதுவும் நினைவில் இல்லை. அதுவும் வில்லியம் பிளேக்கின் 'டைகர் டைகர்' கவிதையில் இருந்து சுவீகரித்து கொண்ட சொற்றொடர். 1914-18 காலக்கட்டத்தில் உலகப் போர் வெடித்த போது, தேசபக்தி கவிதையொன்று எழுதினேன். அப்போது எனக்கு 11 வயது. அந்தக் கவிதை உள்ளூர் செய்தித்தாளில் அச்சேறியது.

இரண்டு ஆண்டுகளுக்குப் பிறகு கிச்சனேர் இறந்ததை ஒட்டி மற்றொரு கவிதை எழுதினேன். நாட்கள் செல்லச் செல்ல, 'இயற்கைப் பற்றிய கவிதைகளை' முற்றுப்பெறாத வடிவில் முழு மோசமாக எழுதித் தள்ளினேன். அவை பெரும்பாலும் ஜார்ஜியன் பாணியில் இருந்தன. இரண்டொருமுறை சிறுகதை எழுதக்கூட முயற்சித்தேன். ஆனால் அதுவும் படுமோசமான தோல்வி. சொல்லிக் கொள்ளும்படி அந்நாட்களில் நான் காகிதத்தில் தீட்டமுயன்ற தீவிரமான எழுத்து வேலைகள் இவைதான்.

இருந்தாலும் அந்தக் காலகட்டம் முழுக்க இலக்கியச் செயல் பாடுகளில் முழுமையாக ஈடுபட்டேன். நான் பரவசம் அடையாத படைப்பாக இருந்தாலும், விரைந்து எளிதாக முடிக்கும்படியான எழுத்துப்பணிகளை தொடக்கத்தில் கைக்கொண்டு இருந்தேன். வீட்டுப் பாடங்களைத் தாண்டி, விஷேச வசனங்களும் சித்திர வடிவிலான கவிதைகளும் என்னால் இன்றும் நம்புமுடியாத வேகத்தில் எழுதிமுடித்தேன். என் பதினான்கு வயதில், அரிஸ்டோஃபேன்ஸ் பாணியைப் பின்பற்றி இயைபு நாடகம் ஒன்று எழுதினேன். அதற்கு அடுத்தவாரமே பள்ளி இதழ்களைச் செப்பனிடும் பணி தேடிவந்தது.

நீங்கள் கற்பனைச் செய்வதைக் காட்டிலும் மிக மோசமான படைப்புகள் தாங்கிய இதழ் அது. இருந்தாலும் இப்போதிருக்கும் மலிவான பத்திரிகைகளைச் சகித்துக் கொள்ளும் சிரத்தையைவிட

குறைவான ஆற்றலைத்தான் அந்த இதழ்கள் எதிர்பார்த்தன. இதையொட்டி பதினைந்து ஆண்டுகளுக்கும் மேலாக ஒரு விசித்திரமான இலக்கியப் பயிற்சியை மேற்கொண்டு வந்தேன். என்னைப் பற்றித் தொடர்ச்சியான 'கதை' அமைப்பொன்றை மனத்தில் பதியமிட்டு சேகரம் செய்திருந்தேன். கிட்டத்தட்ட நாட்குறிப்பு மாதிரி. இது குழந்தைகளும் பதின்வயதினரும் மேற்கொள்ளும் பொதுவான வழக்கமென்று நம்புகிறேன்.

மிகச் சிறு வயதில் நான் என்னை ராபின் ஹுட் போல் கற்பனை செய்துகொண்டு, திகிலூட்டும் சாகசப் பயணத்தில் கதாநாயகன் காட்சியமைத்து கதைகள் உருவாக்கினேன். சுயத்தை முன்னிறுத்தும் இம்மாதிரி கதைகள் விரைவில் நின்று போயின. அன்றாடம் செய்வது குறித்தும், பார்ப்பது குறித்துமான வர்ணனைகளாக அந்தக் கதைகள் கொஞ்சம் கொஞ்சமாக உருமாறின.

'அவன் கதவைத் திறந்து அறைக்குள் நுழைந்தான். சூரியனின் மஞ்சள் கதிர்கள் மெலிதான மஸ்லின் திரைகளுக்குள் ஊடுருவி, மேஜை மேல் வந்து ஒய்யாரமாய் உட்கார்ந்து கொண்டது. அதற்கருகில் வத்திப்பட்டி ஒன்று பாதி திறந்த நிலையில் மை ஜாடிக்குப் பின்புறமாக ஒளிந்துகொண்டிருந்தது. அவன் தன் வலது கையை பாக்கெட்டில் நுழைத்தபடி சாளரம் நோக்கி நடையெடுத்து வைத்தான். வீதியில் ஒரு ஆமையோட்டு நிறத்திலான பூனை காற்றில் பறக்கும் காய்ந்த இலையை துரத்திக் கொண்டு ஓடியது', என்றெல்லாம் அடிக்கடி என் மனத்தில் ஏதோவொன்று தோன்றிக் கொண்டிருக்கும். இப்படியாக பல வரிகளை அசை போட்டிருக்கிறேன்.

இலக்கியத்தில் இருந்து நான் ஒதுங்கிய ஆண்டுகளில்தான் இந்தப் பழக்கம் என்னை விட்டொழிந்தது. அதாவது இருபத்தைந்து வயதுவரை நான் இதற்கு ஆட்பட்டிருந்தேன். நான் சரியான வார்த்தைகளைத் தேட வேண்டும். இருந்தாலும் இந்த வார்த்தை வேட்டை என் சொந்த விருப்பத்தைத் தாண்டி ஒருவித நிர்பந்தத்தின் பெயரால் விதிக்கப்பட்டிருப்பதாய் தோன்றியது. நிச்சயமாக அந்தக் 'கதை' நான் வெவ்வேறு காலகட்டங்களில் ரசித்த ஒவ்வொரு எழுத்தாளரின் பாணியையும் உள்ளடக்கியதாய் இருக்க வேண்டும். ஆனால் நினைவிருக்கும்வரை ஒரே மாதிரி துல்லியமான வர்ணனைக் குணங்களைத்தான் அந்தக் கதைகள் பின்பற்றுகின்றன.

என் பதினாறாம் வயதில் வெற்று வார்த்தைகள் ஏற்படுத்தும் குதூகலத்தைத் திடுமென கண்டுபிடித்தேன். வார்த்தைகள்

ஒன்றுகூடி ஏற்படுத்தும் ஒலியின் இன்பம் அலாதியானது. ‘இழந்த சொர்க்கம்’ நூலில் வரும்,

So hee with difficulty and labour hard
Moved on: with difficulty and labour hee.

என்ற வரிகள் இப்போது என்னைப் பெரிதாய் ஈர்க்கவில்லை என்றாலும் அப்போது முதுகுத்தண்டில் ஆழ வேரூன்றியது போல் சிலிர்த்துப் போனேன். அவன் என்பதற்கு He என்று சொல்லாமல் Hee என்று வலிந்து எழுதுவதில் எத்தனைக் கொண்டாட்டம் இருக்கிறது! காட்சியை விவரிக்க வேண்டியதன் அவசியம் பற்றி எனக்கு முன்பே தெரியும். ஆகவே நான் எந்த மாதிரியான புத்தகங்கள் எழுத விரும்பினேன் என்பது தெளிவாகியது.

அதிகம் புனையப்படாமல் இயற்கையான பின்னணியில் துன்பியல் குடிகொள்ளும் எண்ணிலடங்காத அவலப் புதினங்கள் எழுத விரும்பினேன். அதில் வர்ணனை நிறைத்து, உருவகம் உதிர்த்து, அதீத வார்த்தை ஜாலங்களைக் கொட்டி, இளைத்து, வெறுமனே வார்த்தையின் ஒலிநயத்திற்காகவே சில பத்திகளை செலவு செய்ய எத்தனித்தேன். என் முதல் நாவல் ‘பர்மிய நாட்கள்’ கூட ஒருவகையில் அப்படிப்பட்ட புத்தகம்தான். முன்னரே திட்ட மிட்டிருந்தாலும் எனது முப்பதாவது வயதில் இந்நூல் வெளியானது.

நான் ஏன் இவ்வளவு பின்னணி விவரங்களை அடுக்குகிறேன் என்றால், ஓர் எழுத்தாளரின் இளமைக் காலத்தைக் கொஞ்சமும் தெரிந்து கொள்ளாமல் அவர் எழுத்தின் நோக்கத்தை துளியும் புரிந்துகொள்ள முடியாது என்பது என் கொள்கை. அவர் வாழும் காலத்தைப் பொறுத்தே, அவர் எழுத்தின் கருப்பொருளில் தெளிவு கிடைக்கும். குறைந்தபட்சம் இது நாம் வாழும் கொந்தளிப்பான, புரட்சிகர காலங்களிலாவது பொருந்தும். ஆனால் ஓர் எழுத்தாளர் எழுதத் தொடங்கும் முன்பே, ஓர் உணர்ச்சி மனப்பான்மைக்கு ஆட்பட்டிருப்பார். அவரே நினைத்தாலும் அதிலிருந்து தப்பிக்க முடியாது.

தன் சுபாவத்தை ஒழுங்குபடுத்தி, பக்குவம் பெறாத நிலையிலும் விபரீத மனநிலையிலும் சிக்கிக் கொள்ளாமல் இருப்பது ஓர் எழுத்தாளருக்கான அடிப்படை வேலை என்பதில் சந்தேகம் வேண்டாம். ஒருவேளை அதிலிருந்து அவர் தப்பிக்க நினைத்தால், எழுதுவதற்கான உந்துசக்தியை அவர் கொஞ்சம் கொஞ்சமாக இழக்கிறார் என்று பொருள்.

பணம் சம்பாதிக்க வேண்டும் என்பதைத் தவிர்த்து, ஓர் எழுத்தாளர் உரைநடை எழுதுவதற்கு நான்கு மகத்தான நோக்கங்கள் இருப்பதாக நான் கருதுகிறேன். ஒவ்வொரு எழுத்தாளனுக்கும் நோக்கங்களின் அளவைகள் மாறுபடும். சமயத்தில் ஒரே எழுத்தாளர் கூட அவர் வாழும் சூழலுக்கேற்ப, நோக்கங்களின் விகிதாச்சாரத்தை மாற்றிக் கொள்கிறார். இனி அந்த நோக்கங்களைப் பார்ப்போம்.

உரைநடை எழுதுவதற்கான நான்கு மகத்தான நோக்கங்கள் பின்வருமாறு.

1. சுத்த அகங்காரம்

இந்த நோக்கம் உடையவர்கள் தங்களைப் புத்திசாலியாகக் காட்டிக்கொண்டு, பிறரும் தன்னை அப்படிப் புரிந்துகொள்ள வேண்டும் என்றும் ஆசைப்படுவார்கள். மரணித்த பிறகும் தான் நினைவுகூரப்பட வேண்டும் என்பது இவர்கள் அவா. குழந்தைப் பிராயத்தில் புறக்கணித்தவர்கள்கூட, அருமை புரிந்து தங்களைத் திரும்பிப் பார்க்க வேண்டும் என்று காத்திருப்பார்கள். உண்மையில் இது ஒரு நோக்கமே கிடையாது. இதற்கு வலிமையான காரண காரியம் சேர்ப்பது படு அபத்தம்.

எழுத்தாளர்கள் மட்டுமல்ல விஞ்ஞானிகள், கலைஞர்கள், அரசியல்வாதிகள், வக்கீல்கள், போர்வீரர்கள், வெற்றி பெற்ற வியாபாரிகள் என்று மனித குலத்தின் பெரும்பான்மையினர் இந்த நோக்கத்தில்தான் வாழ்கின்றனர். ஆனாலும் மனிதர்களின் சரிபாதி விகிதம் சுயநலத்தால் சூழ்ந்திருக்கிறது என்று சொல்ல முடியாது. சராசரியாக முப்பது வயதிற்குமேல் அவர்கள் தனிப்பட்ட லட்சியத்தைக் கைவிடுகிறார்கள். பல சந்தர்ப்பங்களில் 'தான்' என்ற உணர்வு அவர்களை விட்டு வெகுதூரம் போய் விடுகிறது. அதற்குப்பின் மற்றவர்களுக்காக வாழத் தொடங்குகிறார்கள். இல்லையென்றால் அலுப்பூட்டும் கடின வேலைகளில் சிக்கிக் கொள்கிறார்கள்.

ஆனால் அதிலும் சிலர் விஷேசமாக வாழ்நாளின் இறுதி நொடிவரை தனக்காக வாழத் தீர்மானிக்கிறார்கள். எழுத்தாளர்கள் இந்த வகைப்பாட்டுக்கு உட்பட்டவர்கள். மொத்தத்தில் பணத்தின்மீது ஆர்வம் குறைவாக இருந்தாலும், தீவிர எழுத்தாளர்கள் பத்திரிகையாளர்களைவிட சுயநலமிக்கவர்கள், முக்கியத்துவம் அற்றவர்கள் என்று நான் சொல்வேன்.

2. அழகியல் கொண்டாட்டம்

உலக வாழ்வில் இருக்கும் புறவயமான அழகியலைப் புரிந்துகொள்வது இவர்கள் நோக்கம். சொற்களின் ஒழுங்கமைவில் ரசமான அழகு வழிந்தோடுவதை இவர்கள் கண்டடைகிறார்கள். உரைநடையின் தெளிவும், சொற்கூட்டங்கள் ஒலிக்கும் அழகும், ஒரு நல்ல கதையின் இயைபும் இவர்களைக் காற்றில் மிதக்கச் செய்யும்.

பகிரத்தக்க அனுபவத்தின் பரவசத்தை எப்படியேனும் மற்றவர்களுக்குக் கடத்திவிட வேண்டுமென்று மெனக்கெடுவார்கள். இன்றைக்குப் பல எழுத்தாளர்களிடம் அழகியல் நோக்கம் குறைபட்டிருக்கிறது. சாதாரணமாகத் துண்டுப் பிரசுரம் எழுதுபவரும், பாடப்புத்தகம் எழுதுபவரும்கூட பயன்பாடு கருதாமல், கொஞ்சுவதற்கான செல்ல வார்த்தைகளைக் கையாளுகிறார்கள். எழுத்துரு குறித்தும் பக்க வடிவமைப்பின் ஓர அகலம் குறித்தும் இவர்களுக்கு ஓர் அபிப்பிராயம் உண்டு. அழகியல் குறித்த கருத்தாக்கங்களைப் பொறுத்தவரை, ரயில்வே வழிகாட்டிப் புத்தகங்களைத் தாண்டி இன்னும் எந்தப் புத்தகமும் அதிலிருந்து விடுபடவில்லை.

3. வரலாற்று உந்துதல்

இருப்பதை அசலுக்கு நேர்மையாய் பதிவு செய்து உண்மையைக் கண்டடைய விரும்புவார்கள். எதிர்வரும் சந்ததியினருக்கு குறிப்புப் பொருள் சேர்த்து வைக்கும் நோக்கம் இது.

4. அரசியல் ஆதாயம்

'அரசியல்' என்ற வார்த்தையைச் சாத்தியமான மட்டும் பரந்த அளவில் பொருட்படுத்துதல். மற்றவர்களின் எண்ணவோட்டத்தில் இருந்து மாறுபட்டு, உலகை ஒரு குறிப்பிட்ட திசையில் மடைமாற்ற முயற்சி செய்யும் நோக்கம் இது. எந்தவொரு புத்தகமும் அரசியல் சார்பிலிருந்து விடுபட்டது என்று சொல்லமுடியாது. கலைக்கும் அரசியலுக்கும் சம்பந்தம் இருக்கக் கூடாது என்ற கருத்துதான் இந்த அரசியல் அணுகுமுறை.

ஒவ்வொரு நோக்கமும் தன்னோடு போட்டிப் போட்டு மல்லுக் கட்டுவதை நாம் பார்க்கலாம். மேலும் அவை நபருக்குத் தகுந்தார் போல், காலத்திற்கு ஏற்ப மாறுபடுகிறது. பக்குவம் அடைந்த பிறகு, நீங்கள் கண்டடைந்த முதல் நிலையை உங்கள் 'இயற்கையான'

நோக்கம் என்று எடுத்துக் கொள்ளுங்கள். என் அளவில், நான்காவது நோக்கத்தைவிட முதல் மூன்று நோக்கங்களும் மிகுதியாய் உள்ளவன் நான்.

ஆரவாரமில்லாத வயதில் நன்கு அலங்கரிக்கப்பட்ட, வர்ணனை நிறைந்த புத்தகங்களை நான் எழுதியிருக்கலாம். என் அரசியல் நிலைப்பாடு பற்றி அறியாமல் இருக்கலாம். அதுபோல் நான் இப்போது, ஒரு வகையான துண்டுப் பிரசுர எழுத்தாளராக உருவெடுக்க வேண்டிய கட்டாயத்தில் இருக்கிறேன். தொடக்கத்தில் ஓர் ஐந்தாண்டு காலத்தை எனக்கு ஒவ்வாத தொழிலில் (பர்மாவில் இந்திய ஏகாதிபத்திய போலீஸ் பணி) செலவழித்தேன். அங்கு பஞ்சத்திற்கு ஆட்பட்டு தோல்வியை உணர்ந்தேன்.

அது அதிகார வர்க்கத்தின் மேல் எனக்கிருந்த இயற்கையான பகையைத் தூண்டிவிட்டதோடு, அங்கிருந்த உழைக்கும் வர்க்கத்தினரை அடையாளம் காண உதவி செய்தது. பர்மாவில் எனக்கு வாய்த்த பணி அனுபவம், ஏகாதிபத்தியம் குறித்த முழு புரிதலையும் ஏற்படுத்தியது. ஆனால் இந்த அனுபவங்கள் மட்டுமே துல்லியமான அரசியல் புரிதலை ஏற்படுத்திக்கொள்ள போது மானதாக இல்லை.

அதற்குப் பின்னர் ஹிட்லர் வந்தார். ஸ்பெயினில் உள்நாட்டுக் கலவரம் மூண்டது. 1935ஆம் ஆண்டின் இறுதியிலும் நிலையான புரிதல் கிடைக்காமல் தள்ளாடினேன். அதுவா இதுவா என்றிருந்த இரண்டும் கெட்டான் நிலையை வெளிப்படுத்தும் விதமாக நான் அப்போது எழுதிய கவிதை ஒன்று ஞாபகத்திற்கு வருகிறது.

‘இரு நூறு ஆண்டுகளுக்கு முன்பு,
ஊழிப் பேரழிவை போதித்துக் கொண்டு
வளமையின் வயல்கள் செழிப்படைவதைக் காணும்
ஒரு மகிழ்ச்சியான போதகராக நான் பிறந்திருக்கலாம்.
ஆனால் அந்த ரம்மியமான புகலிடத்தைத் தவறவிட்டு,
கொடுங்கோன்மை காலத்தில் பிறந்துவிட்டேன்.
என் மேல் உதட்டில் முடி வளரும் வேளையில்,
மதகுருமார்கள் எல்லோரும் மொத்தமாக மழித்துவிட்டார்கள்.
அந்நாட்களில் நேரம் நன்றாக இருந்தது,
அற்ப விஷயங்களுக்கும் முறுவல் பூத்தோம்;
மரத்தின் மார்பில் உட்கார்ந்து கொண்டு,
உறுத்திய எண்ணங்களை உறங்கச் செய்தோம்.

அறியாமை இருளைச் சொந்தம் கொண்டாடினோம்,
இன்று மகிழ்ச்சி நம்மை மயக்குகிறது;
ஆப்பிள் மரக்கிளையில் இருக்கும் பச்சைப் பறவையே,
நம் எதிரிகளை நடுங்குறச் செய்கிறது.
சிறுமிகளின் தொந்தியும் பாதாமி மரமும்,
நிழல் படிந்த நீரோடையில் நீந்தும் கரப்பானும்,
விடிகாலையில் பறக்கும் வாத்தும் குதிரையும்
எல்லாம் ஒரு கனவாகிப் போனது.
மீண்டும் கனவு காண தடை செய்யப்பட்டுள்ளது;
மகிழ்ச்சியை மறைத்துக் கொள்கிறோம், அல்லால் மறந்து விடுகிறோம்;
குதிரைகள் குரோமியத்தால் செய்யப்படுகின்றன,
அதில் குண்டாஞ்சட்டியாக ஒருவர் பயணம் செய்கிறார்.
கூடு திரும்பாத புழு நான்,
அந்தப்புரம் இல்லாத பேடி நான்,
போதகருக்கும் கமிஷாருக்கும் இடையில்
யூஜீன் ஆரம் போல் நடைபோடுகிறேன்.
வானொலி இசைக்கும் போது,
கோமிசார் என் எதிர்காலத்தைச் சொல்கிறார்;
ஆனால் டக்கி பணம் செலுத்துவார் என்று,
ஆஸ்டின் செவனை பாதிரியார் பந்தயம் வைக்கிறார்.
பளிங்கு மண்டபத்தில் வசிப்பதாய் கனவு கண்டேன்,
அது உண்மையாக இருக்காதா என்று கண்விழித்தேன்;
என்ன செய்வது நான் அப்படி ஒரு காலத்தில் பிறக்கவில்லையே;
ஒருவேளை ஸ்மித், ஜோன்ஸ் அல்லது நீங்கள் இருந்தீர்களா?'

1936-37 காலக்கட்டத்தில் நிகழ்ந்த ஸ்பானிய போரில் நிறைய கற்றுக்கொண்டேன். நான் எந்தப் பக்கம் என்ற புரிதல் வந்தது. 1936இல் இருந்து நான் எழுதிய ஒவ்வொரு வரியும் எனக்குத் தெரிந்த அளவில் மிகத் தீவிரமாக சர்வாதிகாரத்தை எதிர்த்தும், ஜனநாயக சோசலித்தை ஆதரித்தும் எழுதியவை என்று என்னால் உறுதியாகச் சொல்லமுடியும். நாம் வாழ்வது போன்ற காலக்கட்டத்தில், இப்படியான விஷயங்களை எழுதுவதில் இருந்து தவிர்க்கலாம் என்று நினைப்பதே அதி முட்டாள்தனமாகத் தோன்றுகிறது.

ஒவ்வொருவரும் தான் சார்ந்த அணிக்கு ஆதரவாக எழுதுகிறார்கள். ஒருவர் எந்த அணிக்கு ஒத்துழைப்பு தருகிறார், என்னவிதமான

அணுகுமுறையைப் பின்பற்றுகிறார் என்பதுதான் கேள்வி. ஒருவரின் அரசியல் சார்பு பற்றி நாம் எவ்வளவு அதிகமாக தெரிந்துகொள்கிறோமோ, அந்த அளவுக்கு நாம் நமது அழகியல் மற்றும் அறிவுசார் ஒருமைப்பாட்டைத் தியாகம் செய்யாமல் அரசியல் ரீதியில் செயல்படுவதற்கான வாய்ப்புகள் அதிகம்.

கடந்த பத்து வருடங்களாக அரசியல் எழுத்தை ஒரு கலையாக மாற்ற வேண்டுமென்று இயங்கி வருகிறேன். ஒருதலைபட்சமாக எழுதத் தொடங்குகிறேன் என்பது குற்றத்தின் ஒரு சமிக்ஞைதான். ஆனால் ஒரு புத்தகத்தை எழுத உட்காரும்போது, 'நான் ஒரு கலைப் படைப்பை உருவாக்கப் போகிறேன்' என்று எனக்குள் சொல்லிக் கொள்வதில்லை. ஒளிந்திருக்கும் உண்மையை வெளிக் கொண்டுவர வேண்டும்; பொதிந்திருக்கும் உண்மைக்கு கவனம் கொடுக்க வேண்டும் என்றுதான் எழுதத் தொடங்குகிறேன்.

ஆனால் நான் எழுதும் பத்திரிகை கட்டுரையோ, முழு நீளப் புத்தகமோ அழகியல் தன்மை வாய்ந்ததாக இல்லையென்றால் என்னால் ஒரு வரிகூட எழுத முடியாது. என் படைப்புகளில் வெளிப்படையான பிரசாரக் கருத்துகள் இருந்தாலும், முழு நேர அரசியல்வாதிக்கு ஒவ்வாத பல பக்கங்கள் இருப்பதைக் கவனமாக ஆய்வு செய்யும் ஒருவர் கண்டுபிடித்துவிடலாம்.

குழந்தைப் பிராயத்தில் சேகரமான உலக அபிப்பிராயங்களை என்னால் முற்றிலுமாகத் தவிர்க்க முடியவில்லை. உரைநடையின் வடிவம் மீதும், பூமியின் அழகியல் குறித்தும், குப்பையான போலிச் செய்திகள் குறித்தும் நான் உயிரோடு இருக்கும்வரை நம்பிக்கொண்டும் அதைப் பற்றி சிந்தித்துக் கொண்டும்தான் இருக்கவேண்டும். என்னுடைய மறுபக்கத்தை அடங்கி ஆள்வதால் ஒரு பயனும் இல்லை. ஆழ வேரூன்றிய விருப்பு வெறுப்புகளைச் சமரசம் செய்வதே எனக்கு வாய்த்திருக்கும் பணி. காலத்தின் கட்டாயத்தின் பேரில் நான் அதை பொதுத் தளத்திலும், தனி நபர் சாராத செயல்பாடுகளிலும் கொண்டுசேர்க்க வேண்டும்.

இது ஒன்றும் அவ்வளவு எளிதான காரியமல்ல. கட்டுரையின் கட்டுமானத்திலும் மொழி அமைப்பிலும் சிக்கல் வரலாம். எழுத்தின் உண்மைத் தன்மை குறித்து புதிய வகையில் குழப்பம் உண்டாகலாம். எனக்கு நேர்ந்த கசப்பான அனுபவத்தைச் சொல்லி இதை விளக்குகிறேன். ஸ்பானிய உள்நாட்டுப் போர் பற்றி நான் எழுதிய 'Homage to Catalonia' என்ற புத்தகம் அப்பட்டமான ஓர் அரசியல் படைப்பு. ஆனால் முடிந்தவரை யார் மீதும் பற்றுதல் இன்றி, வடிவத்தின் மீது அக்கறை செலுத்தி எழுதினேன்.

கூடுமானவரை இலக்கிய உள்ளுணர்வுக்குக் குந்தகம் விளைவிக்காமல் உண்மையைப் பதிவு செய்ய முயன்றேன். மற்ற புத்தகங்களைக் காட்டிலும் இதில் மிக நீண்ட அத்தியாயங்கள் உண்டு. ஃபிராங்கோ உடன் கூட்டுச் சேர்ந்து டிராட்ஸ்கியின் ஆதரவாளர்கள் சதித் திட்டம் தீட்டவில்லை என்று மெய்ப்பிக்கும் பல செய்தித்தாள் கட்டுரைகளை மேற்கோள் காட்டினேன். இரண்டொரு ஆண்டுகளுக்குப் பின் அதை வாசிக்கும் ஒருவர், நிச்சயம் அந்த அத்தியாயத்தில் ஆர்வம் இழப்பார். புத்தகத்தை அது கெடுத்துவிடும்.

என் மரியாதைக்குரிய விமர்சகர் ஒருவர், இதைப் பற்றிய நீண்ட விவாதம் எழுப்பிவிட்டு, 'ஏன் அந்த எல்லா துணுக்குகளையும் அதில் எழுதினீர்கள்' என்று கேட்டார். 'அருமையாக வரவேண்டிய புத்தகமொன்றைப் பத்திரிகை அறிக்கை போல் மாற்றிவிட்டீர்கள்' என்பது அவர் வாதம். அவர் சொல்வதும் உண்மைதான், ஆனால் அதைத் தவிர்த்து வேறு என்ன வழி இருக்கிறது?

இங்கிலாந்தில் இருக்கும் சில மக்கள் அப்பாவிகள் குறித்து என்ன நினைக்கிறார்கள் என்பதை நான் கேள்வியுற்றபோது, என்னால் வேறு என்ன செய்ய முடியும்? அந்தக் கோபத்தின் வெளிப்பாடுதான் இந்தப் புத்தகம்.

ஏதோ ஒரு வகையில் இந்தச் சிக்கல் மீண்டும் மீண்டும் வருகிறது. மொழி கட்டுமானம் பற்றியதான குழப்பத்தை எளிதில் தீர்த்துவிட முடியாது. அது மிகவும் நுட்பமானது. விவாதிக்க அதிக நேரம் எடுத்துக்கொள்ளும். கடந்த சில ஆண்டுகளில் நான் மிகக் குறைவாகவே அழகியலோடும் துல்லியத்தோடும் எழுத முயற்சித்தேன் என்று மட்டும் என்னால் சொல்ல முடியும். நீங்கள் ஏதாவது ஒரு எழுத்துப் பாணியை முழுமையாக கைக்கொண்டிருக் கிறீர்கள் என்று ஒருகணம் நினைத்தால், நீங்கள் அதைத் தாண்டி பலதூரம் சென்றுவிட்டீர்கள் என்று நான் சொல்வேன்.

நான் என்ன செய்யவேண்டும் என்ற புரிதலோடு, அரசியல் நோக்கத்தையும் கலையின் நோக்கத்தையும் கலந்து எழுதிய முதல் புத்தகம் 'விலங்குப் பண்ணை'. அதற்குப்பின் ஏழு ஆண்டுகளில் நான் இன்னும் ஒரு நாவல்கூட எழுதவில்லை. கூடிய விரைவில் மற்றொரு நாவல் எழுதுவேன் என்று நம்புகிறேன். இது ஒருவகையில் தோல்வியாகத்தான் இருக்கும். உண்மையில் ஒவ்வொரு புத்தகமும் தோல்விதான். ஆனால் எம்மாதிரியான புத்தகத்தை எழுத விரும்புகிறேன் என்று ஓரளவு தெளிவாகத் தெரிகிறது.

கடைசி இரண்டொரு பக்கங்களைப் புரட்டிப் பார்க்கையில் எனது எழுத்தின் நோக்கம் முழுக்க முழுக்க பொதுநலம் சார்ந்தது என்று வெளிப்படையாக உணர்த்தியிருக்கிறேன். ஆனால் அது இறுதி அபிப்பிராயமாக வாசகர் மனதில் பதிய வேண்டும் என்பது என் நோக்கம் அல்ல.

எல்லா எழுத்தாளர்களும் வெற்றியளிக்காத செயல் ஒன்றைச் சுயநலத்தோடு, சோம்பேறித்தனத்தில் ஊறியபடி செய்கிறார்கள். அவர்களின் நோக்கம் மர்மமாக இருக்கிறது. ஒரு புத்தகத்தை எழுதுவது அலுப்புத் தட்டக் கூடிய பயங்கரமான போராட்டம். வலி உண்டாகும் நோயை நீண்ட காலம் முதுகில் சுமப்பது போலான இறுக்கமான நிலை. தன்னை இம்சிக்கக்கூடிய கொடிய சாத்தானை புரிந்துகொள்ளவோ, எதிர்ப்பு சொல்லவோ மனம் வராத ஒருவர்தான் புத்தகம் எழுதத் தொடங்குகிறார்.

கவனம் ஈர்க்க விரும்பும் குழந்தையின் அதே உள்ளுணர்வைச் சாத்தானும் கைக்கொள்கிறது. ஒருவர் தன் சொந்த ஆளுமையைத் தொடர்ச்சியாக சிதைக்க முன்வரும்வரை, உருப்படியாக அவரால் எதுவும் எழுத முடியாது. நல்ல உரைநடை ஜன்னல் கண்ணாடி போன்றது.

நான் எந்த நோக்கத்தைத் தீர்க்கமாகப் பின்பற்றுகிறேன் என்று எனக்குத் தெரியாது. ஆனால் பின்பற்றத் தகுந்த நோக்கம் எதுவென்று தெரியும். எனது படைப்புகளைப் புரட்டிப் பார்க்கையில், வெற்று வார்த்தை ஜாலங்களும் அலங்காரச் சொற்களும், அர்த்தமற்ற பத்திகளும், போலி வர்ணனைகளும் எங்கெல்லாம் நிறைந்திருக்கிறதோ மாறுபாடே இல்லாமல் அங்கெல்லாம் அரசியல் நோக்கம் குறைந்திருக்கிறது என்று நான் கண்டடைகிறேன்.

George Orwell, 'Why I Write' (1946)
George Orwell Essays, Penguin Modern Classics.

விட்டில் பூச்சியின் மரணம்

ஐ

வர்ஜீனியா உல்ஃப்

பகலில் பறந்து திரியும் விட்டில் பூச்சிகளை உறுதியாக அடையாளம் காண இயலாது. அவற்றைப் பார்க்கும்போது இருண்ட இலையுதிர் கால இரவுகளில் நாம் கிளர்ச்சி அடையும் பரவசமும்; ஐவி மலர் பூத்துக் குலுங்கும்போது உண்டாகும் மனதிற்கு நெருக்கமான உணர்வும் தோன்றாது. பொதுவாக விட்டில் பூச்சிகள் தங்களின் மஞ்சள் நிறப் பின்னிறகை பலகணி திரைச்சீலையின் கதகதப்பான நிழலில் வைத்து படுத்துறங்கும் போது நமக்கு ஏற்படும் எவ்விதக் கிறக்கமும் இவற்றைப் பார்க்கையில் உண்டாகாது.

இவை பட்டாம்பூச்சி போல் ஓரின ஈர்ப்புடனோ, மற்றெந்த விட்டில் பூச்சிகளையும் போல் மந்தமாகவோ இருக்காது. இவற்றைக் கலப்பின ஜீவராசி என்று சொல்லலாம். இருந்தாலும் நான் சொல்லும் இந்தப் பூச்சிகள் தன் வைக்கோல் நிற இறகுகளின் விளிம்பில் அதே நிறத்திலான ஒரு குஞ்சம் இழையோடி யிருப்பதைக் கண்டு வாழ்க்கையில் திருப்தி அடைகின்றன.

செப்டெம்பர் மாத மத்தியில் ஒரு ரம்மியமான காலைப் பொழுது. அன்றைய சூழல் மென்மையாக தீங்கற்று இருந்தாலும் கோடை மாதக் காற்றைவிடக் கொஞ்சம் தீவிரம்தான். பலகணிக்கு எதிர்ப்புறம் உள்ள நிலத்தைக் கலப்பை இயந்திரம் ஏற்கெனவே பதம் பார்க்கத் தொடங்கியிருந்தது. வாய்ப்பிருக்கும் இடத்தில் எல்லாம் நிலத்தை;த தட்டையாக அழுத்தியதால் ஆங்காங்கே ஈரப்பதம் ஒளிர்ந்தது.

இத்தகு ஆற்றல்மிக்கக் காட்சியை வயல்வெளியில் கண்டபிறகு, எத்தனை முயன்றாலும் புத்தகத்தின்பால் கவனம் செலுத்துவது கடினமான காரியம். ரூக் பறவைகளும் வருடாந்திரக் கொண்டாட்டத்தில் திளைத்துக் கொண்டிருந்தன. ஆயிரக் கணக்கான முடிச்சுகளைக் கொண்ட வலை ஒன்று காற்றில் வீசப் பட்டதுபோல் மர உச்சியைச் சுற்றி அவை பறந்துகொண்டிருந்தன. சற்று நேரத்தில், மேலுயர்ந்த பறவைகள் எல்லாம் மீண்டும் மரக்கிளையை நோக்கித் தாழ்வாகப் பறந்து வந்து உட்கார்ந்ததைப் பார்க்கையில் கிளை நுனியில் முடிச்சிட்டதுபோல் இருந்தது.

மிகுந்த ஆரவாரத்துடனும் சத்தத்துடனும் மீண்டும் அந்த வலை பரவலான அளவில் காற்றில் வீசப்படும். வீசப்பட்ட வலை மீண்டும் காற்றில் மிதந்து மெல்ல மரக்கிளையில் வந்து குடியமர்வதைப் பார்ப்பதே ஓர் அற்புதமான அனுபவம்.

ரூக் பறவைகள், விவசாயிகள், குதிரைகள், இன்னும் அடையாளம் தெரியாத சின்னச் சின்னப் பறவைகளின் குட்டி ரோமங்கள் எல்லாம் எவ்வித ஆற்றலால் உந்துதல் பெற்றதோ, அதே மாதிரியான ஓர் ஆற்றல்தான் என் வீட்டுப் பலகணியின் கண்ணாடிச் சட்டத்தில் விட்டில் பூச்சியை படபடக்கச் சொல்லி அனுப்பி வைத்திருக்க வேண்டும். அவரைப் பார்க்காமல் இருக்க முடியாது. பார்த்த மாத்திரமே, அவர் மீது பரிதாபம் தோன்றும் விசித்திர உணர்வு தொற்றிக் கொள்ளும்.

அன்று காலை மகிழ்ச்சி பூப்பதற்கான சாத்தியக்கூறுகள் மகத்தானதாக இருந்தாலும் விட்டில் பூச்சி அளவு மாறுபட்டு இருந்தன. மேலும் இந்த வாழ்க்கையில் ஒரு விட்டில் பூச்சியின் பங்கை யோசித்துப் பார்த்து, எத்தனை வலிய வாழ்க்கை இந்த ஜீவனுக்கு விதிக்கப்பட்டிருக்கிறது என அன்று யோசிக்க முடிந்தது. அற்ப வாய்ப்புகளைப் பயன்படுத்தியாவது வாழ்க்கையை முழுமையாக அனுபவிக்க வேண்டும் என்று நாளும் போராடும் அவர் மிகுந்த பரிதாபத்துக்குரியவராகத் தோன்றினார்.

கண்ணாடிச் சட்டத்தின் ஒரு மூலையில் இருந்து மறு மூலைக்கு மிகத் தீவிரமாக அவர் பறந்தார். சில நொடிகள் அங்கு அமர்ந்த பிறகு, மீண்டும் மற்றொரு மூலைக்குச் சென்றார். அங்கிருந்து மூன்றாவது மூலை, அதன்பிறகு நான்காவது என்று மாறி, மாறிப் பறப்பதைத் தாண்டி அவரால் என்ன செய்ய முடியும்?

புல் முளைத்த சிற்றுயர மலைகள் எத்தனை எத்தனையாக இருந்தாலும், வானம் எத்தனைத் தூரம் பரந்து விரிந்து

காட்சியளித்தாலும், தொலைதூரத்து வீடுகளில் இருந்து புகை கசிந்தாலும், விட்டுவிட்டுக் கேட்கும் நீராவிக் கப்பலின் இதமான சப்தம் எங்கிருந்து ஒலித்தாலும் இவரால் இதைத் தவிர வேறு என்ன செய்ய முடியும்? அவரால் செய்ய முடிந்ததை மட்டும் செய்து வருகிறார்.

அவரைப் பார்க்கும்போது உலகின் மிகச் சக்திவாய்ந்த ஆற்றலை மெலிதான தூய கம்பியில் சுருட்டி, அதை பலவீனம் பொருந்திய அவர் சிறிய உடலில் பொருத்தியதுபோல் தோன்றுகிறது. பலகணிச் சட்டத்தை அவர் கடந்து செல்லும் போதெல்லாம், அபார சக்தியின் ஆற்றல் அடங்கிய கம்பியிலிருந்து இழையொன்று மிளிர்வதை நான் பார்க்கிறேன். மிக அற்பமான ஏதிலியாக இருந்தாலும் அவருக்கு ஒரு வாழ்க்கை இருக்கிறது.

அவர் எத்தனைச் சிறியனாக, அற்ப ஆற்றலோடு இருந்தாலும் திறந்த பலகணி வழியே நுழைந்து என் மூளையின் சிக்கலான குறுகல் பாதையில் அங்கிங்குமாகப் பறந்து பிற மனிதர்களையும் கவர்வதில் அவருக்கு அபார ஆற்றல் இருப்பதை எண்ணி மகிழ்ச்சி அடைகிறேன். அத்தோடு சோக உணர்வும் சேர்ந்து கொள்கிறது.

யாரோ ஒருவர் ஒட்டுமொத்த வாழ்வில் இருந்து ஒரு குண்டுமணி எடுத்து அதை இறகினும் மெலிதான பறவைச் சிறகில் அலங்கரித்து, அதை மேலும் கீழுமாக வளைத்து வளைத்து ஆட்டி இதுதான் வாழ்க்கையின் இயல்பு என்று சொல்லிக் கொடுப்பதுபோல் இருந்தது. இந்த அந்நியத் தன்மையில் இருந்து யாராலும் மீள முடியாது.

ஏற்ற இறக்கம் நிறைந்த வாழ்க்கையைக் கைக்கட்டிக் கொண்டு, அலங்கரித்து, தடைகளைத் தாண்டி போராடி, கண்ணியத்தைத் தக்கவைக்க எச்சரிக்கையோடு வாழ்வதற்குப் பதிலாக ஒருவர் வாழ்க்கை பற்றி சகலத்தையும் மறந்துவிடலாம். ஒருவேளை அவர் (விட்டில் பூச்சி) வேறு ஏதேனும் உடலில் பிறந்திருந்தால், அவர் வாழ்க்கை எப்படியிருந்திருக்கும் என்ற எண்ணம் தோன்றி அவர் செய்வதை எல்லாம் பச்சாதாபத்தோடு வேடிக்கைப் பார்க்கச் சொல்லி அனுமானிக்கத் தூண்டுகிறது.

கொஞ்ச நேரத்திற்குப் பிறகு, தன் ஆட்டத்தால் சோர்வடைந்த அவர் வெயில் படும்படியாக பலகணி விளிம்பில் அசதி நீங்க உட்கார்ந்தார். விசித்திர ஜாலங்கள் முடிவுக்கு வந்ததால், நானும் அவரை மறந்துவிட்டேன். பின் யதேச்சையாக மேலே பார்த்த போது, என் கண்களைக் கவர்ந்தார்.

சிரத்தையோடு தன் ஆட்டத்தை மீண்டும் தொடங்குவதற்குப் பலவாறாக அவர் முயற்சித்தார். ஆனால் பயனில்லை. அவர் செய்வதெல்லாம் விகாரமாக இருந்தது. பலகணி சட்டத்தின் அடியில் உட்கார்ந்து கொண்டு சிறகுகளைப் படபடக்க மட்டுமே அவரால் முடிந்தது. அதைத்தாண்டி பறக்கப் போராடினாலும் முன்னேற்றம் இல்லை.

பழுதடைந்த இயந்திரத்தைக் காரணம் கண்டுபிடித்து சரி செய்தால் மீண்டும் அது இயல்புநிலைக்கு திரும்பிவிடும் என்று காத்திருப்பதைப் போல, வேறு சில அலுவல்களில் குறியாக இருந்ததால் அவர் மேற்கொள்ளும் வீண் முயற்சிகளை அவ்வளவாக அலட்டிக்கொள்ளாமல் மீண்டுமவர் தானாகவே பறப்பார் என்று என்னை அறியாமலேயே காத்திருக்கத் தொடங்கினேன்.

சரியாக ஏழாவது முறை என்று நினைக்கிறேன். மரக்கட்டை விளிம்பில் இருந்து நழுவி, பலகணியின் மேல் தொப்பென்று பின்புறமாக விழுந்து சிறகுகள் படபடக்கும்படி துடித்தார். அவரின் உதவி எதிர்ப்பார்க்காத அணுகுமுறை என்னை மேலும் ஈர்த்தது. அவர் சிரமப்படுவதும், அவரின் கையாலாகாத தனமும், வலியில் கால்கள் துடிப்பதும் என்னுள் மின்னல் போல பளிச்சிட்டது.

அவர் தன்னைத் தானே சரிசெய்துகொள்ள உதவ வேண்டுமே என்று நினைத்து நான் ஒரு பென்சிலை அவர் பக்கம் நீட்டினேன். ஆனால் தோல்வியும் அவஸ்தையும் அவர் மரணத்தை நெருங்கிவிட்டார் என்று உணர்த்தியது. பென்சிலை மீண்டும் கீழே வைத்துவிட்டேன்.

அவர் கால்கள் தானாகக் கலகமிட்டன. யாருக்கெதிராக இவர் போர் தொடுக்கிறார் என்பது போல் சுற்றிமுற்றிப் பார்த்தேன். கதவுக்கு வெளியே நோட்டமிட்டேன். அங்கே என்ன நடந்தது? நேரம் மத்தியானத்தைத் தொட்டிருக்கும். வயல் வேலைகள் நின்று போயிருந்தன. முந்தைய காட்சிகளுக்கு மாறாக மௌனமும் அமைதியும் குடிகொண்டன. ஓடைகளில் உணவு தேடி பறவைகள் வேறிடம் போயின. குதிரைகள் அசையாமல் நின்றன.

அங்கு எல்லோருக்கும் ஒரே மாதிரியான அதிகாரம் இருந்தாலும் அலட்சியத்தோடு, நட்புக்கரம் நீட்டாமல், எதைப் பற்றியும் கண்டுகொள்ளாமல் இருந்தனர். வைக்கோல் நிற விட்டில் பூச்சிக்கு இது ஒருவகையில் எதிரானது. ஏதாவது செய்ய முயற்சித்தாலும் அது வீண்வேலைதான்.

எதிர்வரும் பேரழிவு ஒட்டுமொத்த நகரத்தையும் மனிதக் கூட்டத்தையும் மொத்தமாக கபளீகரம் செய்யும் ஆற்றல் பெற்றது. அதற்கெதிராக இந்தச் சின்னஞ்சிறு கால் படைத்த விட்டில் பூச்சி செய்வதை வெறுமனே வேடிக்கை வேண்டுமானால் பார்க்கலாம். மரணத்தை எதிர்த்துப் போராடுவதற்கு எவ்வித வாய்ப்பும் இருப்பதாக எனக்குத் தோன்றவில்லை.

சோர்வுக்குப் பின் சற்று நேரம் ஓய்ந்திருந்த கால்கள் மீண்டும் படபடக்க ஆரம்பித்தன. இந்தக் கடைசி போராட்டம் மிகச் சிறப்பாக, வெறித்தனமாக இருந்தது. இறுதியில் தன்னைத் தற்காத்துக் கொள்வதில் அவர் வெற்றிபெற்றுவிட்டார்.

வாழ்க்கையின் மீதுதான் ஒருவருக்கு அனுதாபம் தோன்றுகிறது என்பதில் சந்தேகமில்லை. தன்மீது அக்கறை செலுத்த யாரும் இல்லாத சூழலில், யாரும் மதிக்காத, தன்னைப் பற்றி பெரிதாக அலட்டிக்கொள்ளாத, சிலவற்றைத் தக்கவைக்கும் பொறுட்டு இந்தச் சிறிய விட்டில் பூச்சி எதிர்கொள்ளும் பிரம்மாண்ட ஆற்றலுக்கு எதிரான மகத்தான போர் பார்ப்பதற்கே விசித்திரமாக இருந்தது. மீண்டும் ஒருவர் வாழ்க்கையை ஒரு சுத்தமான குண்டுமணியோடு ஒப்பிடலாம்.

பயனற்றது எனத் தெரிந்தாலும் நான் அந்தப் பென்சிலை மீண்டும் கையிலெடுத்தேன். நான் அப்படிச் செய்தும், தவறிழைக்காத மரணத்தின் அடையாளங்கள் தங்களை வெளிக்காட்டின. உடல் தளர்ந்து, விறைத்துப் போனது. போராட்டம் முடிவுக்கு வந்தது. அற்பமான அந்தச் சிறிய உயிரினம் மரித்துப் போனது.

இறந்து போன விட்டில் பூச்சியை பார்க்கும்போது, தன் அசாத்திய எதிராளிக்கு மாறாகச் சண்டையிட்ட அபார ஆற்றலின் அந்த நேரத்து வெற்றி என்னை ஆச்சரியப்படுத்தியது. சில நிமிடங்களுக்கு முன்பு வாழ்க்கை அந்நியமாகத் தோன்றியதைப் போல், இறப்பு இப்போது அந்நியமானது. தன்னை இப்போது முழுமையாகச் சரிசெய்து கொண்ட விட்டில்பூச்சிக்கு இனி கண்ணியத்திற்குக் குறையில்லை. ‘அட ஆமாம். மரணம் என்னைவிட வலியது’ என்று அவர் சொல்வதுபோல் உள்ளது.

Virginia Woolf, ‘The Death of the Moth’ (1942)
The Death of the Moth and other Essays, Harcourt Brace Jovanovich.

இளைஞருக்கான அறிவுரை

ஓ

மார்க் ட்வைன்

நான் இங்கு பேசுவதற்காக அழைக்கப்படலாம் என்று அவர்கள் சொன்னபோது, என்ன பொருண்மையில் பேச வேண்டும் என்று அவர்களிடம் விசாரித்தேன். இளைஞர்களுக்கு ஏற்ப ஏதேனும் ஒருவகையில் அறிவுரையோ, நல்வழிப்படுத்தும் போதனையோ, மேம்படுத்தும் ஆலோசனையோ சொன்னால் நல்லது என்றார்கள்.

மிக நல்லது. இளைஞர்களுக்காகச் சில அறிவுரைகள் சொல்ல வேண்டும் என்று என் மனத்தை வெகுநாட்களாக சில விஷயங்கள் அரித்துக் கொண்டிருக்கின்றன. இந்த வயதில்தான் அதைப் புரிந்துகொள்வதற்கான மனப் பக்குவமும், உயர் பண்புகள் வேர் பிடிக்கும் திடநிலையும் வாய்க்கும். என் இளைய நண்பர்களே, நான் உங்களிடம் மன்றாடி, வற்புறுத்திச் சொல்கிறேன். கேளுங்கள்.

எப்போதும் உங்கள் பெற்றோரின் பேச்சுக்கு மதிப்புக் கொடுங்கள். குறைந்தபட்சம் அவர்கள் முன்னிலையிலாவது நீங்கள் அப்படி நடந்துகொள்ள வேண்டும். நீண்ட காலத்திற்கு ஓட்டம் பிடிக்க இதுவொன்றுதான் சிறந்த வழி. இல்லையென்றால் நீங்கள் கீழ்படிந்து நடக்கும்படி அவர்களாகவே ஏதேனும் ஒன்றை நிர்பந்திப்பார்கள்.

பொதுவாக குழந்தைகளைவிட தனக்கு அதிகம் தெரியும் என்ற எண்ணம் பெற்றோர்களுக்கு உண்டு. உங்கள் சொந்த அபிப்பிராயத்தில் முடிவெடுப்பதைக் காட்டிலும் அவர்களின் மூடநம்பிக்கையை விளையாட்டாகக் கையாண்டால் நிறைய விஷயங்கள் சாதிக்கலாம்.

உங்களைக் காட்டிலும் வயதில் முதியவர்களுக்கு மரியாதை கொடுங்கள். அவர் முன்பின் தெரியாத அந்நியராய் இருந்தாலும் சரி, யாராக இருந்தாலும் சரி. உங்களை ஒருவர் புண்படுத்தினால், அது உள்நோக்கம் நிறைந்ததா எதேச்சையானதா என்று குழப்பத்தில் அதி தீவிர முடிவுகளுக்குச் செல்ல வேண்டாம்.

உங்கள் வாய்ப்புக்காகக் காத்திருந்து, உரிய நேரம் வாய்க்கையில் செங்கல்லால் செமத்தியாகத் தாக்குங்கள். அதுவே போதுமானது. ஒருவேளை அவர் செய்ததில் எந்தவொரு உள்நோக்கமும் இல்லையென்று தெரியவந்தால், பதற வேண்டாம். ஒரு பெரிய மனிதர்போல உங்கள் செய்கையை வெளிப்படையாக ஒப்புக் கொண்டு, உள்நோக்கத்துடன் நீங்கள் இதைச் செய்யவில்லை என்று புரியவைக்கலாம்.

ஆம். எப்போதும் வன்முறையில் இறங்கக் கூடாது. அன்பும் கருணையும் பீடித்திருக்கும் இந்தக் காலக்கட்டத்தில் வன்முறைக்குத் துளியும் இடம் இல்லை. குரோதச் செயல்களைக் கீழானவர்களும் நாகரிகமற்றவர்களும் பார்த்துக் கொள்வார்கள்.

இரவில் சீக்கிரம் தூங்கச் சென்று, அதிகாலையில் துயில் எழுவது புத்திசாலித்தனமான செயல். சில அதிகார மையங்கள் சூர்ய உதயத்தின்போது எழுந்திருக்க வேண்டுமென்று சொல்கின்றன. வேறு சிலர் வேறொன்றோடும்; இன்னும் சிலர் மற்றொன்றோடும் தொடர்புபடுத்தி விதவிதமாக அறிவுரை சொல்கின்றனர்.

ஆனால் வானம்பாடி பறவைகளோடு துயில் எழுவது என்னளவில் சிறந்ததென்று கருதுகிறேன். வானம்பாடிகளோடு தூங்கச் சென்று, அத்தோடு துயில் எழுவதைக் கேள்விப்பட்டால் பிறருக்கு உங்கள் மீது நன்மதிப்பு உண்டாகும்.

ஆனால் உங்களுக்கு உகந்த வானம்பாடியை நீங்கள் தேர்ந்தெடுப்பதில் கவனம் தேவை. அதைத் தொடர்ச்சியாக பயிற்றுவித்து வந்தால் சராசரியாக 9.30 மணிக்கு எழுந்திருக்கும் படியான வானம்பாடியோடு நீங்களும் நிம்மதியாகத் தூங்கலாம். இதில் மாயாஜாலமோ வித்தையோ கிடையாது.

பொய் சொல்லும் விஷயத்தில் நீங்கள் மிகக் கவனமாக இருக்க வேண்டும். கொஞ்சம் பிசகினாலும் மாட்டிக் கொள்வதற்கு அநேக வாய்ப்பு உண்டு. ஒருமுறை பிடிபட்டால், இதுநாள்வரை உங்கள் மீதிருந்த அத்தனை அபிப்பிராயங்களும்; உங்கள் மீதான ஏகோபித்த அவதானிப்புகளும் மாறிவிடும்.

ஏடாகூடமாகச் சொன்ன ஓர் அசட்டுப் பொய்யினால் சிலரின் வாழ்க்கை நிரந்தரமாகப் பாழடைந்திருக்கிறது. அனுபவக் குறைபாட்டால் தோன்றும் அஜாக்கிரதையின் விளைவு இது. இளைஞர்கள் பொய் சொல்லவே கூடாதென்று சில அதிகார மையங்கள் முரண்டு பிடிக்கின்றன. நிச்சயம் இது தேவைக்கும் அதிகமான கட்டுப்பாடு.

என்னால் இதை நேர்த்தியாகச் சொல்ல முடியாமல் போனாலும், நான் பின்பற்றும் அளவில், எனக்குச் சரியெனப்பட்டதை உங்களுக்குச் சொல்கிறேன். பொய் சொல்லும் இந்த அரிய கலையில் போதுமான பயிற்சியும் அனுபவமும் இல்லாதவரை நம்பத்தகுந்த, நளினமான, உண்மைக்கு நிகரானதொரு பொய்யை உங்களால் சொல்ல முடியாது. அதில்தான் இந்தப் பொய்யாடல் கலையின் வெற்றியும் அழகும் ஒளிந்திருக்கிறது.

பொறுமையாக விடாமுயற்சியுடன் மெனக்கெட்டு சின்னச் சின்னக் குறிப்புகளையும் ஒன்றுசேர்த்து சரியான நேரத்தில் வெளிப்படுத்தும் மாணவர்களே இந்தக் கலையில் நிபுணத்துவம் அடைகிறார்கள். அவர்களின் எதிர்காலம் மேன்மை அடைய உறுதியான அடித்தளம் அமைகிறது.

'வாய்மை வலிமையானது. வாய்மையே வெல்லும்' என்ற மாபெரும் உண்மை எலும்புடைந்து போனாலும் அதை உலகின் ஒவ்வொரு மூலையிலும் எதிரொலிக்கும்படிச் செய்த ஒப்பற்ற மனிதரின் இடைவிடாத ஆண்டுக்கணக்கான போராட்டங்களையும், படிப்பினைகளையும், எண்ணவோட்டங்களையும், பயிற்சி களையும், அனுபவங்களையும் எண்ணிப் பாருங்கள். நம் ஒட்டுமொத்த இன வரலாற்றிலும், தனிநபர் அனுபவத்திலும் 'உண்மையை அழிப்பது அத்தனைச் சிரமமில்லை என்றும் நன்கு சொல்லப்பட்ட புறமொழிக்கு மரணமில்லை' என்றும் ஊர்ஜிதமாகும் சான்றுகள் நிறைய உள்ளன.

மயக்கமருந்து கண்டுபிடித்த விஞ்ஞானிக்கு பாஸ்டனில் ஒரு சிலை இருக்கிறது. ஆனால் உண்மையில் அதை அவர் கண்டுபிடிக்க வில்லை; மற்றொருவரின் கண்டுபிடிப்பை அவர் திருடிவிட்டார் என்ற உண்மை இப்போது பெரும்பாலோருக்குத் தெரியும். இந்த உண்மை மிகப் பெரியதென்றால் எத்தனை நாட்கள் நீடிக்கும்?

என் நண்பர்களே, அந்தச் சிலை திடமான கடினப் பொருளினால் வடிவமைக்கப் பட்டது. ஆகையால் அந்தப் பொய் லட்சக் கணக்கான ஆண்டுகள் உயிர்வாழும். அருவருப்பான, நம்பத்தகாத,

கசியும் தன்மையுடைய பொய் சொல்வதிலிருந்து நீங்கள் ஓயாமல் பயிற்சி எடுத்துத் தவிர்க்க வேண்டும். சராசரி உண்மையைக் காட்டிலும் அந்தப் பொய் நிலைத்திருக்கும் சாத்தியக்கூறு மிகக் குறைவு. இதற்குப் பதிலாக உண்மையைச் சொல்லி ஒரேயடியாக முடித்து விடலாம்.

ஒருவர்மீது சாட்டப்பட்ட குற்றச்சாட்டாக இல்லாதபட்சத்தில் நம்பத்தகாத, முட்டாள்தனமான, அபத்தமுடைய பொய் இரண்டு ஆண்டுகளுக்குமேல் நிலைத்திருக்காது. ஒரு பொய்யின் நிலைத்த தன்மையில் நிச்சயம் உங்களுக்குப் பங்கு கிடையாது. இறுதியாகச் சொல்கிறேன்: கருணைமிக்க வசீகரக் கலையை, கூடிய விரைவில் பயிற்சி செய்யுங்கள். முடிந்தால் இன்றைக்கே தொடங்கலாம். ஒருவேளை நான் முன்னரே பயிற்சி பெறத் தொடங்கியிருந்தால், இந்தக் கலையில் பாண்டித்தியம் பெற்றிருப்பேன்.

ஆயுதங்களை எப்போதும் கவனமாகக் கையாளுங்கள். இளைஞர்கள் அப்பாவித்தனமாக, கவனமின்றி ஆயுதங்களைக் கையாண்டதில் பல துயரச் சம்பவங்களும் துன்பக் காட்சிகளும் அரங்கேறியுள்ளன. நான்கு நாட்களுக்கு முன்பு, நான் தங்கியிருக்கும் கோடைக்காலப் பண்ணை வீட்டிலிருந்து நான்கு வீடு தள்ளி ஒரு சம்பவம் நடந்தது.

அந்த வீட்டில் ஒரு வயதான பாட்டி இருக்கிறார். அங்கிருக்கும் வெகுசில அன்பான மனிதர்களுள் அவரும் ஒருவர். எப்போதும் போல அன்றைக்கும் தன் வேலைகளில் ஆழ்ந்து ஈடுபட்டிருந்தார். அவரின் சிறுவயது பேரன் தரையில் ஊர்ந்து விளையாடிக் கொண்டிருக்கும்போது துருப்பிடித்த, பழைய துப்பாக்கி ஒன்றைக் கண்டெடுத்தான்.

பல ஆண்டுகளாக யார் கையும் படாமல் பலத்த சேதமடைந்த நிலையில் இருந்தது. ஆகையால் அதில் தோட்டாக்கள் இருக்க வாய்ப்பில்லை. அப்பாவிச் சிறுவன் அந்தத் துப்பாக்கி முனையை பாட்டியின் முன் வைத்து சிரித்துக்கொண்டே பயமுறுத்தினான். பாட்டியும் வெகு ஈடுபாட்டுடன் அலறுவதுபோல் துடித்து விளையாட்டாக அறையின் மறுபக்கம் வரை கெஞ்சிக் கொண்டே ஓடினாள். ஆனால் பாட்டி அவனைக் கடந்து செல்லும்போது, அவன் அவளை நெருங்கி கிட்டத்தட்ட அவள் மார்புக்கு நேராகத் துப்பாக்கியை நிலைநிறுத்தி படார் என்று சுட்டான். அவன் அதில் தோட்டா இல்லையென்று நினைத்தான். ஆம் அது உண்மைதான். அதில் தோட்டா இல்லை. அதனால் பிரச்சனை இல்லை. நான் கேள்விப்பட்ட ஒரே சம்பவம் இதுதான்.

எனவே, அதைத்தான் நான் சொல்கிறேன். தோட்டாக்களற்ற பழைய துப்பாக்கிகளிடம் சகவாசம் வேண்டாம். மனிதக் கண்டு பிடிப்பில் நேர்த்தியான மிகக் கொடிய விஷயம் அதுதான். அத்தோடு நீங்கள் எவ்வித வலிக்கும் ஆளாக வேண்டாம்; அமைதியிழக்க வேண்டாம்; துப்பாக்கிகளைப் பார்க்க வேண்டாம்; இலக்கைக் கூட குறிவைக்க வேண்டாம். உங்கள் சொந்தக்காரர் ஒருவரைத் தேர்ந்தெடுத்து இதைத் தொடர்ந்து செய்தால், எதிர்பார்த்தது நடக்கும்.

முப்பது அடி தூரத்தில் இருக்கும் தேவாலயத்தை கேட்லிங் துப்பாக்கிகளால் குறிவைத்து முக்கால் மணி நேரத்தில் சுடமுடியாத ஒருவர் தோட்டாக்களில்லாத ஒரு பழைய தெறாடி துப்பாக்கியால் தன் பாட்டியை ஏராளமான முறை சுட்டு வீழ்த்த முடியும். வாட்டர்லூ யுத்தத்தில் தோட்டாக்கள் இல்லாத பழைய தெறாடி துப்பாக்கிகள் ஏந்திய சிறுவர்கள் ஒருபுறம் ஆயுதம் பலம் பொருந்திய போர்வீரர்கள் மறுபுறம் என்று யோசித்துப் பாருங்கள். வெற்று யோசனையே நடுங்குறச் செய்கிறது.

பலவகையான புத்தகங்கள் இருந்தாலும், நல்ல புத்தகங்களை மட்டும்தான் இளைஞர்கள் படிக்க வேண்டும். நினைவிற் கொள்ளுங்கள். அவைதான் உங்கள் ஏற்றத்திற்கான மிகச்சிறந்த, அளவிட முடியாத பாதைகளை வடிவமைக்கின்றன. ஆகையால் மிகுந்த எச்சரிக்கையுடன் புத்தகங்களைத் தேர்வு செய்யுங்கள் நண்பர்களே. ராபர்ட்சனின் 'பிரசங்கம்', பாக்ஸ்டரின் 'துறவிகளின் ஓய்வு', 'வெளிநாட்டுவாழ் அப்பாவிகள்' போன்ற நூல்களால் உங்கள் தேடல் பட்டியலை நிரப்பவேண்டும்.

போதுமானவரை நான் சொல்லிவிட்டேன். நான் சொன்ன அறிவுரைகளில் இருந்து தேவையானவற்றை போற்றிப் பாது காப்பீர்கள் என்று நம்புகிறேன். இது உங்கள் வாழ்க்கைக்கான வழிகாட்டியாகவும்; புரிதலுக்கான ஒளியாகவும் விளங்குமென்று எதிர்பார்க்கிறேன். இந்த விதிமுறைகளின் அடிப்படையில் உங்கள் பழக்க வழக்கங்களை சிரத்தையெடுத்து சீர்படுத்துங்கள். எந்த அளவுக்கு நீங்கள் மற்றவர்களோடு ஒத்திருக்கிறீர்கள் என்ற ஆச்சரியத்தை எண்ணி மகிழ்ச்சி அடைவீர்கள்.

Mark Twain, 'Advice to Youth' (1882)
The Complete Essays of Mark Twain, Charles Neider (Ed.), Garden City.

ஒரு தூக்கு தண்டனையின் கள அனுபவக் குறிப்பு

ஜார்ஜ் ஆர்வெல்

பர்மாவில் அந்தக் காலைப் பொழுது மழையில் நனைந்து விடிந்தது. தகரத்தால் ஆன மஞ்சள் நிற ஃபாயில் பேப்பர்போல் மெல்லிய ஒளிக்கீற்று ஒன்று சிறை வளாகத்தின் உயரமான சுவர்களின்மேல் பரவியது. சிறு அளவிலான விலங்குக் கூண்டுபோல் இரட்டை கம்பிகளால் பாதுகாக்கப்பட்ட குற்றவாளிகளின் சிறை அறையின் முன்னதாக நாங்கள் காத்திருந்தோம்.

ஒவ்வொரு அறையும் பத்துக்கு பத்து அளவில் இருந்தன. பலகையில் ஆன படுக்கையும் தண்ணீர் பானையும் தவிர்த்து ஒவ்வொரு அறையும் வெறுமையால் நிரம்பியிருந்தது. சில பழுப்பு நிற மனிதர்கள் கம்பிகள் அடைத்த அறையினுள் போர்வையைச் சுற்றிக் கொண்டு சம்மணமிட்டு உட்கார்ந்திருந்தார்கள். இவர்கள் எல்லோரும் இன்னும் இரண்டொரு வாரத்தில் தூக்கிலிடப்படும் குற்றவாளிகள்.

சிறைவாசி ஒருவன் அறையிலிருந்து வெளியே அழைத்து வரப்பட்டான். அவன் ஓர் இந்து. மழிக்கப்பட்ட தலையும், தெளிவற்ற பார்வையும் கொண்ட மெலிந்த வைக்கோல் போலான தேகம். முளைவிடும் கட்டையான மீசை, அவன் உடலுக்குக் கொஞ்சமும் ஒத்துவராமல் பெரிதாக இருந்தது. ஓரளவு இதைத் திரைப்படங்களில் வரும் நகைச்சுவை நடிகரின் மீசையோடு ஒப்பிடலாம்.

நன்கு உயரமான ஆறு இந்தியக் காவலாளிகள் அவனைக் கண்காணிப்போடு தூக்குமேடைக்கு ஆயத்தப்படுத்தினார்கள். அதில் இருவர் சுழல் துப்பாக்கியும் சுரிகையும் கையில் ஏந்தியிருந்தனர். மற்றவர்கள் அவன் கையில் விலங்கு மாட்டி அதனூடாக சங்கிலி ஒன்றைப் பிணைத்து, அதன் மறுமுனையைத் தங்கள் இடுப்புப் பட்டையோடு இணைத்திருந்தனர். கரங்களின் பக்கவாட்டில் தாக்கி அவனைத் தங்கள் பக்கம் இழுத்தனர்.

எப்போதும் அவன் தங்கள் பிடியில் இருக்கிறான் என்பதை உறுதி செய்ய, அனுக்கமாக நெருங்கி கவனமாகப் பிடித்திருந்தனர். உயிருள்ள மீன் மீண்டும் தண்ணீரில் குதித்துவிடுமோ என்ற அச்சத்தில் அதை இலாகவமாகக் கையாளும் மீனவரின் பக்குவம் இதில் வெளிப்பட்டது. ஆனால் அவன் மறுப்பின்றி, சங்கிலி களுக்குத் தன் கையைத் தாராளமாக மனமுவந்து கொடுப்பதுபோல், இங்கு நடப்பவைப் பற்றி அலட்டிக் கொள்ளாமல் நின்றான்.

தூரத்துக் கூடத்திலிருந்து பியூகிள் சத்தமொன்று, ‘எட்டு’ மணி நெருங்கியதைப் பறைசாற்றும் வண்ணம் ஈரக் காற்றில் துணையின்றி மெலிதாகப் பறந்து வந்தது. ஜல்லிக் கற்களைத் தன் குச்சியில் கிளறிக் கொண்டிருந்த சிறைக் கண்காணிப்பாளர் எங்களிடம் இருந்து விலகி நின்றிருந்தார். பியூகிள் சத்தம் கேட்டதும் அதற்கென்றே காத்திருந்தவர்போல தலையை உயர்த்தி தொண்டையைச் சரிசெய்தார்.

அவர் ஓர் இராணுவ மருத்துவர். சாம்பல்நிற ஹிட்லர் மீசையும் கரகரப்பான குரலும் அவர் அடையாளம். ‘அடக் கடவுளே, பிரான்சிஸ்’ என்று எரிச்சலோடு கத்தினார். ‘இந்நேரம் அவன் இறந்திருக்க வேண்டும். இன்னும் நீங்கள் தயாராகவில்லையா?’

பிரான்சிஸ் கையசைத்து, ‘இதோ... இதோ தயார் சார்’ என்று விரைந்து பதிலளித்தார். தலைமைக் காவலரான பிரான்சிஸ் கொழுத்த சரீரம் உடைய திராவிடர். வெள்ளை நிற தடித்த ஆடையும் தங்கக் கண்ணாடியும் அவர் அணிந்திருந்தார். ‘எல்லாம் மனநிறைவாக தயாராகிவிட்டது. தூக்கிலிடுபவர் காத்துக் கொண்டிருக்கிறார். நாம் தொடங்கலாம் சார்.’

‘அப்போ சரி, விரைவாக அணிவகுத்துச் செல்லுங்கள். இந்தக் காரியம் முடியும்வரை சிறைவாசிகளுக்குக் காலை உணவு கிடையாது.’

நாங்கள் தூக்குமேடை நோக்கிச் சென்றோம். இரண்டு காவலாளிகள் அந்தக் குற்றவாளியின் இருமருங்கிலும் சுழல்

துப்பாக்கி ஏந்தி உடன் வந்தார்கள். மற்ற இருவர் அவன் தோல்பட்டை மற்றும் கரங்களை இறுக்கமாகப் பிடித்து ஒத்தாசை செய்வதுபோல் கையோடு இழுத்து வந்தனர்.

நீதிபதி, நாங்கள், இன்னும் சிலர் எல்லாம் அவர்களைப் பின்தொடர்ந்து சென்றோம். பத்து அடி வைத்த பிறகு, யாரின் ஆணையும் இல்லாமல் திடீரென்று அந்தக் கூட்டம் அப்படியே நின்றது. அதி பயங்கரமான சம்பவமொன்று அங்கு நிகழ்ந்தது.

திடீரென ஒரு நாய்க்குட்டி எங்கிருந்து வந்ததென்றே தெரியாமல் எங்களை நோக்கி முற்றத்திற்கு ஓடி வந்தது. குரைத்துக் கொண்டே நெருங்கி வந்து தன் உடலை முழுவதுமாக ஆட்டி மேலும் கீழும் குதித்தது. பல மனிதர்களைக் கண்ட மகிழ்ச்சியில் அது அப்படிச் செய்திருக்க வேண்டும். ஏர்டேல் மற்றும் பரியா இனக் கலப்பில் பிறந்த பெரிய அளவிலான பொசுபொசு நாய்.

வந்த கணத்தில் எங்களைச் சுற்றி பகட்டாக நடந்து கொண்டிருந்த நாய், யாரும் சுதாரிக்கும் முன்னர் குற்றவாளியை நெருங்கி அவன் முகத்தை முழுதாக நக்க முயன்றது. நாயைப் பிடித்திழுக்க யோசனை இல்லாமல், எல்லோரும் திகைத்து நின்றனர்.

'யார் இந்த மிருகத்தை உள்ளே விட்டது?' என்று கண்காணிப்பாளர் கோபமாகத் திட்டினார்.

'யாராவது ஒருவர் பிடியுங்கள்!'

குற்றவாளியின் எஸ்கார்ட்டிலிருந்து விலகிக் கொண்ட காவலாளி ஒருவர் ஆக்ரோஷமாக நாயைத் துரத்திக் கொண்டு ஓடினார். இதை விளையாட்டாக எடுத்துக் கொண்ட நாயும் அவருக்குப் பிடிகொடுக்காமல் நடனமாடி வெறுப்பேற்றியது. யூரேசிய காவலர் ஒருவர் கைநிறைய ஜல்லிக் கற்களை எடுத்து நாய்மீது வீச முயன்றார். ஆனால் அவருக்கும் தண்ணீர் காட்டிவிட்டு மீண்டும் எங்களை நோக்கி வந்தது.

அதன் கணீரென்ற குரல் சிறைச்சாலைச் சுவரில் பட்டு எதிரொலித்தது. இரு காவலாளிகளின் கிடுக்குப் பிடியில் சிக்குண்டு கிடக்கும் குற்றவாளி இதை ஆரவாரமின்றி வேடிக்கைப் பார்த்தான். மரண நாடகத்தில் இதுவும் ஓர் அங்கம் போல. சில நிமிடப் போராட்டங்களுக்குப் பிறகு நாய் பிடிபட்டது. பின்னர் எனது கைக்குட்டையை அதன் கழுத்துப் பட்டையில் கட்டிவிட்டு நாங்கள் மீண்டும் முன்னோக்கி நடந்தோம். அது மேலும் சிரமப்பட்டுச் சிணுங்கியது.

தூக்குமேடைக்கு இன்னும் 40 அடிகள் இருக்கும். எனக்கு முன் செல்லும் குற்றவாளியின் பழுப்பு நிற முதுகைப் பார்த்தேன். தன் பிணைக்கப்பட்ட கைகளோடு விகாரமாக நடந்து சென்றான். இருந்தாலும் அவன் நடையில் நிதானமும் முட்டி மடங்காத இந்தியர்களின் துள்ளல் ஓட்டமும் தெரிந்தது.

அவன் ஒவ்வொரு அடியெடுத்து வைக்கும்போதும் சதைப்பகுதி அதனதன் இடத்தில் நேர்த்தியாக நழுவிவந்தன; அவன் உச்சந்தலையில் இருந்த மயிர் கற்றை மேலும் கீழும் ஆடியது; ஈர ஜல்லியில் அவன் பாதம் நன்றாகப் பதிந்தது. காவலர்கள் இறுக்கமாகப் பிடித்திருந்தாலும் மழை நீர் குட்டைகளில் கால் வைக்காமல் நழுவ அவர்களை மீறி அவ்வப்போது இடறினான்.

இதைப் பார்ப்பதற்கு ஆச்சரியமாக இருந்தது. அந்த நொடிவரை ஆரோக்கியமான புத்தி சுவாதீனம் உடைய ஒருவனைத் தூக்கிலிடுவது பற்றி எனக்கு எவ்விதச் சிந்தையும் இல்லை. ஆனால் நீர் குட்டைகளைக் கண்டு ஓரம் சென்று ஒதுங்கும் குற்றவாளியைப் பார்த்த பிறகு, நான் அந்த மர்மத்தை உணர்ந்துகொண்டேன்.

வாழ்க்கை முழுவீச்சில் சென்றுகொண்டிருக்கும்போது அதைப் பாதியில் நறுக்கிவிடுவது எத்தனை சொல்லொணாக் குற்றமென்று புரிந்துகொண்டேன். அவன் மடிந்து கொண்டிருக்கவில்லை. நம்மைப் போலவே துடிப்போடும் உயிர்ப்போடும் இருக்கிறான். அவன் உடலுறுப்புகள் எல்லாம் பிரமாதமாக வேலைசெய்து கொண்டிருந்தன. உணவைக் குடல் செரிமானப் படுத்துகிறது; சதை தன்னை புதுப்பித்துக் கொள்கிறது; நகங்கள் வளர்கின்றன; திசுக்கள் உருவாகின்றன. முட்டாள்தனமான கடின உழைப்பில் அவை மும்முரமாக ஈடுபட்டிருந்தன.

அவன் உயிர் வாழ்வதற்கு இன்னும் பத்து நொடி இருக்கும்வரை, காற்றில் அந்த உயிர் ஊசலாடித் துடிதுடித்துக் கொண்டிருக்கும் வரை அவன் நகம் வளர்ந்து கொண்டுதான் இருக்கும். மஞ்சள் நிற சரளைக் கற்களையும் சாம்பல் நிற சிறைச்சாலை சுவரையும் அவன் கண்கள் நோட்டமிட்டன. எல்லாம் அவன் நினைவில் இருந்தன. பின் நிகழப் போவதை முசென்று பார்த்தான். நீர்க் குட்டைகள் பற்றி ஏதோ சிந்தித்தான்.

அவனும் நாங்களும் ஒன்றுசேர்ந்து செல்லும் ஒரு மனிதக் கூட்டம். ஒரே உலகைப் பார்த்து, கேட்டு, உணர்ந்து, உள்வாங்கிக் கொண்டிருந்தோம். ஆனால் இரண்டு நிமிடங்களில், எங்களில்

ஒருவர் இல்லாமல் போவார், எங்களில் ஓர் இதயம் இல்லாமல் போகும், எங்களில் ஓர் உலகம் மறைந்து போகும்.

தூக்குமேடை ஒரு சிறிய முற்றத்தில் இருந்தது. சிறை மைதானத்தில் இருந்து வேறுபட்டு, முட்கள் நிரம்பிய உயரமான களைச் செடிகள் மண்டியிருந்தன. கொட்டகையைப் போல் மூன்று பக்கமும் செங்கல்லால் எழுப்பப்பட்டிருந்த அந்த மேடையின் மேற்பகுதி பலகையால் ஆனது. இரண்டு மரக்கட்டைகள் அதைத் தாங்கிப் பிடித்திருந்தன. அதன் குறுக்கில் ஒரு மரப்பட்டையில்தான் தூக்குக்கயிறு தொங்கவிடப் பட்டிருந்தது.

தூக்கில் போடும் நரை பிடித்த நபர், தனக்குக் கொடுக்கப்பட்ட வெள்ளை நிறச் சீருடையில் தூக்கு இயந்திரத்திற்குப் பின்னே பவ்வியமாக நின்றார். எங்களைப் பார்த்ததும் பணிவுடன் கூனி வணக்கம் சொன்னார். பிரான்சிஸ்ஸின் வார்த்தைக்காகக் காத்திருந்த சிறைக் காவலர்கள் முன்பை விட மிக அழுத்தமாக அவன் கைகளை இறுக்கினார்கள்; தூக்குமேடை நோக்கிச் செல்ல உந்தினார்கள்; ஏணியில் ஏற உதவிச் செய்தார்கள். பின்னர் அந்தத் தூக்கில் போடும் நபர் மேலேறி, குற்றவாளியின் கழுத்தைச் சுற்றி கயிற்றை இறுக்கினார்.

நாங்கள் ஐந்தடி இடைவெளியில் நின்று கொண்டிருந்தோம். சிறைக் காவலர்கள் தூக்குமேடையைச் சுற்றி ஒரு தோராயமான வட்ட வடிவில் நின்றார்கள். தூக்குக்கயிறு இறுகுவதைப் பார்த்து, தன் வழிபடு கடவுளை விளித்துக் கத்தத் தொடங்கினான்.

‘ராம்! ராம்! ராம்! ராம்!’ என்று உயர்ந்த ஸ்தாயியில் மீண்டும் மீண்டும் கத்தினான். ஆனால் அந்தக் குரலில் அவரசமோ நடுக்கமோ இல்லை; கடவுளிடம் வேண்டுவதோ உதவி கேட்பதோ போலல்லாமல் மணி அடிப்பது போன்ற நிதானமான ஒழுங்கைப் பின்பற்றி சீராகச் சத்தமிட்டான்.

இந்தக் கூச்சலுக்கு பதில் சொல்வதுபோல் நாய் சிணுங்கியது. இன்னும் மேடையில் நின்று கொண்டிருந்த தூக்கிலிடும் நபர், மாவு அள்ளுவது போன்ற ஒரு சிறிய பருத்திப் பையை எடுத்து குற்றவாளியின் முகத்தில் கவிழ்த்தினார். ஆனாலும் அந்தத் துணிப் பைக்குள், *‘ராம்! ராம்! ராம்! ராம்! ராம்!’* என்ற முணுமுணுப்பு தொடர்ந்து கொண்டே இருந்தது.

தூக்கிலிடும் நபர் கீழிறிங்கி லீவரை இழுப்பதற்குத் தயாராக இருந்தார். நிமிடங்கள் கரைந்ததுபோல் தோன்றியது. ஆனாலும் அந்தக் குற்றவாளி அழுத்தமாக *‘ராம்! ராம்! ராம்!’* என்று குளறாமல்

முணுமுணுத்தான். சிறைக் கண்காணிப்பாளர் தலையைத் தாழ்த்தி குச்சியால் தரையைக் கீறிக் கொண்டிருந்தார். ஒருவேளை அவர் குற்றவாளியின் வேண்டுதலை எண்ணிக் கொண்டிருக்க வேண்டும். ஐம்பது அல்ல நூறுமுறை சொல்லும்வரை காத்திருந்து தூக்கில் போடலாம் என்று உத்தேசித்திருக்கலாம்.

எல்லோர் முகமும் வெளிறிப்போய் இருந்தது. இந்தியர்கள் கெட்டுப்போன காப்பிக் கொட்டைபோல் சாம்பல் நிறத்திற்கு மாறியிருந்தார்கள். சுரிகைத் துப்பாக்கி ஏந்திய கைகள் நடுங்கின. தாக்குதலுக்கு ஆளான, முகமூடி அணிந்த குற்றவாளியை நாங்கள் கவனித்தோம். அவன் அலறலைக் கேட்டோம். ஒவ்வொரு கூப்பாடும் அவன் இந்த நொடி உயிரோடு இருக்கிறான் என்று சொல்லியது.

'ஐயோ. அவனைச் சீக்கிரம் கொன்றுவிடுங்கள். இந்த வெறுக்கத்தக்க அலறலிலிருந்து விடுதலை கொடுங்கள்' என்ற எண்ணம் எங்கள் எல்லோர் மனத்திலும் ஒன்றுபோலத் தோன்றியது.

சட்டென்று சிறைக் கண்காணிப்பாளர் தயாராகிவிட்டார். தன் குச்சியை வேகமாக முன் செலுத்தி, 'சலோ' என்று கடுமையாகக் கத்தினார்.

முழங்கும் சத்தமொன்று கேட்டது. அதற்குப் பின் மரண அமைதி. குற்றவாளி இறந்துவிட்டான். தூக்குக்கயிறு தானாகச் சுற்றிக் கொண்டது. பின்னர் நான் அந்த நாயை விட்டுவிட்டேன். தூக்குமேடையின் பின்பகுதிக்குத் தாவிச் சென்ற அது, திடீரென்று முற்றத்தின் ஒரு பகுதியில் செழித்திருந்த களைச் செடிகளுக்குள் சென்று குரைத்துக் கொண்டே எங்களைச் சோர்வாகப் பார்த்தது.

குற்றவாளியின் பிரேதத்தைப் பரிசோதனை செய்ய நாங்கள் அந்தத் தூக்குமேடையைச் சுற்றி வந்தோம். அவன் கால் நகங்கள் நேராகத் தரையைப் பார்த்தபடி இருந்தன. உடல் மெதுவாகச் சுற்றியது. இறுதியில் கல்போல் அப்படியே உறைந்தான்.

குற்றவாளியின் வெற்றுடலை குச்சியால் குத்திப் பார்த்த காவல் கண்காணிப்பாளர், 'இவன் ஒகே தான்' என்று சொன்னார். உடல் ஊசலாடியது. தூக்குமேடையின் நிலவறையில் இருந்து வெளியே வந்த அவர் பெருமூச்சு விட்டு நகர்ந்தார்.

மனச்சோர்வடைந்த எரிச்சலான தோற்றம் அவர் முகத்திலிருந்து மறைந்தது. கைக்கடிகாரத்தைப் பார்த்தார். 'எட்டு மணியைக் கடந்து

எட்டு நிமிடங்கள் ஆகிவிட்டது. நல்லது. இன்று காலை இவ்வளவுதான். கடவுளுக்கு நன்றி.'

காவலாளிகள் துப்பாக்கியில் இருந்து சுரிகையை அகற்றிவிட்டு வேகமாக மறைந்தார்கள். நிதானம் அடைந்த நாய், தான் தவறாக நடந்துகொண்டதை உணர்ந்து காவலர்களைப் பின்தொடர்ந்து சென்றது.

தூக்குமேடை இருந்த முற்றத்தில் இருந்து, சிறைச்சாலையின் மத்திய வளாக முற்றத்திற்குக் குற்றவாளிகளின் சிறை அறைகளைக் கடந்து சென்றோம். லத்தி ஏந்திய காவலர்கள் ஆணைப் பிறப்பித்ததற்கு ஏற்ப சிறைவாசிகள் காலை உணவு பெறத் தொடங்கியிருந்தார்கள்.

ஒவ்வொருவரும் தகரத்தால் ஆன குவளையைக் கையிலேந்திக் கொண்டு நீண்ட வரிசையில் உட்கார்ந்திருந்தார்கள். சோற்று வாலியை கையிலேந்திய இரண்டு காவலர்கள் முன்னும் பின்னும் வந்து எல்லோருக்கும் பதமாகச் சோறு போட்டார்கள். தூக்கு தண்டனைக்குப் பிறகு வெகு இயல்பான மன நெகிழ்ச்சியான காட்சிபோல் இருந்தது.

வேலை முடிந்தது என்ற ஆத்ம திருப்தி உண்டானது. பாடுவதற்கும், ஓடுவதற்கும், சிணுங்குவதற்கும் ஏற்ற உந்துதலை உணர்ந்தோம். எல்லோரும் மகிழ்ச்சியோடு அரட்டை அடிக்கத் தொடங்கினார்கள்.

நாங்கள் வந்த பாதையைச் சுட்டிக்காட்டி தலையசைத்த யூரேசிய சிறுவன் ஒருவன் எல்லாம் தெரிந்ததுபோல சிரித்துக்கொண்டே சொன்னான், ' உங்களுக்குத் தெரியுமா சார், அவனுடைய மேல்முறையீட்டு மனு தள்ளுபடியானதைத் தெரிந்தபோது, சிறை அறையிலேயே சிறுநீர் கழித்துவிட்டான். அத்தனை பயம். தயவு செய்து சிகரெட் ஒன்று எடுத்துக் கொள்ளுங்கள். உங்களுக்கு என் வெள்ளிப் பெட்டி பிடிக்கவில்லையா? இதை நான் தெருவோர வியாபாரியிடம் இருந்து இரண்டு ரூபாய் எட்டு அனாவிற்கு வாங்கினேன். கிளாஸியான ஐரோப்பிய பாணியில் செய்தது.'

சிலர் எதற்குச் சிரிக்கிறோம் என்றே தெரியாமல் சிரித்தார்கள். பிரான்சிஸ் கண்காணிப்பாளரை நெருங்கிச் சென்று அர்த்த மில்லாமல் பேசினார்.

'சிறப்பு சார். எல்லாம் மனநிறைவாக இருந்தது. படபடவென்று கண் இமைக்கும் நேரத்தில் முடிந்துவிட்டது. எல்லா நேரமும்

இதுபோல் அமையாது. சொல்ல மறந்துவிட்டேன் பாருங்கள், எனக்குத் தெரிந்த சில வழக்கில் குற்றவாளி இறந்துவிட்டார் என்பதை உறுதிசெய்ய நிலவறைக்குச் சென்று தூக்கில் தொங்குபவரின் கால்களை இழுத்துப் பார்க்க மருத்துவர்கள் பணிக்கப்பட்டிருக்கிறார்கள். ச்சீய். மிக மோசம்'

'ஆ... நெளித்துச் சுழித்துப் பார்க்க வேண்டுமா? ரொம்ப கஷ்டம்,' என்றார் கண்காணிப்பாளர்.

'அச்சோ, சார், அவர்கள் அதுக்கு நெளிந்து கொடுக்கவில்லை என்றால் மேலும் கொடுமை. எனக்குத் தெரிந்து ஒருவன் இருந்தான். அவனைச் சிறை அறையிலிருந்து வெளியே அழைத்துவர முயன்றபோது கம்பிகளைக் கட்டிப் பிடித்துக் கொண்டு வெளியே வர மறுத்துவிட்டான். நீங்கள் இதை நம்பவேண்டும். ஆறு காவலர்கள் ஒன்றுசேர்ந்து அவன் ஒவ்வொரு காலையும் மூன்று - மூன்று பேராக விடாப்பிடியாக பிடித்திழுத்து வெளியேற்றினோம். அத்தோடு இதை நியாயப்படுத்திச் சொன்னோம். 'அடேய் அன்பிற்குரியவனே. நீ எங்களை எப்படியெல்லாம் சித்திரவதை செய்கிறாய் என்று பார்!' ஆனால் அவன் செவிமடுக்கவில்லை. அவன் ரொம்பவும் தொந்தரவு செய்துவிட்டான்!'

நான் கொஞ்சம் பலமாகச் சிரிப்பதை உணர்ந்தேன். எல்லோரும் சிரித்தார்கள். சகித்துக் கொள்ளும் அளவில் கண்காணிப்பாளரும் சிறிய முறுவல் பூத்தார். 'இப்போது நாம் எல்லோரும் வெளியே சென்று குடிப்பது நல்லது' என்று அன்பு கலந்து சொன்னார். 'என்னுடைய காரில் ஒரு விஸ்கி பாட்டில் இருக்கிறது. அது போதும்'

சிறைச்சாலையின் இரட்டைக் கதவுகளைத் தாண்டி பிரதானச் சாலைக்குச் சென்றோம். 'அவன் கால்களை இழுத்துப் பாருங்கள்' என்று பர்மிய நீதிபதி வெடித்துச் சொன்னதும், எல்லோரும் சத்தமிட்டுச் சிரித்தார்கள். மீண்டும் சிரிப்பலை மூண்டது.

அந்தக் கணத்தில் பிரான்சிஸ் சொன்ன துணுக்குக் கதை அதி பயங்கரமாகச் சிரிப்பு மூட்டியது. ஐரோப்பியர்களும் உள்நாட்டவர்களும் இணக்கமாக ஒன்று சேர்ந்து குடித்தோம். இறந்துபோனவனின் பிரேதம் நூறு அடி தூரத்தில் இருந்தது.

George Orwell, 'A Hanging' (1931)

George Orwell Essays, Penguin Modern Classics.

ஒரு கலப்பின பெண்ணாக நான் எப்படி உணர்கிறேன்

ஜோரா நீல் ஹர்ஸ்டன்

நான் ஒரு கலப்பினத்தவள். ஆனால் ஒட்டுமொத்த அமெரிக்காவிலும் உள்ள நீக்ரோக்களில் என் ஒருத்திக்கு மட்டுமே, என் அம்மா வழித் தாத்தா இந்திய மூதாதைய தொடர்பு இல்லாதவர். இதைத் தாண்டி சூழ்நிலையின் தீவிரத்தை மட்டுப்படுத்தும் எந்தவொரு காரணியும் எனக்கு இல்லை.

நான் கலப்பின பெண் என்று தெரிந்த முதல்நாள் இன்னும் நன்றாக நினைவிருக்கிறது. பதிமூன்று வயதுவரை புளோரிடா மாகாணத்தில் உள்ள சிறிய நீக்ரோ நகரமான ஈடன்வில்லில் வசித்து வந்தேன். அது, கலப்பின மக்களுக்கான பிரத்தியேக நகரம். ஆர்லாண்டோவில் இருந்தும்; ஆர்லாண்டோ நோக்கியும் செல்கிற வெள்ளையர்கள் எங்கள் நகரத்தைக் கடக்கும்போது நான் அவர்களைப் பார்த்திருக்கிறேன்.

அழுக்குப் படிந்த குதிரைகளின் மேல் சவாரி செய்வார்கள். சுற்றுலா வரும் வட மாகாணத்து வெள்ளையர்கள், மணல்படிந்த எங்கள் கிராமத்து சாலைகளில் வாகனம் ஓட்டிச் செல்வார்கள். தெற்கின் மக்கள் பற்றி எங்கள் நகரத்தார் நன்கு அறிந்திருந்தனர். அவர்கள் கடந்துபோகையில் கிசுகிசுப்பு நிகழ்வதுண்டு.

ஆனால் வடவர் பொறுத்தவரை விஷயம் வேறுமாதிரி இருந்தது.

கூச்சம் மிகுந்த கிராமத்தார், திரைக்குப் பின்னால் இருந்து

அவர்களை எச்சரிக்கையுடன் ஏறிட்டுப் பார்ப்பார்கள். துணிச்சல் மிகுந்தவர்கள் மட்டும் வாசல்வரை வருவார்கள். சுற்றுலாப் பயணிகள் ஊரை விட்டுச் செல்லும்போது அவர்களைப் போலவே இவர்களும் மகிழ்ச்சி அடைந்தனர்.

ஒட்டுமொத்த நகரமும் வாசற்பகுதியைச் சவாலான இடமாக நினைக்கையில், நான் அதை பால்கனி இருக்கையாகக் கருதினேன். வாயிற் கம்பம் மேல் ஏறி அமர்வது எனக்கு மிகப் பிடித்தமாக இருந்தது. அரங்கேற்றம் நிகழ்த்தும் மேடை நடிகர்கள் வந்து செல்லும் பாதை அது. நான் அந்த நிகழ்ச்சிகளை கண்டு திளைத்துப் போனேன். ஆனால் அதை நடிகர்கள் இனங்கண்டால் பொருட்படுத்த மாட்டேன்.

கடந்து செல்பவர்களிடம் நான் பேச முயற்சிப்பேன். அவர்களைப் பார்த்து கையசைப்பேன். பதிலுக்கு அவர்கள் முகம் மலர்ந்து கையசைத்தால், 'ஹலோ. நல்லா இருக்கீங்க-னு நெனைக்கிறேன். எங்க போறீங்க?' என்று கேட்பேன். பொதுவாக அவர்கள் தங்கள் வாகனத்தையோ, குதிரையையோ மெல்லமாக நிறுத்தி, விநோதமாக கொஞ்சம் நேரம் உரையாடுவார்கள்.

அதற்குப்பின் எங்கள் தொலைதூர புளோரிடாவில் சொல்வதுபோல் அவர்களைப் பின்தொடர்ந்து கொஞ்சம் தூரம் செல்வேன். இந்நேரத்தில் என் குடும்ப உறுப்பினர்கள் யாராவது என்னைப் பார்க்கும்படி வாசலுக்கு வந்தால் எங்கள் பேச்சுவார்த்தை முரட்டுத்தனமாக முடிவுக்கு வரும். ஆனால் அப்படியிருந்தும், 'எங்கள் மாகாணம் உங்களை அன்புடன் வரவேற்கிறது' என்று சொல்லும் முதல் புளோரிடியன் நானாகத்தான் இருந்தேன். மியாமி வர்த்தகச் சபை இதைக் கருத்தில் கொள்ளும் என நம்புகிறேன்.

இந்தக் காலக்கட்டத்தில் வெள்ளையர்களுக்கும் கலப்பினத்த வருக்கும் இடையிலான வேறுபாட்டை இரண்டொரு அம்சங்களில் புரிந்துகொண்டேன். அவர்கள் இங்குக் குடியேற மாட்டார்கள்; ஆனால் எங்கள் நகரத்தைக் கடந்து செல்வார்கள்.

நான் பேசுவதை விரும்பிக் கேட்டனர். பாடச் சொல்லி ரசித்தனர். பார்ஸி-மி-லா நடனம் ஆடச் சொல்லி மகிழ்ந்தனர். இதற்கெல்லாம் பெருந்தன்மையோடு வெள்ளியை அள்ளி பரிசாகத் தந்தனர். ஆனால் இது எனக்கு அந்நியமாக இருந்தது. அவர்கள் இலஞ்சம் கொடுப்பதை நிறுத்த வேண்டுமென்று நான் தொடர்ந்து பேசிக்கொண்டும் பாடிக் கொண்டும் இருந்ததை அவர்கள் புரிந்துகொள்ளவே இல்லை.

நான் இப்படிச் செய்வதற்கு எங்கள் ஊரிலுள்ள கலப்பினத்தவர்கள் ஒருபோதும் பணம் கொடுத்ததுக் கிடையாது. எந்தன் எல்லாவித மகிழ்ச்சிகரப் போக்குகளையும் கண்டித்தார்கள். இருந்தாலும் நான் அவர்களின் ஜோராவாகவே இருந்தேன். அருகிலுள்ள ஹோட்டல் களுக்கும் உள்ளூர் மக்களுக்கும் எல்லோருக்குமான ஜோராவாகவே நீடித்தேன்.

ஆனால் பதிமூன்று வயதாக இருக்கும்போது எங்கள் குடும்பத்தில் ஓர் மாற்றம் நிகழ்ந்தது. ஜாக்சன்வில்லில் இருக்கும் ஒரு பள்ளிக்கூடத்திற்கு என்னை அனுப்பிவைத்தார்கள். ஓலியாண்டர் மலர்களும் ஜோராவும் நிறைந்த ஈடன்வில் நகரத்தை விட்டு வெளியேறினேன்.

ஜாக்சன்வில் நதிக்கரையில் படகிலிருந்து இறங்கியபோது, நான் மொத்தமாக உடைந்துபோய் விட்டேன். நகர மாற்றத்தால் நான் அவதிப்படுவது தெரிந்தது. இனி நான் ஆரஞ்ச் கவுண்ட்டியைச் சார்ந்த ஜோராவாக இருக்க முடியாது. நான் இப்போது அடர்நிறமேறிய சிறுமி என்பதைச் சில வழிகளில் உறுதியாகத் தெரிந்துகொண்டேன்.

இதயப்பூர்வமாகவும் கண்ணாடியிலும் நான் இப்போது அழுத்தித் தேய்த்து அழிக்க முடியாத, ஓடி ஒளிந்தாலும் மறையாத பழுப்பு நிறத்தைப் பூசிக் கொண்டிருப்பது தெரிகிறது.

ஆனால் நான் அடர்நிறப் பெண்ணாக இருப்பது துன்பகரமான செய்தி அல்ல. எனது ஆன்மா துன்ப மூட்டைகளைச் சுமந்து கொண்டிருக்கவில்லை; என் விழிகளுக்குப் பின்னால் சோகச் செய்திகளைப் பதுக்கி வைக்கவில்லை. நான் அவற்றைப் பொருட்டாக மதிப்பதும் கிடையாது.

இயற்கை நமக்கு கீழான வாழ்க்கையை வழங்கிவிட்டது, அதை நினைத்துப் புலம்புவதே நம் சொச்ச வாழ்க்கையின் மிச்சம் என்று, தேம்பித் தேம்பி அழுகும் நீக்ரோக்களின் வாழ்க்கையை நான் வெறுக்கிறேன். குழப்பமூட்டும் சண்டைகள் நிறைந்த வாழ்க்கையின் ஊடாக பார்க்கும்போது நிறமியின் அளவு குறைபட்டிருக்கும் நபர்கள்தான் வலிமையான வாழ்க்கையைக் கைக்கொண்டிருக்கிறார்கள் என்று எனக்குத் தெரிகிறது. ஆனால் நான் உலகத்திடம் மன்றாடி புலம்பமாட்டேன். சிப்பி வெட்டும் கத்தியை கூராக்குவதில் நான் மும்முரமாக இருக்கிறேன்.

எப்போதும் என் முழங்கை மேல் அமர்ந்துகொண்டு, ‘நீ ஒரு அடிமையின் பேத்தி’ என யாரோ ஒருவர் சொல்லிக் கொண்டே

இருக்கிறார். ஆனால் அது எனக்கு சோர்வூட்டவில்லை. அடிமைத்தனம் அறுபது வருடங்களாக இருந்து வருகிறது. சிகிச்சை வெற்றிகரமாக முடிந்து, நோயாளி இப்போது ஆரோக்கியமாக இருக்கிறார், உங்களுக்கு நன்றி.

அடிமைகளுக்கு மத்தியில், என்னையொரு அமெரிக்கன் என்று அடையாளப்படுத்திய பயங்கரமான போராட்டத்தில், 'தயாராக இரு' என்று சொன்னார்கள். அதன் புனரமைப்புக் கட்டத்தில் 'கெட், செட்' என்று ஆயத்தப்படுத்தினார்கள். எனக்கு முந்தைய தலைமுறை 'கோ' என்று சொல்லிக் காற்றில் பறக்க உந்தித் தள்ளியது. எனவே என்னால் பயணத்தை நிறுத்தி திரும்பிப் பார்த்து அழுது வடிக்க முடியாது.

நாகரிகத்தை அடிமைத்தனத்தின் விலை கொடுத்து வாங்கியிருக் கிறேன். அதைத் தேர்வு செய்யும் உரிமை எனக்குக் கிடையாது. இது ஒரு முரட்டுத்தனமான சாகசம். என் முன்னோர்கள் இதற்கான பதிலீட்டைச் செலுத்திவிட்டார்கள். இதைக்காட்டிலும் உலகில் உள்ள எவருக்கும் பெருமை கொள்வதற்கான வேறு வாய்ப்புகள் அமையுமா? தோற்றுப் போனால் என்ன, வெல்வதற்கு நமக்கு ஓர் உலகம் இருக்கிறது!

நான் மேற்கொள்ளும் எந்தவொரு செயலுக்கும் இரு மடங்கு வாழ்த்துச் செய்திகளோ இரு மடங்கு வசைச் சொற்களோ வந்து குவியும் என்பதை யோசித்துப் பார்க்கவே பரபரப்பாக இருக்கிறது. அழுவதா சிரிப்பதா என்று குழம்பித் தவிக்கும் பார்வையாளர் களுக்கு முன்னால் தேசிய அளவிலான மேடையொன்றில் மைய இருக்கையில் அமரப்போவதை எண்ணிப் பார்த்தால் குதூகலம் பிறக்கிறது.

என் வெள்ளைக்கார அண்டை வீட்டார்களின் நிலைமையை நினைத்தால் இன்னும் கவலையாக இருக்கும். எந்தவொரு 'பழுப்புநிற' மனிதரும் உணவு உண்ண உட்காரும்போது என் பின்னால் வந்து இருக்கையை இழுப்பதில்லை. இரவில் தூங்கும்போது எந்தவொரு 'கறுப்புப்' பூச்சாண்டியும் என் மேல் கால் போட்டுத் தள்ளுவதில்லை. மற்றொருவரின் உடைமையைப் பறித்து விளையாடுவதில் கிடைக்கும் சுவராஸ்யம் தன் சொந்த உடைமைகளை வைத்து விளையாடும்போது தோன்றாது.

நான் கலப்பினத்தவள் என்ற எண்ணம் எப்போதும் உதிர்ப்பதில்லை. ஹெகிராவுக்கு முந்தி, ஈடன்வில் நகரில் வசித்த உணர்வற்ற ஜோராவின் நிலைக்கு இப்போதும் நான் அடிக்கடி செல்வதுண்டு.

என்னை நீங்கள் தெளிவான வெள்ளையர் கூட்டத்தின் முன்னால் தூக்கி எறியும்போதுதான், நான் கலப்பினத்தவள் என்ற பிரக்ஞை தோன்றுகிறது.

பர்னார்ட்டில் நிகழ்ந்த சம்பவம் ஒன்றை உதாரணமாகச் சொல்கிறேன். ஹட்சன் நதியின் நீர்நிலைக்குப் பின்னால் நான் என்னுடைய இனத்தைப் பற்றி யோசித்து கலக்கமுற்றேன். ஆயிரக்கணக்கான வெள்ளையர்களுக்கு முன்னால் நானொரு இருண்டுபோன பாறையாக மிதக்கவும் நீந்தவும் மாறி மாறி மூச்சுப்பிடித்தேன். தண்ணீரால் நான் மூழ்கடிக்கப்பட்டாலும் மேலெழும்பும் கடல் அலைகள் என்னை அடிக்கடி வெளிக் காட்டின.

சிலநேரங்களில் இது மற்றொரு வகையில் நிகழ்வதுண்டு. ஒரு வெள்ளைக்காரன் எங்கள் மத்தியில் உட்காருகிறான் என்றால் அந்த வித்தியாசம் கூர்மையாகத் தாக்குகிறது. உதாரணமாக, ‘தி நியூ வேர்ல்டு’ என்கிற இசைக்கூடத்திற்கு நானொரு வெள்ளைக் காரனோடு குளிரூட்டப்பட்ட அடித்தளத்தில் உட்கார்ந்திருக்கும் போது நிறம் பற்றிய எண்ணம் வலுவாக என்னை இம்சை செய்தது.

எங்கள் இருவருக்கும் இடையிலான மிகச் சொற்பான பொது விஷயங்கள் பற்றி நாங்கள் உரையாடத் தொடங்கினோம். ஆனால் எதிர்பாராத விதமாக ஜாஸ் பாடகர்கள் தங்கள் வேலையைத் தொடங்கினார்கள். சுற்றி வளைத்துப் பேசி நேரத்தைப் போக்காமல், நேரடியாக இசையில் குதித்தார்கள். மார்புக்கூட்டைச் சுருக்கி இழுத்து, இதயத்தை இரண்டாகப் பிளந்து இசையில் போதை ஏத்தி சுருதியின் வேகத்தை கூட்டினார்கள். இசைக் கச்சேரி பேரரவம் பூண்டது.

தன் பின்னங்கால்களில் ஏறி நின்று, காட்டுத்தனமான சீற்றத்துடன் தொனி பறக்க பாடி, கூரிய நகங்களால் கீறிக் கிழித்தெறிந்து தனக்கு அப்பால் உள்ள காட்டுப் பகுதியை அடையும் முயற்சியிலான பாடல் அரங்கேற்றத்தை நிகழ்த்தினார்கள். நான் அவர்களின் பழைய பாணியைப் பின்பற்றி சென்றேன். அவர்களின் கொண்டாட்ட உணர்வில் முழுமனதோடு கலந்துகொண்டேன்.

உள்ளுக்குள் காட்டுத்தனமாக ஆடினேன்; மனதிற்குள் கத்தினேன். உற்சாகத்தில் உளறினேன். அசாகை ஈட்டியை தலைக்குமேல் வைத்து ஆட்டினேன். நான் அதை மிக வேகமாக வீசி எறிகிறேன் யோய்வ்! நான் காட்டில் இருக்கிறேன். ஆகையால் காட்டு வாழ்க்கையை வாழ்கிறேன். எனது முகத்தில் மஞ்சள் மற்றும் சிகப்பு

நிறத்திலான மையும், உடலில் நீல நிறத்திலான மையும் பூசியிருக்கிறார்கள்.

போர் முரசுபோல் எனது நாடித்துடிப்பு பலமாக இடிக்கிறது. நான் எதையாவது வெட்ட வேண்டும். யாருக்காவது வலி உண்டாக்க வேண்டும். யாராவது சாக வேண்டும். யாரென்று தெரியவில்லை. திடீரென அந்த இசைக் குறிப்பு நின்றுவிடுகிறது. பாடகர்கள் தன் உதட்டைத் துடைத்து, விரல்களுக்கு ஓய்வு கொடுக்கிறார்கள். இயல்புணர்ந்த பின்னர் நாகரீக வேடம் புனைந்த தற்கால நிகழ்வுலகிற்கு மெல்லமாக தவிழ்ந்து வருகிறேன். இறுதியாகப் பேசிய விஷயத்தை மனதில் அசைப்போட்டு வெள்ளைக்கார நண்பர் எங்கேயென்று பார்த்தால், அசைவில்லாமல் சிகரெட் பிடித்தபடி மௌனமாக உட்கார்ந்திருக்கிறார்.

மேஜை மீது விரல்களால் இசைச் சொடுக்கி, ‘இங்கு நன்றாகப் பாடுகிறார்கள்’ என்று மெச்சினார்.

இசை. என்னை உலுக்கியெடுத்த ஊதா, சிகப்பு நிற உணர்ச்சிகளுக்கு இவர் துளியும் ஆட்படவில்லை. நான் உணர்ந்தவற்றை இவர் வெறுமனே கேட்டிருக்கிறார். இவருக்கும் எனக்கும் நீண்ட இடைவெளி இருக்கிறது. சமுத்திரங்கள், கண்டங்கள் தாண்டி வெகு தூரத்தில் இருக்கும் இவரைக் கண்கள் சுருக்கிப் பார்க்கிறேன். தன் வெள்ளை நிறத்தைக் காட்டிலும் இதில் இவர் பழுப்பாக இருக்கிறார். நான் நிறம் கூடியிருக்கிறேன்.

சில நேரங்களில் எனக்கென்று இனம் கிடையாது. நான் நான்தான். எனது தொப்பியை குறிப்பிட்ட கோணத்தில் அணிந்துகொண்டு ஹார்லெம் நகரின் ஏழாவது வீதியில் பொழுதுபோக்காக நடந்து போகையில், நாற்பத்தி இரண்டாவது வீதியில் உள்ள நூலகத்தின் முன் அமைந்திருக்கும் சிங்கங்களைப் போல மூர்க்கமாக உணர்கிறேன்.

என் உணர்வுகளைப் பொறுத்தவரை, பவுல் மிச் வீதியில் இருக்கும் பெக்கி ஹாப்கின்ஸ் ஜாய்ஸின் அழகான உடையும் கம்பீரமான வாகனமும் பிரபுத்துவப் போக்கை வெளிப்படுத்தும் விதமான முழங்கால் அசைவுகளும் என்னை ஒன்றும் செய்ய முடியாது. வேற்றுலக ஜோரா உருவெடுக்கிறாள். எனக்கென்று நேரமும் இனமும் கிடையாது. மணிகளின் சாரம் பூண்ட அகில உலகப் பெண்மணி நான்.

அமெரிக்க பிரஜை என்பதற்கோ கலப்பின பெண் என்பதற்கோ நான் தனித்தனியாக உணர்ச்சி வயப்படுவதில்லை. எனது தேசத்தின்பால்

உண்மை இருக்கிறதோ, இல்லையோ. மாபெரும் எல்லைக்குள் உழன்றுத் திரியும் பெரிய மனிதப் பிறவிகளில் நானும் ஒரு துளி என்பது மட்டும் உண்மை.

சில நேரங்களில் என்னைப் பாகுபடுத்திப் பார்க்கிறார்கள். ஆனால் இது எனக்கு எரிச்சலூட்டவில்லை. மாறாக நான் வியப்படைகிறேன். நான் அவர்களோடு இருப்பதன் இன்பத்தை எப்படி அவர்களால் மறுக்க முடியும்? அது எனக்கும் அப்பாற்பட்டது.

பல்பொருட்களால் நிரப்பப்பட்ட பழுப்பு நிற பையை சுவற்றில் சாய்த்து வைத்ததுபோல் நான் என்னை உணர்கிறேன். அதைச்சுற்றி வெள்ளை, சிகப்பு, மஞ்சள் நிறத்திலான வேறு சில பைகளும் வைக்கப்பட்டுள்ளன. அந்தப் பைகளில் இருப்பதை வெளியே கொட்டினால் சிறிய அளவிலான வெவ்வேறு வித்தியாசமான பொருட்களைக் காணலாம். விலைமதிப்பற்ற, ஒப்பில்லாத பொருட்கள் பல கிடைக்கும்.

உயர் தரத்திலான வைரம், தீர்ந்துபோன நூற்கண்டு, உடைந்த கண்ணாடிச் செதில்கள், நீட்டமான கம்பிகள், நீண்ட காலத்திற்கு முன்பே விரிசல் விடத் தொடங்கிய ஒரு கதவின் சாவி, துருப்பிடித்த கத்தி, பழைய ஷூ, வளைந்துபோன ஆணி, நறுமணம் மீதமிருக்கும் ஒன்றிரண்டு காய்ந்த பூக்கள்.

உங்கள் கையில் இப்போது பழுப்பு நிறப் பை ஒன்று இருக்கிறது. பையில் இருந்ததைப் போல் ஒரு குவியல் ஒன்று தரையில் இப்போது சீரற்று பரவலாக கிடக்கிறது. பையில் இருந்ததை எல்லாம் ஒரே குவியலாக ஒன்றுசேர்த்து கொட்டலாம்.

எந்தெந்தப் பையில் எவையெவை இருந்தன என்று முடிந்தவரை மாற்றாமல் அப்படியே மீண்டும் நிரப்புங்கள். ஒன்றிரண்டு கண்ணாடிச் செதில்கள் மாறினால் தவறில்லை. ஆனால் ஒட்டுமொத்த பைகளையும் நிரப்பிய நபர், இதே முறையில்தான் இருக்க வேண்டும் என்று முதன்முதலில் ஏதேனும் முடிவு செய்தாரா, யாருக்குத் தெரியும்?

Zora Neale Hurston, 'How it feels to be Colored me' (1928)
I Love myself when I am laughing....: a Zora Neale Hurston Reader, Alice Walker (Ed.), Feminist Press.

அவர்களை மிருகக்காட்சி சாலையில் அடைக்க விரும்புகிறோமா?

ஓ

வெரியர் எல்வின்

'பழங்குடியின மக்களைத் தங்கள் ஆராய்ச்சியின் காட்சிப் பொருளாகவும் அறிவியல் ஆய்வின் உபகாரப் பொருளாகவும் கருதும் மானுடவியல் அறிஞர்கள், அவர்களை விலங்குபோல் மிருகக்காட்சிசாலையில் அடைக்க விரும்புகிறார்கள்.' இது அவர்கள் மீது சுமத்தப்படும் மிகச் சிறுபிள்ளைத்தனமான குற்றச்சாட்டுக்களில் ஒன்று. சீர்திருத்துநர்கள், அரசியல் வாதிகளைத் தாண்டி சில அறிவுஜீவிகளும் இந்தப் பழிசுமத்தலில் ஈடுபட்டுள்ளதால் சிரத்தையோடு நாம் இதை ஆய்வு செய்ய வேண்டும்.

மிகப் பரவலாக வாசிக்கப்படும் 'பிக்சர் போஸ்ட்' என்ற ஆங்கில இதழை நான் தற்செயலாக வாசித்தபோது ஆச்சரியப் பட்டேன். தன் சத்தியாகிரகச் சோதனைகளுக்காக இந்தியாவை ஆய்வுக்கூடமாகப் பயன்படுத்தும் மகாத்மா காந்தி மீதும் இதே மாதிரியான ஒரு குற்றச்சாட்டைக் குறிப்பிட்டு அதில் ஒரு கட்டுரை எழுதியிருந்தனர்.

சாதாரண இந்து கிராமங்களின் வாழ்வியலை வெளிப்படுத்தும் பல படங்கள் அதில் அச்சாகியிருந்தன. அந்தக் கிராமங்கள் எத்தனைக் கொடிய பஞ்சத்திற்கு ஆளாகியிருக்கின்றன, மூடநம்பிக்கைகள் எவ்வளவு தூரம் வேரூன்றியுள்ளது என அதில் தெளிவாக இருந்தது. அதே சமயம் நவீன மருத்துவம், நவீன இயந்திரம் மற்றும் நியாயமான நாகரீக வளர்ச்சிகளுக்குப் புறம்பான மகாத்மா காந்தி,

இந்திய கிராமங்களைத் தேக்கநிலையில் வைத்திருக்க விரும்பும் சூழலை விளக்கியிருந்தனர். கிராமச் சாலையில் தந்திகம்பி ஒன்று ஓடுவதைப் பார்த்தால் மகாத்மாவிற்கு எப்படி கசக்குமென்று எங்களுக்குச் சொல்லியிருந்தனர். மகாத்மா காந்திக்கு ஈடாக தாமும் இருப்பதை எண்ணி மானுடவியல் அறிஞர்கள் தங்களை மெச்சிக் கொள்ளலாம். ஆனால் இருவர் பக்கமும் குற்றம் இல்லை.

மிருகக்காட்சிசாலையில் ஒரு விலங்கை அடைப்பதன் மூலம் என்ன சாதிப்பீர்கள்? அதன் மரபார்ந்த வாழ்விடத்திலிருந்து பெயர்த்து, அதன் பழகிப்போன உணவுகளைத் தர மறுத்து, அதன் எல்லாவித பழக்க வழக்கங்களையும் மாற்றி, அதன் சுதந்திரத்தைப் பறிப்பீர்கள். ஆனால் மகாத்மா காந்தி போராடுவது எதற்காக?

இந்தியர்களின் தாய்நாட்டை மீட்டுக்கொடுத்து, அவர்கள் போக்கில் வாழச் சுதந்திரம் வென்றெடுத்து, மேற்கத்திய தாக்கமில்லாத மரபார்ந்த பண்பாட்டுக் கூறுகளை மீட்டெடுக்க. மானுடவியல் அறிஞர்களும் இதைத்தான் செய்கிறார்கள்.

பழங்குடியின மக்களின் வாழ்வுக்காக எங்கள் உயிரையும் பணயம் வைக்கிறோம். தங்கள் மூதாதையரின் மலையிலும் காட்டிலும் அவர்கள் வசிப்பதற்காக இறுதிவரை போராடுகிறோம். பழங்குடி மக்கள் தங்கள் இயல்பான வாழ்வியலைப் பின்பற்றவும், தங்கள் கலாச்சாரத்தை பேணிக் காக்கவும், பாரம்பரிய உணவுகளை உட்கொள்ளவும் மலைப் பிரதேசங்களின் பரந்த வெளியில் இயல்பான சுதந்திர வாழ்க்கையை மேற்கொள்ளவும் நாங்கள் விரும்புகிறோம். இதைக்காட்டிலும் எங்களுக்கு வேறெந்த ஆசையும் கிடையாது. மனித விடுதலையில் மானுடவியல் அறிஞர்களைக் காட்டிலும் ஈடுபாடு உடையவர் எவரும் இல்லை. மானுடவியலாளர்கள் மட்டுந்தான் உண்மையான மனித நேயத்தோடு நடந்துகொள்கிறார்கள்.

மானுடவியல் கோணத்தில் தொழில்நுட்ப ரீதியாகச் சொல்ல முயன்றால், இன்னும் சில விஷயங்களைச் சேர்த்துக் கொள்ளலாம். மிருகக்காட்சிசாலைபோல் செயற்கையாகத் தனிமைப் பட்டிருக்கும் மக்களை ஆராய்வதில் சிறிதளவு அறிவியல் ஆதாயமும் உண்டு. மானுடவியல் அறிஞர் என்ற பதத்தை அடிக்கடிச் சொல்ல முடியாது. ஆனால் அவர் ஒட்டுமொத்த மனித வாழ்வையும் கவனத்தில் கொள்கிறார்.

அவர் பழமையான கலாச்சாரத்தில் ஆழத் தோய்ந்தவர் கிடையாது. கடந்த பத்தாண்டுகளில் மிகவும் மேம்பட்ட மக்கள் பற்றிய

ஆய்வுகளில்தான் அதிக நேரம் செலவிட்டிருக்கிறார்கள். இங்கிலாந்தில் மேற்கொள்ளும் பெருந்திரள் கண்காணிப்புப் பணிகளை மட்டுந்தான் நான் குறிப்பிட விரும்புகிறேன்.

கடின உழைப்பின் மூலம் கலாச்சார மாற்றத்தை எதிர்கொள்ளும் சமூகங்களும், வேற்றுமைகள் நிரம்பிய மிக முன்னேறிய சமூகங்களும்தான் மானுடவியல் அறிஞர்களுக்கு உவப்பாக இருக்கின்றன. தேக்கநிலையில் உள்ள பழங்குடி மக்களின் வாழ்வியலை பெரும்பாலும் ஆவணப்படுத்தி விட்டார்கள். அவர்களிடையே உள்ள கணிசமான ஒற்றுமைகள் மானுடவியல் அறிஞர்களைச் சலிப்பூட்டுகிறது.

நான் ஒரு மானுடவியல் சரணாலயம் அமைக்க விரும்பினால், அதில் முரியா மக்களும் பைகா மக்களும் இருக்கமாட்டார்கள். மாறாக சில வித்தியாசங்களைக் கையாளுவேன். சேவாகிராம் ஆசிரமம் முழுவதையும் ஒரே கூண்டில் அடைத்து வைப்பேன். அதற்கருகிலேயே காந்தி பேசுவதை கேட்கும் தூரத்தில் மிக அழகாக ஒப்பனை செய்யப்பட்ட மற்றொரு கூண்டில் முஸ்லிம் லீக் தலைவரை அடைத்து வைப்பேன்.

பம்பாய் ப்யூரிட்டி லீக்கின் அலுவலகப் பொறுப்பாளர்கள் கொஞ்சம் முயன்றால், எலுமிச்சைச் சாறு பருகிக் கொண்டே இவர்களை வேடிக்கைப் பார்க்கும் கூட்டத்தை கவர்ந்திழுக்க முடியும். மற்ற இடங்களில் இந்து சனாதனிகளையும், அதிதீவிர இந்திய குடிமைப் பணி அலுவலர்களையும் மிக இலாவகமாகப் பொறுக்கியெடுத்துக் கூண்டில் அடைப்பேன்.

டோடோ பறவைகளைப் போல் விரைவில் அழியப் போகும் இத்தகைய மனிதர்களின் மேல் அளவுகடந்த சமூக அக்கறை உள்ளது. இவர்களை நிச்சயம் பாதுகாக்க வேண்டும். சந்தாலி இன ஏழை மக்களைக் காட்டிலும் லின்லித்கோ பிரபுவின் மனநிலையை ஆராய்வதில் எதிர்கால அறிஞர்கள் பெருவிருப்பம் கொள்வார்கள். திருவாளர் அமேரி அவர்களையும் எனது சேகரிப்பில் வைத்துக்கொள்ள ஆசைப்படுகிறேன். ஆனால் அத்தகைய காட்சிப் பொருள், மிகுந்த விலை மதிப்பு உடையது என அறிவேன். இத்தகைய பொருளை போர்க்கால நெருக்கடிக்கு மத்தியில் இங்கிலாந்தில் இருந்து இந்தியாவுக்கு அழைத்துவருவது உண்மையிலேயே சவாலான காரியம்.

மானுடவியல் அறிஞர்கள் இந்தச் சூழலில் மிகத் தவறாகப் புரிந்துகொள்ளப் படுகின்றனர். சிந்தனையோட்டமில்லாத பலர்

மானுடவியல் அறிஞர் என்றால் நாசகாரர் என்றும், பழங்குடி மக்களை நாகரிக வாழ்விலிருந்து தடுத்தாட்கொள்பவர் என்றும், பாலியல் இச்சையில் இலயத்துப்போகிறவர் என்றும் தவறாக உத்தேசிக்கின்றனர்.

ஆனால் உண்மையான மானுடவியலாளர்கள் மிக உன்னிப்பாக கவனிக்கிறார்கள். சிறந்த முறையில் புகைப்படம் எடுக்கிறார்கள். பிறரைக் காட்டிலும் கிழக்கும் மேற்குமாக நெடுந்தூரம் பயணிக்கிறார்கள். இத்தனைக்கும் இவர்களுக்குத் தொழில்நுட்ப அறிவுகூட கிடையாது.

தன் மக்களோடு நெடுநேரம் செலவுசெய்து அவர்களைக் கூர்ந்து கவனிப்பதால், மிகுந்த அர்ப்பணிப்போடு அவர்கள் நலனைப் பாதுகாப்பதில் அக்கறை காட்டுகின்றனர்.

உலகெங்கிலும் உள்ள மானுடவியல் அறிஞர்கள், தான் என்ன பேசுகிறோம் என்பதை நன்கு அறிந்திருக்கிறார்கள். கட்டுப் பாடற்ற, அவசரகதியிலான வளர்ச்சியால் ஆதிவாசிகளின் வாழ்க்கை இழிவான, அழிவுகர விளைவை ஏற்படுத்துகிறது என்று ஒருமனதாக ஒப்புக் கொள்கின்றனர்.

ஆப்பிரிக்கா, ஆஸ்திரேலியா கண்டங்களில் விரவியிருக்கும் ஆங்கிலேய சமயப் பிரச்சாரம், ஆங்கிலேய வர்த்தகம், ஆங்கிலேய ஏகாதிபத்தியம், ஆங்கிலேய பானங்கள் அங்குள்ள ஆதிவாசிகளின் வாழ்க்கையில் பேரிடியாக விழுந்துள்ளன. இந்தியாவைப் பொறுத்தவரை சொற்பமாகப் படித்த இந்துவும் இஸ்லாமிய கிராமத்தானும் தன் பழங்குடியின சகோதரனைக் காட்டிலும் சற்று முன்னேறியிருப்பதால், இந்த மாற்றம் மெதுவாக இருட்டடிப்பில் தெரிகிறது. ஆனால் இது ஓர் உறுதியான மாற்றம்.

இதன்மூலம் பழங்குடி மக்களைப் பாதுகாக்க விரும்பும் மானுடவியல் அறிஞனுக்கு, மிக நேர்த்தியான காரணம் வாய்க்கிறது. இந்திய சமவெளி மக்களுடன் தொடர்பு வைத்துக் கொள்வது, அவர்களுக்குத் துன்பகர விளைவுகளை ஏற்படுத்தும். 'நின்றுபோன நாடித்துடிப்பு' என்ற கட்டுரையில் இந்தத் தொடர்பின் விளைவுகளாக நான் எழுதியவற்றை இங்குச் சுருக்கமாகப் பட்டியலிடுகிறேன்.

நேர்மையான எளிய பழங்குடியினரை, சமவெளி மக்கள் சூழ்ச்சியால் ஏமாற்றி தங்கள் நிலத்திலிருந்து வெளியேற்று கிறார்கள். பழங்குடி மக்களுக்கு பணமும் பொருளும் இரவல் கொடுத்து எப்போதும் தன் பொருளாதார அடிமையாக வைத்துக்

கொள்கிறார்கள். மலையில் வசிக்கும் பழங்குடி மக்கள், சமவெளி மக்களோடு உறவு கொள்ளும்போது பாலியல் சார்ந்த நோய்களுக்கு ஆட்படுகின்றனர்.

பஸ்தார் மாநிலத்தில் உத்தியோகம் செய்யும் மூத்த மருத்துவ அலுவலர் என்னிடம் சொன்னது ஆச்சரியமாக இருந்தது, 'என் முப்பது வருட அனுபவத்தில் அசல் மலைவாழ் மக்களில் ஒருவருக்குக்கூட பாலியல் சார்ந்த நோய்த் தாக்குதல் கிடையாது. பள்ளிக்கூடம் செல்ல வெளியுலகத்தோடு தொடர்பு வைத்துக் கொள்ளும் கணிசமான சிறுவர்களுக்கு இந்நோய் தாக்குதல் தென்படுகிறது. ஆனாலும்கூட பஸ்தாரில் இந்நோய் தாக்கம் இல்லாத பெரிய மலையொன்று இருக்கிறது. அதற்குக் கீழுள்ள சமவெளிப் பகுதியில்தான் 80% மக்களிடம் இத்தாக்கம் தென்படுகிறது.

சமவெளி மக்களுடன் பேசி உறவாடும்போது, மலைவாழ் மக்களின் நேர்மையான குணமும் எளிமையும் நீர்த்துப்போகிறது. மலைப் பிரதேசங்களுக்கு உட்பட்ட நீதிமன்றத்தில் வாதம் பயற்சிசெய்யும் வக்கீலிடம் கேட்டுப் பாருங்கள். மலைவாழ் மக்கள் எத்தனை நேர்மையாளர் என்றும், பள்ளி சென்றபிறகு அவர்கள் வஞ்சகத்தோடு பொய் பேசுவதையும், வெளியுலகத் தொடர்பினால் ஏமாற்றக் கற்றுக்கொண்டதையும் சொல்வார்கள்.

வெளியுலகத் தாக்கத்தினால் பழங்குடியின கலாச்சாரம் விரைவில் விரிசல் விடுகிறது. பழங்குடியின மதம், நீதிமுறைமை, கலாரசனை, கவித்துவம் ஆகியவற்றில் இருந்து விலகி வாழ்கையிழந்த தீண்டத்தகாத மனோபாவத்திற்கு உந்தப்பட்டு, வண்ணமற்ற வாழ்க்கையை மேற்கொள்கிறார்கள்.

மலைவாழ் மக்கள் சமவெளி மக்களோடு ஒன்றுசேர்வதில் ஏற்படக்கூடிய மிக மோசமான விளைவுகளில் ஒன்று, பழங்குடியின மக்களும் தீண்டாமையைப் பின்பற்றத் தொடங்குவது. நிலைமை அத்தோடு நில்லாமல் குழந்தை திருமணத்தை ஏற்றுக்கொள்ளுதல், பெண்களுக்கு பர்தா அணிதல் என்று நீள்கிறது.

ஆனால் இதெல்லாம் சுத்த முட்டாள்தனம் என்று சொல்பவர்களில் திருவாளர் ஏ.வி. தாக்காரும் ஒருவர். மனிதநேயம் போற்றும் நாயகர். தன் வாழ்வின் பெரும்பகுதியை ஏழை மக்களுக்குச் சேவை செய்ய அர்ப்பணித்தவர். குஜராத்தில் அவர் தொடங்கிய 'பில் சேவா மண்டல்' அவரின் மேதாவித்தனத்துக்கு மிகச் சிறந்த எடுத்துக் காட்டு.

அரிஜன் சேவக் சங்கத்தின் செயல்பாடுகள் அவரைத் தழுவியும் அவரின் கட்டுப்பாட்டிலும் இயங்கிவரும் உலகளாவிய உன்னத நிறுவனம். அவரின் நல்லெண்ணமும் பரிபூரண இதயமும் உலகறிந்த ஒன்று. எனவே பழங்குடியினர் விஷயத்தில், மகிழ்ச்சிகர முடிவுக்கு வழிவகுக்கும் அறிவுஜீவுகளுக்கு எதிரான நிலைப் பாட்டை அவர் எடுத்திருக்கவேண்டும்.

கோகலே நிறுவனத்தில் சிறப்புரை ஆற்றுகையில் தாக்கர் தனது நிலைப்பாட்டை வெளிப்படுத்தினார். டைம்ஸ் ஆஃப் இந்தியாவில் நிருபர்களோடு உரையாடும்போதும் அதே கருத்து முன்மொழியப் பட்டது. ஒரிசா மாகாணத்தில் இருந்து விலக்கி வைக்கப்பட்ட பகுதிகள் குறித்தான விவகாரங்களை மேற்கொள்ளும் கமிட்டி ஒன்றிற்குத் தாக்கரை அம்மாகாண அரசு தலைவராக நியமித்திருந்தது. எனவே அவரின் கருத்தாக்கம் குறித்து மேலும் புரிந்துகொள்ள கமிட்டியின் அறிக்கை உதவுமென்று நாங்கள் நினைத்தோம்.

திரு. தாக்கரின் கோகலே நிறுவன சிறப்புரையில் பழங்குடி மக்கள் மீதான அன்பும் அக்கறையும் வெளிப்பட்டது. அது அவரின் இயல்பு. அவர்களுக்குச் செய்யவேண்டிய நலத் திட்டங்களை ஆசையோடு பகிர்ந்தார். ஆனால் அதில் அடிப்படையிலேயே தவறான பல அனுமானங்கள் இருந்தன. நிச்சயம் இது அவரின் முடிவுகள் குறித்து தவறான அபிப்பிராயம் ஏற்படுத்தும்.

சமவெளி மக்களோடு பழங்குடியின மக்கள் ஒன்றுசேர்வதில் உள்ள ஆபத்தை யார் சொன்னாலும், அதைப் புறங்கையால் ஒதுக்கி, அற்பமான கற்பனைக் கதையாடல் எனக் கருதுகிறார். 'சமவெளியில் உள்ள இந்து முஸ்லிம்களோடு பழங்குடியினர் ஒன்றுசேர்வதைக் கண்டு ஏன் சிலர் அஞ்சுகின்றனர் என்று எனக்குத் தெரியவில்லை. ஒருவேளை சமவெளி மக்களின் சமூகத் தீங்குகளை அப்பாவி மலைவாழ் மக்கள் கற்றுக் கொள்வார்கள் என்று ஓரிண்டு சம்பவத்தை முன்னிறுத்தி மறுக்கலாம்' என்கிறார்.

மலைவாழ் மக்கள் வசிக்கும் கிராம விவகாரங்களில் இத்தனை அறியாமையோடுதான் திரு. தாக்கர் இருக்கிறாரா? ஏதோ ஒன்றிரண்டு சம்பவங்கள் என்று குறைத்துச் சொல்கிறாரே, எல்லாவிடத்திலும் இதுதான் பிரச்சினை என்று அவருக்குத் தெரியாதா? மேலும் திரு. தாக்கர் சில விஷயங்களை பரிந்துரைக்கிறார், 'பழங்குடியினருக்கும் சமவெளி மக்களுக்கும் இடையே நட்பு ரீதியிலான உறவு மலர வேண்டும். ஒவ்வொருவரும் கலாச்சார ரீதியில் மற்றொருவரிடம் இருந்து

இலபாகரமான விஷயங்களைக் கற்றுக்கொள்ள வேண்டும். இந்தியா என்றொரு தேசத்தின் ஒட்டுமொத்த நலனுக்காக ஒவ்வொருவரும் சகோதரத்துவத்துடன் ஒன்றுதிரள வேண்டும்.'

மீண்டும் திரு. தாக்கர் சில விஷயங்களை மறந்துவிட்டார். அரிஜன் சேவக் சங்கம் நடத்துவதில் தனக்கு ஏற்பட்ட கசப்பான நிகழ்வுகளை அவர் எப்படி மறந்தார் என்று வியக்கிறேன். முன்னேறிய சமூகத்தினர் தீண்டத்தகாதவர்களை மதிப்பதைக்காட்டிலும் மலைவாழ் மக்களை மேலாக நடத்துவார்கள் என்று அவர் நம்புகிறாரா?

பழங்குடி மக்களும் சமவெளி மக்களும் ஒன்றுசேர்ந்து பழகினால், பழங்குடி மக்கள்தான் நஷ்டம் அடைவார்கள். பொருளாதார ரீதியில் சுரண்டப்படுவார்கள். அவர்களின் மதம், குணம், நீதிமுறை எல்லாம் பாழாய் போகும். அவர்களின் நிலத்தையும் உடமையையும் சமவெளி மக்கள் பறித்துக் கொள்வார்கள்.

பழங்குடியினரைப் பிரித்து ஒதுக்கி வைத்தால் தேச ஒற்றுமையின் அஸ்திவாரமே ஆடிப் போய்விடும் என்று திரு.தாக்கர் பயப்படுகிறார். எனக்கு இது தீவிரமான செய்தியாகத் தெரிய வில்லை. பழங்குடி மக்களை நிரந்தரமாகத் தனிமைப்படுத்த வேண்டும் என்று யாரும் சொல்லவில்லையே!

திரு. தாக்கர் போல பிரச்சினைகளை கையாளும் அலுவலகப் பணியாளர்கள் வாய்க்கும் வரை, மானுடவியல் அறிஞர்கள் சொல்வதுபோல நாம் இந்த விஷயத்தைப் பொறுமையாகக் கையாளவேண்டும். கலாசாரம் மாறுபடுவதை மெல்லமாக எடுத்துச் சொல்லி, காலத்திற்கு ஏற்றபடி அவர்களை வளர்த் தெடுத்து, நாகரிக உலகத்தோடு தொடர்பு ஏற்படுத்த வேண்டும்.

ஒரு புதிய வகையான சிறுபான்மை அமைப்பை நிறுவுவதற்குச் சாத்தியமில்லை என்றாலும், காங்கிரஸுக்கு விரோதமாகச் செயல் படும் படிப்பறிவுப் பெற்ற கோண்டு இன மக்களும், ஓரான் இன மக்களும் இதைச் செய்ய ஆர்வமாக உள்ளனர்.

என்னைக் கேட்டால், சென்சஸ் கணக்கெடுப்பில் பழங்குடியின மக்களை இந்து மதத்திற்குள் வகைப்படுத்த வேண்டும் என்று சொல்வேன். பல விதங்களில் தனித்துவமாக இருந்தாலும், பழங்குடி மக்கள் இந்து மதக் குடும்பத்தைச் சார்ந்தவர்கள் என்பதில் சந்தேகம் இல்லை.

உண்மையில் அவர்களுடைய தனித்துவமான குணநலன்கள் எல்லாம் புற உலகத் தாக்கத்தால் நீர்த்துப்

போய்க்கொண்டிருக்கிறது. தங்கள் வாழ்வின் தனித்துவமான கலாசாரத்தையும் பழக்க வழக்கங்களையும் இழந்துவிட்டனர். ஆகவே, பெரும் சமூகத்தோடு பழங்குடி மக்களைத் தாமதமின்றி ஒன்றிணைக்க வேண்டும் என்ற திரு.தாக்கரின் கோரிக்கையை நான் ஏற்றுக் கொள்கிறேன்.

திரு. தாக்கரும், அவரது நண்பர்களும் கண்டுகொள்ளாத ஒரு விஷயத்தை நான் சொல்கிறேன். மிகத் தீவிரமான பிரச்னை ஒன்றில் பழங்குடி மக்கள் இன்று சிக்கித் தவிக்கிறார்கள். 50 இலட்சத்திற்கும் மேற்பட்ட பழங்குடி மக்கள், இன்னும் ஆள் நடமாட்டமில்லாத அடர்ந்த மலைப் பகுதியில் வசிக்கிறார்கள். ஓரிடத்தில் நிலையாக இல்லாமல், இடம் மாற்றுச் சாகுபடியில் ஈடுபடுகிறார்கள். வேட்டையாடுதல், கிழங்கு அகழ்தல் என்று தங்கள் கலா சாரத்தையும் மதத்தையும் அமைப்பையும் பாதுகாத்து வருகிறார்கள்.

ஆனால் சோகம் என்னவென்றால், பழங்குடியினரின் இந்தப் பண்டைய முறையைத் திரு.தாக்கர் அவர்கள் சீர்குலைக்கப் பார்க்கிறார். இது உளவியல் ரீதியில் அவர்களை விரக்தி அடையவைத்து, பொருளாதாரச் சுரண்டலுக்கு வழிவகுக்கும். ‘திபைகா’ என்ற நூலில் நான் இதை விரிவாகப் பேசியிருப்பதால், மீண்டும் அதைத் திரும்பச் சொல்லாமல் தவிர்க்கிறேன்.

இடம் மாற்றுச் சாகுபடியைப் பின்பற்றக் கூடாது என்று தடைசெய்வதால், நரக வேதனைப்படும் பைகா பழங்குடியின மக்களை நான் பார்த்திருக்கிறேன். திரு. தாக்கர் இதைச் சோம்பல் அடர்ந்த பயிர் சாகுபடிமுறை என்று குற்றம் சாட்டுகிறார். ஆனால் அவர் ‘மரியாக்கள்’ பற்றிக் கிரிக்சன் எழுதிய புத்தகத்தை வாசித்தாலோ, ‘பைகா’ இன மக்கள் பற்றி நான் எழுதிய புத்தகத்தை வாசித்தாலோ தன் குற்றச்சாட்டில் இருந்து பின்வாங்கிவிடுவார்.

ஏழைகளைச் சோம்பேறி என்று குற்றம்சாட்டுவது ஆங்கிலேயச் சமூகத்தின் மேல்தட்டுப் புத்தி. எரிபுனச் சாகுபடி ஓர் அசம்பாவித வழக்கமென்று திரு. தாக்கர் கருதுகிறார். மேலும் இந்தத் தீய வழக்கத்தால் போதுமான விளைச்சல் இருக்காது என்பது அவரது நம்பிக்கை.

ஆனால் வேறெந்த சாகுபடி முறைகளைக் காட்டிலும் எரிபுனச் சாகுபடியில்தான் தரமான பயிர்கள் வளர்வதைப் பழங்குடியினர் காண்கின்றனர். அவர்கள் வசிக்கும் மலைப் பிரதேசங்களில் இதைத் தவிர்த்து வேறெந்த வகைச் சாகுபடியும் கைக்கொடுக்காது.

முதலாளிகளின் பெரும் இலாபத்திற்காகப் பாதுகாக்கப்பட வேண்டிய காட்டின் வளத்தை நிச்சயமாக ஒரு குறிப்பிட்ட அளவேனும் இந்தச் சாகுபடி முறை சேதப்படுத்தும். ஆனால் போர் காலத்தின்போது காட்டிலிருந்து மரத் துண்டுகள் வெட்டப்படுவது பற்றித் திரு. தாக்கருக்கு தெரியாதா? தொழில் மையமாதலின் பெரிய பெரிய மர ஆலைகளை விடவா, பழங்குடியினரின் சின்னச் சின்னக் கோடாரிகள் சேதம் ஏற்படுத்தப் போகின்றன?

நாகா, சவாரா பழங்குடியின மக்களின் மாடிப் பயிர் சாகுபடி முறை நேர்த்தியானது என்பதில் சந்தேகமில்லை. ஆனால் அதே முறையை இந்தியா முழுக்க உள்ள பழங்குடியின மக்களிடம் கொண்டு சேர்க்க முடியாது.

'எரிபுனச் சாகுபடி பழங்குடியின மக்களின் மத நம்பிக்கைச் சார்ந்தது என்று சொல்வதை என்னால் ஏற்றுக் கொள்ள முடியாது' என்று திரு. தாக்கர் சொல்கிறார். இதை அறிவியல் ரீதியான சிந்தனை என்று சொல்லக் கூடாது. திரு. தாக்கர் ஓர் இந்துவாக இருப்பதால் கலப்பை, மாடுகள் ஆகியவற்றின் மீது எல்லை மீறிய அன்பு வைத்திருக்கிறார். ஆகையால் அவருக்கு இடம் மாற்றுச் சாகுபடியில் ஆர்வமில்லாமல் போகலாம். எனவே சிலரின் மதச் சடங்காக இருக்கும் இந்த வழிமுறை அவருக்கு எரிச்சலூட்டுகிறது. அதை ஏற்க மறுக்கிறார்.

இதைப் போலவே, 'கூட்டுப் பிரார்த்தனை கிறிஸ்தவ நம்பிக்கை என்பதில் எனக்கு உடன்பாடு கிடையாது என்றும், பக்ரீத் விருந்து இஸ்லாத்தின் மதச் சடங்கு என்பதில் உடன்பாடு இல்லை' என்று சொல்லும் அளவுக்கு அவர் முன்னேறலாம்.

ஆனால் இந்தச் சாகுபடி முறை சில பழங்குடி மக்களின் மதம் சார்ந்த நம்பிக்கையாக இருக்கிறது என்று நான் அவருக்கு உறுதி யளிக்கிறேன். நீங்கள் இந்த முறையைப் பின்பற்றக் கூடாது என்று அவர்களைத் தடைசெய்தால், அபசகுணமாக ஏதோ நேர்ந்து விட்டதென்றும், தெய்வக் குத்தம் என்றும் நொந்துகொண்டு கடவுளைத் திருப்திப்படுத்த முயற்சிப்பார்கள்.

எளிய மக்களின் நம்பிக்கைக்கும் வழிபாட்டிற்கும் நாம் மதிப்பளிக்க வேண்டும். அதுதான் மதச்சார்பின்மைக்கான அறிகுறி. பழங்குடியினரின் மனித உரிமைகள் பறிக்கப்பட வேண்டும் என்று ஒரிசாவில் உள்ள காங்கிரஸ் ஆதரவிலான திரு. தாக்கர் கமிட்டி பரிந்துரைப்பது ஒரு சோகமான விஷயம். ஏகாதிபத்திய அதிகாரிகள் ஒருபோதும் 'அடக்குமுறை'யைப் பரிந்துரைக்கவில்லை.

பழங்குடியினர் எப்போதும் ‘ஒருவித விரக்தியிலும் அறியாமையிலும்’ வாழ்வதாக திரு. தாக்கர் கருதுகிறார். அவர் கடைசியாகப் பழங்குடியின கிராமத்தில் நீண்ட பொழுதைச் செலவு செய்து குறைந்தது சில வருடங்கள் இருக்கும். நான் இந்தக் கட்டுரையைப் பஸ்டாரின் காட்டுப் பகுதியில் உட்கார்ந்து எழுதுகிறேன்.

இவர்களைப் போன்ற சந்தோஷமான மனிதர்களோடு நான் ஒருபோதும் இருந்ததில்லை. இன்றைய நாகரிக உலகின் வன்முறை விஷேசங்கள், இலஞ்ச இலாவண்யம் பற்றித் துளியும் அறியாமல் மரம், பறவை, விலங்கு, மலை, காடு, வானம், இயற்கை என்று வாழ்வின் ஒவ்வொரு அங்கம் பற்றியும் தெரிந்து வைத்திருக்கும் மனிதர்களை மிக அரிதாகவே காண்கிறேன்.

இவர்கள் வாழ்க்கையில் ஏற்றம் உண்டாக்குவேன் என்று தற்பெருமையோடு நடந்து கொள்ள மாட்டேன். வாழ்வின் அரிதான பல விஷயங்களை இவர்கள்தான் எனக்குக் கற்றுக் கொடுத்திருக்கிறார்கள்.

ஆட்சியாளர்களும் மானுடவியல் அறிஞர்களும் பழங்குடி மக்களை மிருகக்காட்சி சாலையில் வைக்க விரும்புவதற்கு அரசின் கொள்கை ஒரு காரணமாக இருக்கலாம். தேசியப் பணியாளர்களும் காங்கிரஸ் உறுப்பினர்களும் பழங்குடியினர் வசிக்கும் பகுதிக்குச் செல்ல தடை விதிக்கப்பட்டிருக்கிறது. இத்தகைய தனிமைப்படுத்தலால், திரு. தாக்கர் அவர்களே கடுமையாகப் பாதிக்கப்பட்டுள்ளார். நானும் இதற்கு விதிவிலக்கல்ல.

மண்ட்லா மாவட்டத்தில் நான் முதன்முதலில் குடியேற முயன்ற போது, அம்மாவட்ட துணை ஆணையர், என்னை ஊரைவிட்டு வெளியே செல்ல ஆணையிட்டார். போலீசார்களும் என் மண் குடிசையைப் பலமுறை சோதனையிட்டார்கள். பிரிட்டிஷ் இந்தியாவிலிருந்து என்னை நாடு கடத்த விண்ணப்பம் போட்டார்கள்.

இந்திய அலுவலகம் எனது பாஸ்போர்ட்டை முடக்கி, நான் இந்தியாவில் இருப்பதையே தடை செய்ய முயன்றது. நானும் என் நண்பர்களும் ஆண்டுக் கணக்கில் போலீஸ் சித்திரவதைகளுக்கு ஆட்பட்டு, வனச்சரக அலுவலர்களால் துன்புறுத்தப்பட்டோம். இந்தத் தொந்தரவுகளால் என் உடல்நலம் பாதிக்கப்பட்டதோடு, எங்கள் வேலையும் கெட்டது. ஆகையால் திரு. தாக்கரின் கருத்துக்கு நான் அனுதாபம் கொள்கிறேன்.

தேசியப் பணியார்களை பழங்குடி மக்களோடு ஒன்று கலந்து உறவாட தடை விதிக்கும் அதே அரசாங்கம், கிறிஸ்தவ ஊழியம் செய்வதற்குச் சமயப் பிரசாரகர்களை மட்டும் உள்ளே அனுமதிப்பது மிருகத்தனமானது என்பதில் தாக்கரும் நானும் ஒருமனதாக இருக்கிறோம். ஆனால் இதற்கு மானுடவியல் அறிஞர்களை திரு. தாக்கர் குறைசொல்ல முடியாது.

கிறிஸ்தவ சமயப் பிரசாரக் குழுக்கள் மீது யாரும் இங்கு தீவிரமான விமர்சனம் வைக்கவில்லை. அசாமில் நடக்கும் பாப்டிஸ்ட் இயக்கம் பற்றித் திரு. ஜே.பி. மில்ஸ் கடுமையாகப் பேசியிருக்கிறார். டாக்டர் ஹூடனும் நீண்ட காலமாக இதைச் சொல்லி வருகிறார். பழங்குடியின கிராமத்தில் சமயப் பிரசாரக் குழுக்களை அனுமதிக்கக்கூடாது என்று நானும் தொடர்ச்சியாகக் குரல் கொடுத்து வருகிறேன்.

திரு. தாக்கர் இதை அறிந்திருக்க வேண்டும். மேலும் தேசியப் பணியார்களை வெளியே துரத்திவிட்டு, வெளிநாட்டு சமயப் பிரசாரக் குழுக்கள் உள்ளே நுழைவதற்கு மானுடவியல் அறிஞர்கள்தான் காரணம் என்று அவர் கருதுவதில் கொஞ்சமும் நியாயம் இல்லை.

திரு. தாக்கர் தனது உரைக்கான தேர்ந்தெடுக்கப்பட்ட துணைநூல் பட்டியல் ஒன்றை வழங்குகிறார். அது டாக்டர் கர்வேயால் தயாரிக்கப்பட்டது. பொதுவாக ஒரு எழுத்தாளர், தனது நூலின் இறுதியில், தான் எழுதிய ஆய்வுரைக்கு மதிப்புக் கூட்டும் விதமாக துணைநூல் பட்டியல் அமைப்பார். ஆனால் இந்த விஷயத்தில் தாக்கரின் துணைநூல் பட்டியல் அவர் சார்ந்த நிலைக்கு மறுப்பாக அமைகிறது.

காட்டுத்தனமான இந்தியப் பழங்குடி மக்கள், நாகரிக உலகோடு திடீரெனத் தொடர்பு உண்டாக்க முயன்றால் அதில் ஏற்படும் அபாயங்கள் குறித்து விளக்கும் வலிமையான ஆதாரங்கள் இருக்கின்றன. கணிசமான இந்தியர்களும் ஐரோப்பியர்களும் இதை ஒப்புக் கொள்கின்றனர்.

மக்களை மிருகக்காட்சி சாலையில் அடைத்து வைக்க விரும்புவதில் இருந்து இது பலமடங்கு வித்தியாசமானது. அவர்களுக்கு நாகரிக உலகின் சகல வசதிகளையும் தரமறுத்து ஏய்த்துப் பிழைப்பதைக் காட்டிலும் வேறானது.

அவர்கள் சந்திக்கும் நாகரிக உலகின் பிரதிநிதிகள் எல்லோரும் இடத்தைப் பிடுங்கும் நிலக்கிழார்களாகவும், ஏமாற்றிப்

பிழைப்பவர்களாகவும், வஞ்சக வியாபாரம் செய்பவர்களாகவும், போலி வக்கீலாகவும், மோசமான தண்டல்காரனாகவும் இருக்கிறார்கள். இவர்களிடம் பேசிப் பழகுவதால் மனச் சிதைவு ஏற்பட்டு, தார்மீக அறத்திலிருந்து தடுமாறும் அப்பாவி மக்களுக்கு எந்தவொரு பழி பாவங்களும் ஏற்படாதிருக்க வேண்டும் என்கிற அற்ப ஆசைதான் இது.

மானுடவியல் அறிஞர்கள் மனித நாகரிகம் பற்றி வெட்கப் படுவதாக 'தி டைம்ஸ் ஆஃப் இந்தியா' இதழுக்கு எழுதிய கடிதம் ஒன்றில், திரு. தாக்கர் குறிப்பிட்டுள்ளார். இல்லையென்றால் ஏன் அவர்கள் பழங்குடி மக்களுக்கு நாகரிகம் பயிற்றுவிக்க மறுப்புத் தெரிவிக்கவேண்டும் என்று கேள்வி எழுப்புகிறார்.

நமது நவீன நாகரிகத்தைப் பற்றிப் பெருமிதம் கொள்ளும் மிகச் சிலரில் திரு. தாக்கரும் ஒருவராக இருக்க வேண்டும் என்று நான் கற்பனை செய்கிறேன். தாக்கரும் அவரது நண்பர்களும் பழங்குடியின மக்களுக்கு அறிமுகம் செய்ய விரும்பும் நாகரிகத்தைக் கொஞ்சம் ஆராய்ந்து பார்க்கலாம்.

தற்போது இந்திய சேவகர்கள் சங்கத்தின் துணைத் தலைவராக அவர் பொறுப்பு வகிக்கிறார். நாக்பூரில் செயல்பட்டுவரும் 'தி கிட்டாவாடா' என்ற புகழ்பெற்ற நாளிதழின் வெளியீட்டுக்கு ஏறக்குறைய இவர்கள்தான் பொறுப்பு. நாம் இப்போது அந்த நாளிதழ் பற்றிக் கவனம் செலுத்துவோம். தாக்கர் குறிப்பிடும் 'நாகரிகம்' பற்றி இங்கு புரிந்துகொள்ளலாம்.

நாளிதழைத் திறந்து மனித குலத்தின் உட்பிரிவுகளைப் பாருங்கள். ஒருவரையொருவர் வெட்டிச் சாய்ப்பதைப் படியுங்கள். மனிதனின் நாசகர அழிவு நோக்கி அறிவியல் உலகம் நகர்கிறது. வானூர்தி, பீரங்கி, துப்பாக்கிகள் எல்லாம் வெற்றிக் களியாட்டம் ஆடுகின்றன. உங்கள் எதிராளியைக் கொலை செய்வதே மனித வாழ்க்கையின் மிகச் சிறந்த சாதனையாகப் பார்க்கப்படுகிறது. நூற்றுக்கணக்கில் அவர்களைக் கொன்றுப் புதைத்தால் மாலையும் மரியாதையும் வழங்கப்படுகிறது.

நகராட்சிகளின் பித்தலாட்டங்களும், மாவட்ட மன்றங்களின் ஊழல் வழக்கும், மாற்றுச் சமூகத்தின் மீது விரோத தாக்குதல்களும், நகரில் நடக்கும் கலவரமும் கொள்ளையும், பத்தி மாறிப் பத்தி ஒவ்வொரு பக்கத்திலும் நிறைந்திருந்திருக்கிறது. நீதிமன்றத்தில் பதிவுசெய்யப்படும் விபசாரம், பாலியல் வன்கொடுமை, திருட்டு, கொலை வழக்கு ஆகியவற்றின் எண்ணிக்கையைப் பாருங்கள்.

அரசியல்வாதிகளின் பயனற்ற வாதங்களை மீள ஒருமுறை வாசியுங்கள். கற்பனைக்கு எட்டாத குறுகிய கால ஆதாயங்களையும், அற்ப மனிதர்கள் காரணமற்ற சண்டைகளையும் படியுங்கள். இப்போது விளம்பரங்களுக்கான நேரம். இங்குதான் நாகரிகம் அதன் உச்சத்தில் இருக்கிறது!

பழங்குடியினரைப் பிரித்து ஒதுக்கி வைத்தால் தேச ஒற்றுமையின் அஸ்திவாரமே ஆடிப் போய்விடும் என்று திரு.தாக்கர் பயப்படுகிறார். எனக்கு இது தீவிரமான செய்தியாகத் தெரியவில்லை. பழங்குடி மக்களை நிரந்தரமாகத் தனிமைப்படுத்த வேண்டும் என்று யாரும் சொல்லவில்லையே!

ஒன்றன் தலைப்பு இப்படி இருக்கிறது,

> 'ஆண்கள் அதிகப் பாலியல் புதுமைகளை வாழ்க்கையில் அனுபவிக்கிறார்கள்.'

மற்றொரு விளம்பரத் தலைப்பு இப்படி இருந்தது,

> 'பிரஸ்டி நிறுவனம் ; மேம்பட்ட அழகுக்கு வடிவான மார்பகம் அவசியம். அதைப் பிரஸ்டி நிறுவனத்தின் மூலம் அடையுங்கள். தளர்ந்த மார்பகங்களை மீண்டும் இயல்பு நிலைக்குத் திருத்தி, நேர்த்தியான வடிவில் இளமையின் முழுமையை அனுபவியுங்கள்.'

மற்றொரு தலைப்பும் கண்ணில் பட்டது:

> 'வாழ்வுக்கு அமுதமாகும் நெர்வினஸை ஐ.சி.எஸ். பாராட்டுக்கிறது.'

இது பாலுணர்வூட்டும் மருந்துக்கான விளம்பரம். அதையொட்டியே துறவி ஒருவரின் பரிந்துரை வாசகம் அச்சிடப்பட்டிருந்தது.

> 'ஒரு பிரபல மகாத்மாவின் ஈடு இணையில்லாத, தேர்ந்தெடுக்கப்பட்ட மூலப் பொருட்களால் ஆன அரிய பொக்கிஷம் இது. இதனை ஒருமுறை உட்கொண்டாலே இளம் ரத்தம் நாளங்களில் பீறிட்டு துள்ளல் போடும். 21 நாட்கள் விடாமல் உட்கொண்டால் கண்கள் பளிச்சிடும்; கண்ணங்கள் இளஞ்சிவப்பு நிறத்திற்கு மாறும். உங்கள் இழந்துபோன வாலிபப் பருவத்தை வெறும் 40 நாட்களில் திரும்பக் கொண்டுவர இம்மருந்து உறுதியளிக்கிறது.'

இமயமலையில் தங்கியிருக்கும் சாமியார் ஒருவர், வயதான ஆடவருக்கு ஐந்தாறு வேளைக்கான மாத்திரைகளை, அதன் பயன் தெரிவிக்காமல் கொடுத்து வந்தார். அவற்றை உட்கொண்ட பிறகு, அந்த முதிய ஆடவர் ஒரே மேடையில் மூன்று பெண்களைத் திருமணம் செய்துகொண்டாராம்.

இப்படி, பல செய்திகள் அதில் இடம்பெற்றிருந்தன.

எழுத, படிக்கத் தெரிந்த பல அப்பாவிப் பழங்குடிகளை நான் பார்த்திருக்கிறேன். இதுபோன்று இந்தி நாளிதழ்களில் வரும் விளம்பரங்கள் சிலவற்றைப் பார்த்து, ஏமாந்துபோய் நய வஞ்சகமாக ஏமாற்றுப்பட்டுள்ளனர்.

இந்த 'நாகரிகம்'தான் முழுமையான நாகரிகம் என்று நான் சொல்லவில்லை. ஆனால் நாம் காணும் பெரும்பான்மையினர் இப்படித்தான் இருக்கின்றனர். 'தி கிட்டாவாடா' மோசமான நாளிதழ் என்று சொல்ல முடியாது. நாட்டின் சிறந்த நாளிதழ்களில் அதுவுமொன்று. உண்மையை உள்ளதுபோல் வெளிப் படுத்துகிறது.

நமது ஐரோப்பிய, இந்தியக் கலாச்சாரம் முழுக்க அதன் உயர்ந்த குணங்களைத் தாண்டி, வன்முறையின் வடுக்கள்தான் அதிகம் நிரம்பியுள்ளன. பொய், பாலியல் தொழில், வழிகாட்டுதல் இன்மை, சொத்துப் பங்கீட்டில் ஏற்படும் குளறுபடி, ஏழைத் தொழிலாளர்களை அடக்குமுறைக்கு ஆட்படுத்தி சுரண்டிக் கொழுக்கும் முதலாளிகள் நம் நாகரிகத்தில் நிரம்பி வழிகின்றனர்.

பழங்குடியினரின் வாழ்க்கைமுறை, சமூக நல்லிணக்கத்தை அடிப்படையாகக் கொண்டது. உண்மையும் நேர்மையும் அதன் அசைக்க முடியாத பண்புகள். எவ்வித பாலியல் வக்கிரத்துக்கும், பாலியல் சுரண்டலுக்கும் அங்கு இடமில்லை. மனிதர்களுக்கு மத்தியில் சுமுகமான பேச்சுவார்த்தை இருக்கிறது.

பல தீமைகளும், கொடுமைகளும், பிற்போக்குத் தனங்களும் இவர்கள் வாழ்க்கை நெறியில் உண்டென்றாலும், இதைச் சீர் செய்ய விரும்பும் நாகரிக மனிதன், தான் பிரதிநிதித்துவப்படுத்தும் வாழ்க்கையின் பின்தங்கிய படிநிலைகளை ஒருமுறை நினைத்துப் பார்க்க வேண்டும்.

மானுடவியல் அறிஞரின் நிலையைச் சுருக்கமாகச் சொல்கிறேன். மக்களை மிருகக்காட்சி சாலையில் வைப்பதில் அவருக்கு ஒரு துளியும் ஈடுபாடு இல்லை. அப்படிச் செய்வதால், அவருக்கு ஒரு பயனும் கிடையாது. ஆய்வகத்தில் தனியாக அடைத்து வைப்பதற்கு மனிதர்கள் ஒன்றும் கினியா எலிகள் இல்லை என்ற உண்மையை அறிவர்.

தான் நேசிக்கும் மக்களின் சுதந்திரத்தையும் மகிழ்ச்சியையும் உறுதி செய்ய ஆசைப்படுகின்றனர். இந்தியாவில் இரண்டு வகைப்

பழங்குடி மக்களை அவர்கள் அடையாளம் காண்கின்றனர்: முதல் வகையினர் ஏற்கனவே புற உலகத்தோடு நெருங்கிய தொடர்பு வட்டத்திற்குள் வந்தவர்கள். அவர்களுக்கு கூடிய விரைவில் கல்விப் பயிற்றுவித்து, வாழ்வின் போராட்டத்தை எதிர்கொள்வ தற்கான திறனும் சக்தியும் வழங்குவதுதான் நம்மால் முடிந்த ஆகச் சிறந்த வேலையாக இருக்கும். மண்ட்லா மாவட்டத்தில் உள்ள பூமிஜன் சேவா மண்டல் எனும் நம் நிறுவனம் இதைத்தான் செய்ய முயல்கிறது.

மற்றொரு வகையினர் இந்தியாவின் பரந்த வெளியில் காட்டிலும் மலையிலும், இன்னும் தன் பழைமை மாறாத கலாச்சாரத்தைப் பின்பற்றிக்கொண்டு, பழங்குடி அமைப்பாக வாழ்ந்து வரும் 50 இலட்சத்திற்கும் மேற்பட்ட மக்கள். இவர்கள் நிலை இன்னும் கொடியது. இந்தியாவின் பிற பகுதிகளில் நாகரிக வளர்ச்சி சென்றடையாதபோது, இவர்களுக்கு நாகரிக அருளாற்றலைப் பொழிய வேண்டும் என்று சொல்வதில் பயனில்லை.

ஏனைய இந்தியர்களைப்போல பழங்குடியினரும் கல்வி நிலையில் முன்னேற வேண்டும் என்று தான் ஆசைப்படுவதாக திரு. தாக்கர் சொல்கிறார். ஆனால் தற்போதைய சூழலில் தாக்கர் குறிப்பிடும் பரந்து விரிந்த இந்தியாவின் முன்னேறிய சமூகங்களில், கிராமப்புறத்தில் அழுக்குப் படிந்த வாழ்க்கையை நோயிலும் அறியாமையிலும் சுழன்று நாட்கள் நகர்த்தும் பல பகுதிகள் உள்ளன.

எந்தவகையிலும் தவறு நேராத இம்மக்களுக்கு முதலில் நாகரிக வளர்ச்சியைப் பயிற்றுவித்து ஒட்டுமொத்தமாகத் தரம் உயர்த்திய பின்னர், பழங்குடிகளின் பிரச்சனையைத் தீர்ப்பதற்கு வரலாம். அதுதான் புத்திசாலித்தனமான முடிவாக இருக்கும்.

நலிந்த, தரம் தாழ்ந்த, அறியாமை நிறைந்த பள்ளிக்கூட வாத்தியார்களைப் பழங்குடியினப் பகுதிக்கு அனுப்பி வைப்பது உண்மையிலேயே மிக மோசமானது. வெளிச்சமூட்டுவதற்குப் பதில் இருளூட்டும் மையமாகப் பள்ளிக்கூடங்கள் மாறலாம். தீண்டாமைப் பழக்கத்தைக் கடைப்பிடிக்கும் எந்த ஓர் ஆசிரியரையும் பழங்குடியினப் பகுதிக்குள் அனுமதிக்க மாட்டேன் என்று நீண்ட காலத்திற்கு முன்பே திரு. தாக்கரிடம் ஒரு சவால் விட்டேன். நான் அதை மீண்டும் ஞாபகப்படுத்துகிறேன்.

காங்கிரஸ்காரர்கள் தீண்டாமைப் பழக்கத்தைத் தீவிரமாகவே ஒழிக்க விரும்புகிறார்களா என்பதை அறிய, அவர்கள் ஆட்சிக்கு

வந்த பிறகு கல்விப் பயிற்றுவிக்கவும், பள்ளிக்கூடங்களை ஆய்வு செய்யவும் யாரை நியமிக்கிறார்கள் என்ற சிறிய சோதனையின் மூலம் அறிந்துகொள்ளலாம்.

தனது வீட்டிலும், பணி செய்யும் இடத்திலும் மனச்சாட்சிக்கு உட்பட்டு தீண்டாமைப் பழக்கத்தை அறவே விட்டொழித்தவராக அவர் இருக்க வேண்டும். இல்லையென்றால் மானுடவியல் அறிஞர்களைக் காட்டிலும் சீர்த்திருத்தவாதிகள்தான் பழ மரபுகள் நீடிப்பதில் ஆசைக் கொண்டவர்கள் என்று உறுதி செய்யலாம்.

குழந்தைத் திருமணம், பெண்களைத் தரக் குறைவாக மதித்தல், விதவைகளை மோசமாக நடத்துதல், தீண்டாமையைக் கைக்கொள்ளுதல் போன்ற அருவருப்பான பழக்கங்களில் இருந்து பழங்குடியினரைப் பாதுகாக்கவே மானுடவியல் அறிஞர்கள் விரும்புகின்றனர்.

இது வெறும் தற்காப்பு முயற்சி மட்டும் அல்ல. செய்ய வேண்டிய மகத்தான பணியொன்று இருக்கிறது. உண்மையில் அரசியல், சமூக மாற்றத்திற்கான மானுடவியல் அணுகுமுறை என்று எதுவும் இல்லை. மானுடவியலாளர் தரவுகளின் உண்மைத் தன்மையில் அக்கறை கொண்டவர். ஆய்வுச் சூழலின் முழுமையான, துல்லியமான தரவை உருவாக்குவது அவரின் வேலை. மற்றவர்கள் விரும்பினால் அதைப் பயன்படுத்திக் கொள்ளலாம்.

ஆனால் இங்கு மானுடவியலாளர்கள் என்ன விரும்புகிறார்கள் என்பதைப் பற்றி ஆழமாக இல்லாமல், பொதுவாகப் பேசுவது சாத்தியம். இதன் மூலம் மானுடவியலாளர்களாக இருப்பவர்களும் அந்தக் குறிப்பிட்ட வகையான அனுபவத்தைப் பெற்ற பெரும்பாலான மக்களும் எதை விரும்புகிறார்கள் என்று தெளிவாகப் புரிந்துகொள்ளலாம்.

அந்த வகையில் பெரும்பாலான மானுடவியலாளர்கள் பழங்குடியின மக்களின் பொருளாதார நிலை, நவீன கல்வி வாய்ப்புக்கள் கிடைக்கும் முன்பே, கலாச்சார முறை மாறுதல் அடைவதற்கு முன்பே ஏற்றம் காண விரும்புகிறோம் என்பது உண்மை. இலண்டன் பொருளாதாரப் பள்ளியும், இந்திய அறிவியல் பேராயத்தின் முன் அறிக்கை சமர்ப்பித்த திரு. தாரக் சந்திர தாஸ் அவர்களும் இதே நிலைப்பாட்டில்தான் இருக்கின்றனர். இது பழைய மார்க்சிய அணுகுமுறை.

முதலில் உங்கள் மக்களின் வாழ்க்கைத் தரத்தை உயர்த்தி, ஆரோக்கியம், பொருளாதாரத் தேவை போன்ற விஷயங்களில்

கவனம் செலுத்துங்கள். கலாச்சார மாற்றம், சீர்த்திருத்தம் போன்ற தந்திரமான கைங்கர்யங்களை பின்னர் பார்த்துக் கொள்ளலாம். ஆனால் இந்தச் செயல்முறையைத் தலைகீழாகச் செய்ய முயன்றால், பெரும் சேதம் நிகழும்.

அடிக்கடிப் பள்ளிச் செல்லும் இந்தியப் பழங்குடியின குழந்தைகள், கரங்களைப் பயன்படுத்தக் கூட மறந்து போகிறார்கள். நிலத்தில் இறங்கி வேலை செய்து, பரிதாபகரமான வாழ்க்கையை மேற்கொண்டு வெறுத்து ஒதுங்குவதற்குப் பதிலாக அரசுத் துறையில் வேலை தேடுகின்றனர். பழங்குடி மக்களின் உணவுமுறையை மாற்ற நினைக்கும் சீர்திருத்தவாதிகள், அவர்களின் ஊட்டச்சத்து மிகுந்த உணவுப் பழக்கங்களில் இருந்து வெகுதூரம் பிரித்துச் செல்கின்றனர்.

கோழி, முட்டை, பன்றி போன்ற இறைச்சி உணவுகள் தர மறுப்பதோடு அதற்குப் பதிலாக காய்கறி, தயிர், நெய் போன்ற பதார்த்தங்களும் இவர்களுக்கு வழங்கப்படுவதில்லை. பழங்குடியின மதத்தில் தலையிட முயல்வது எத்தகையதொரு மதத்தையும் அழிக்க விழையும். ஆனால் இந்த மாற்றம் பொருளாதார ஏற்றத்திற்கு முந்தி இருந்தால் மட்டுமே, இவை சாத்தியப்படும். நான் குறிப்பிட்டுள்ள இந்தப் பேரழிவுகள் எல்லாம் கலாச்சார மாற்றத்திற்கு முந்தி ஏற்படும் பொருளாதார மாற்றச் சூழலில் மட்டுமே பொறுத்திப் பார்க்க வல்லன.

மக்களின் வாழ்க்கையே துன்பமாகி அவர்கள் உயிர்வாழும் நாட்கள் குறைபடும்போது, ஆன்மீக இலட்சியவாதம் பற்றி அவர்கள் சிந்திக்க இடம் ஏது? பஸ்தார் மாநிலத்தில் மக்களைத் தொல்லை செய்யாமல் அவர்களுக்கு உதவி செய்வதெப்படி என்று அரசு கைக்கொண்டு வரும் பிரமாதமான திட்டம் ஒன்று இருக்கிறது. வெகுநாட்களாகத் தொல்லை செய்து வந்த 'யாஸ்' எனப்படும் கொடிய பாக்டீரியா நோயிலிருந்து பழங்குடியினர் முற்றிலுமாக தேறி விட்டனர் என்று சொல்லலாம். இது மாநிலச் சுகாதாரத் துறையின் அர்ப்பணிப்பால் உருவானது. இத்தகைய விஷயங்களைத்தான் பழங்குடியினருக்கு நாம் செய்ய வேண்டும் என்று நினைக்கிறான். இதில் பெரிதாக முரண்பாடு தோன்றாது.

ஒருமுறை மகாத்மா காந்தி கிறிஸ்தவ மிஷனரிகள் குழுமியிருந்த கூட்டம் ஒன்றில் பேசுகையில், உங்கள் பசியாறுவதற்காக வழங்கப்படும் தினசரி ரொட்டித் துண்டைப் பரிமாறுவதற்கு முன்னர் சுவிஷேச ரொட்டி வழங்குவதால் ஒரு பயனும் இல்லை என்றார். இந்தியப் பழங்குடிகள் மீது அக்கறைச் செலுத்தும்

அரசியல்வாதிகள், சீர்த்திருத்தவாதிகளிடமும் நான் இதைத்தான் சொல்ல விரும்புகிறேன்.

அவர்கள் உண்பதற்குத் தேவையான ரொட்டித் துண்டுகளை வழங்குவதற்கு முன்பு, வாழ்வை மேம்படுத்தும் மதம், அறம் சார்ந்த ரொட்டிகள் வழங்குவது பெரும் கேலிக் கூத்து. இவ்விஷயத்தில் மானுடவியலாளர்களின் கொள்கை மீண்டும் மகாத்மா காந்தியோடு ஒத்துப்போகிறது.

இது நாம் எதிர்பார்த்த ஒன்று. கிரிக்சனும் காந்தியும் இயல்பு வாதத்தோடு இதை ஒன்றுபோல் அணுகுகின்றனர்: அவர்கள் இருவரும் கிராமப்புற வாழ்க்கையின் எதார்த்தத்தன்மையை நன்கு அறிந்திருந்தனர்.

ஆகவே, நாம் செய்ய வேண்டிய காரியங்கள் நிறைய இருக்கின்றன. நாம் பயிற்றுவிப்பதற்கும், வளர்த்தெடுப்பதற்கும், உதவி செய்வதற்கும் ஒன்றரைக் கோடிக்கும் அதிகமான பாதிக்குப் பாதி நாகரிகம் அடைந்த பழங்குடி மக்கள் வாழ்கின்றனர்.

50 இலட்சத்திற்கும் அதிகமான ஆதிவாசிகளுக்கு மருத்துவ உதவி செய்து, தங்கள் எதிரிகளிடம் இருந்து காப்பாற்ற வேண்டிய பொறுப்பில் உள்ளோம். ஆகவே என் வாசகர்கள், மானுடவிய லாளரின் வேலை ஆதிவாசிகளை மிருகக்காட்சி சாலையில் அடைப்பதைப் போலன்றி அதற்கு நேர்மாறானது என்று புரிந்து கொள்வார்கள்.

பழங்குடி மக்களை காட்டிலும் மலையிலும் சுதந்திரமாக நடமாடுவதை உறுதிசெய்து, பொருளாதாரச் சுரண்டலில் இருந்து காப்பாற்றி, இந்தியாவின் எதிர்காலத்தை நிர்ணயம் செய்ய மேலான மனிதனாக வளர்த்தெடுப்பதே எங்கள் கடமை.

Verrier Elwin, 'Do we really want to keep them in a Zoo?' (1955)
The Book of Indian Essays : Two Hundred Years of English Prose,
Arvind Krishna Mehrotra (Ed.), Black Kite.

பெண் கல்வி

ஓ

டானியல் டீஃபோ

நாகரிகம் அடைந்த கிறிஸ்தவ நாடாக நம்மைக் கருதிக்கொண்டு, பெண்களுக்குக் கல்வி உரிமை மறுப்பது, காட்டுமிராண்டித்தனமான பழக்கமென்று நான் அடிக்கடி நினைத்திருக்கிறேன். பெண்கள் பற்றி முட்டாள்தனமான அசாத்திய வாதங்களைத் தினந்தினம் பரப்பி வருகிறோம்.

ஆண்களைப்போல் சம அளவில் அவர்களுக்குக் கல்வி உரிமை வாய்த்திருந்தால், நம்மைப்போல் இத்தனைப் பாவங்கள் செய்திருக்க மாட்டார்கள் என்று என்னால் உறுதியாகச் சொல்ல முடியும்.

மாறும் இயல்புடைய பெண்களிடம் இவையெல்லாம் எப்படிச் சாத்தியப்படும் என்று ஒருவர் ஆச்சரியப்படலாம். ஏனென்றால், அவர்கள் எல்லாவித அறிவு நுகர்ச்சிக்கும் இயற்கையைச் சார்ந்து வாழ்க்கை நகர்த்துபவர்கள். தையல் கோர்ப்பதற்கும், அற்ப விளையாட்டு மணிகள் செய்வதற்குமே அவர்களின் இளமைக் காலம் முழுக்கக் கழிந்துவிடுகிறது. உண்மையிலேயே அவர்களுக்குப் படிக்கக் கற்றுத்தருகிறோம். ஆனால், அது அவர்கள் பெயரை எழுதிப் பார்க்க மட்டுந்தான் உதவிசெய்கிறது. வெளிப்படையாகப் பார்த்தால் பெண் கல்வியின் நிலைமை இதுதான்.

பெண்ணினம் பற்றிக் குறைத்து மதிப்பிடுபவர்களிடம் நான் ஒன்று கேட்க வேண்டும். சொல்லிக் கொடுக்க முடியாத எவ்வித விஷேச அம்சங்களை ஆண்கள் பெற்றிருப்பதாக நீங்கள் உணர்கிறீர்கள்? அவர்களின் கண்ணியத்தையோ, பழக்க வழக்கங்களையோ,

குடும்ப நலனையோ சார்ந்து சிந்திக்காமல் கல்வித் தேவைக்காக அவர்கள் எவ்வித சித்திரத்தை உருவாக்குகிறார்கள் என்று ஆராயுங்கள்.

பட்டைத் தீட்டப்படாத வைரம்போல் மனித ஆன்மா உடலுக்குள் ஒளிந்திருக்கிறது. அதைத் திறமாகத் தீட்டிப் பளபளக்கச் செய்ய வேண்டும். இல்லையென்றால் காலத்திற்கும் மங்கி விடும். மிருகங்களிடம் இருந்து மனிதர்களைக் வேறுபடுத்திக் காட்டுவது 'பகுத்தறிவு'தான் என்பதை இது வெளிப்படுத்துகிறது. இதைக் கல்வி மட்டுமே தீர்மானிக்கும். கல்விதான் நமக்கும், மிருகங் களுக்கும் உள்ள வேறுபாட்டை வரையறுக்கிறது. இது அப்பட்டமான உண்மை.

அப்படியிருந்தும் பெண்களுக்கு ஏன் கல்வி பெறும் உரிமை மறுக்கப்படுகிறது? அறிவும் புரிதலும் பெண்ணினத்திற்குத் தேவையற்ற வஸ்து என்றால், எல்லாம் வல்ல இறைவன் ஏன் அதற்கான வல்லமையை அவர்களுக்குத் தேவையின்றி படைத்திருக்கப் போகிறார்? காரண காரியமின்றி அவர் ஒன்றும் செய்யமாட்டார்.

பெண்களுக்கு அறியாமை ஓர் அத்தியாவசியமான அணிகலன் என்று நினைக்கிறார்களா? அறியாமையில் அவர்களால் என்ன பார்க்கமுடியும் என்று இவர்களிடம் கேட்க வேண்டும். முட்டாளைக் காட்டிலும் புத்திசாலிப் பெண் எந்த வகையில் மோசமானவள் என்று வினவ வேண்டும்.

கல்வி பெறும் உரிமையை இழக்கும் அளவுக்குப் பெண் என்ன செய்துவிட்டாள்? தற்பெருமையாலும் முரட்டுத்தனத்தாலும் அவள் ஆண்களைத் துன்புறுத்தினாளா? அவள் புத்திசாலித்தனத்தைப் பொருட்படுத்தாமல், நாம் ஏன் அவள் கல்வி பெறுவதைத் தடைசெய்கிறோம்? இந்த மனிதமற்ற பழக்க வழக்கத்தின் தவறான செய்கையால் பெண்கள் ஏமாளிகள் ஆக்கப்படும்போது, நாம் எப்படிப் பெண்கள் முட்டாள் என்று குறைசொல்ல முடியும்?

ஆண்களைக் காட்டிலும் பெண்களின் திறனும் உணர்வுகளும் மேம்பட்டதாக இருக்க வேண்டும். மேலும், அவர்கள் திறன்களை வளர்த்தெடுப்பது பற்றிச் சில நுணுக்கமான நிகழ்வுகளில் இருந்து நாம் தெளிவாகத் தெரிந்துகொள்ள முடிகிறது. இது அநீதி என்று நம்மை வசைபாடுகிறார்கள். ஆண்களோடு பெண்கள் போட்டிப் போட்டுக்கொண்டு வந்துவிடுவார்கள் என்ற பயத்தினால்தான் நாம் பெண்களுக்குக் கல்வி மறுக்கிறோம் என்பதுபோல் தெரிகிறது.

பெண்களின் தரத்திற்கும் புத்திசாலித்தனத்திற்கும் ஏற்ப எல்லாவற்றையும் கற்றுக்கொடுக்க வேண்டும். குறிப்பாக இசையிலும் நடனத்திலும் பயிற்சியளிக்க வேண்டும். தன் அன்பிற்குரியவர் என்று காரணம்காட்டி பாலின அடிப்படையில் பெண்கள் கலை பயில தடைவிதிப்பது எந்த வகையிலும் நியாயமாகாது.

இதைத்தாண்டி பெண்களுக்குப் பல மொழிகள் கற்றுத் தர வேண்டும். குறிப்பாக, பிரெஞ்சு, இத்தாலிய மொழிகளில் கவனம் செலுத்தலாம். நானே இந்தப் பரிட்சையில் இறங்கி பல மொழிகளைக் கற்றுத் தரும் சாகசத்தில் ஈடுபட முயற்சிக்கிறேன். உரையின் ஒவ்வொரு அங்கத்தையும் கற்றுக் கொடுத்து, கலந்துரையாடலின் சின்னச் சின்னக் குறிப்புகளையும் அவர்கள் தெரிந்துகொள்ளும்படி மெனக்கெட்டுச் சொல்லித்தர வேண்டும்.

நமது பொதுக்கல்வி இந்த விஷயத்தில் எத்தனைத் தூரம் பின்தங்கியிருக்கிறது என்று சொல்லித் தெரிய வேண்டியதில்லை. அவர்கள் புத்தகங்கள் படிக்க ஏற்பாடு செய்யவேண்டும். குறிப்பாக வரலாற்றுப் புத்தகங்கள் மீது அவர்களுக்கு வசீகரம் உண்டாக வேண்டும். அப்போதுதான் உலகின் இயல்பைக் புரிந்துகொண்டு, அன்றாட நிகழ்வுகள் மீது அவர்களுக்கு அபிப்பிராயம் தோன்றும்.

யாருடைய மேதமை அவர்களை வழிநடத்துமோ, அவர்களுக்கு நான் எவ்விதமான பயிற்றுவிப்பையும் மறுக்க மாட்டேன். ஆனால், இதில் குறிப்பிடத்தகுந்த செய்கை என்னவென்றால், பெண்ணினம் பற்றிய புரிதலை ஏற்படுத்த வேண்டும்; எல்லாவித உரையாடலுக்கும் அவர்கள் தகுந்தவர்கள் என்று அறிவூட்ட வேண்டும்; பெண்களின் பங்கும் அவதானிப்புகளும் முன்னேறி வருவதோடு, அவர்களிடம் மேற்கொள்ளும் உரையாடல் இன்பகரமாக இருப்பதோடு இலாபகரமாகவும் இருக்கிறது.

நான் அவதானித்தவரை பெண்களிடையே பெரிய வித்தியாசம் இல்லை. கல்வி அடிப்படையில் அவர்களிடம் வேறுபாடுகளை இனங்காண முடியாது. குறிப்பிட்ட எல்லைவரை, அவர்களின் குணம் செல்வாக்குச் செலுத்துகிறது. வளர்ப்பு முறையில்தான் அவர்கள் பெருமளவில் வேறுபடுகின்றனர்.

பெண்கள் எல்லோரும் சுறுசுறுப்பாக, புத்திக் கூர்மையோடு இருக்கின்றனர். அவர்கள் மிக அரிதாகவே முரட்டுத்தனமாக அசட்டையோடு நடந்துகொள்கின்றனர் என்று சொல்ல நான் அனுமதிக்கப்பட்டிருப்பதாய் நம்புகிறேன். ஆனால், ஆண் குழந்தைகளிடம் இயல்பிலேயே இத்தகைய குணம் உள்ளது. ஒரு

பெண்ணை நன்றாக வளர்த்தெடுத்து அவளின் மேதாவித்தனத்தைக் கவனமாகப் பராமரித்தால், அவள் தன் அறிவாளித்தனத்தைத் தாராளமாக வெளிப்படுத்துவாள்.

பாரபட்சமற்ற கடவுளின் கிருபையில் அறிவும் ஒழுக்கமும் நிறைந்த பெண்களே மிகச் சிறந்த படைப்பாக இருக்கின்றனர். அவர்தன் மகிமையால், ஆண்கள் இனத்திற்கு அன்பிற்குரிய பெண்களைச் சிருஷ்டித்திருக்கிறார். கடவுள் வழங்கியதிலும், மனிதன் பெற்றுக்கொண்டதிலும் இதைவிட உயரிய பரிசு வேறெதுவும் இருக்க முடியாது. பெண்களின் இதயத்தில் இயற்கையாகப் பொலிவூட்டும் கல்வியின் நன்மைகளை அவள் அடையவிடாமல் தடுத்து நிறுத்துவது, உலகின் மிக முட்டாள்தனமான நன்றிகெட்ட செயல்.

நன்கு வளர்த்தெடுக்கப்பட்டு, பாடம் சொல்லித்தந்து, அறிவும் ஒழுக்கமும் நிரம்பிய பெண்ணொருத்திக்கு ஈடாக எதுவுமே இல்லை. அவள் வாழும் சமூகம் உன்னதச் சின்னங்களின் அடையாளமாக இருக்கும். அவள் ஒரு தேவதையாகவும், அவளுடன் மேற்கொள்ளும் உரையாடல் சொர்க்கப்பூர்வமாகவும் இருக்கும்.

மென்மை, இனிமை, அமைதி, அன்பு, அறிவு, உற்சாகம் ஆகியவை ததும்பியவளாக அவள் இருப்பாள். உன்னத ஆசைகளுக்கு எல்லா விதத்திலும் அவள் பொருத்தமானவள். இத்தகைய பெண்ணைக் கைக்கொண்டிருக்கும் ஆடவனுக்கு அவளோடு மகிழ்ச்சியில் திளைத்து, நன்றியோடு இருப்பதைத் தவிர வேறு வழியில்லை.

மறுபுறம் அவள் அதே பெண்ணாக இருந்து, கல்வி உரிமை மறுக்கப்பட்டிருந்தால் அவள் எப்படி நடந்துகொள்வாள் என்று பின்வருமாறு பார்ப்போம்:

1. ஒரு பெண் நற்குணங்கள் உடையவளாக இருந்தால், அவளின் அறியாமை அவளை மென்மையாகவும் எளிமையாகவும் மாற்றுகிறது.

2. அவளொரு புத்திசாலிப் பெண்ணாக இருந்து, பயிற்றுவிப்பில் தேர்ச்சி பெறாமல் இருந்தால், மரியாதை தராத வாயாடிப் பெண்ணாக அவளை அது மாற்றுகிறது.

3. முன்கணிப்பும் அனுபவமும் இல்லாத அறிவுடைய பெண்ணை, புனைவுகள் நிறைந்த விசித்திரமானவளாக ஆக்குகிறது.

4. அவளின் குணநலன்கள் மோசமாக இருந்து, வளர்ப்புமுறையும் படு மட்டமாக இருந்தால் பெருமிதத்தோடு, இழிவானச் செயல்கள் செய்பவளாகிறாள்.

5. அவள் உணர்ச்சிக்கு ஆட்பட்டு, ஒழுக்கங் கெட்டவளாக இருந்தால் அடங்காப்பிடாரியாக வாய்ச்சண்டைப் போட்டுக் கொண்டு இருப்பாள். இந்தக் குணம் பைத்தியக்காரர்களோடு நிரம்ப ஒத்துப்போகிறது.

6. விவேகம் இன்றி பெருமிதத்தோடு செயல்படும் ஒருத்தியைக் கர்வத்தோடு கேலிக்குரியவளாய் மாற்றுகிறது.

7. இவற்றில் இருந்து கொந்தளிந்து, ஆரவாரமாகச் சத்தமிட்டு, மோசமான பேயாக அவள் மாறுகிறாள்.

உலகில் ஆண்களுக்கும் பெண்களுக்கும் இடையே தென்படும் மிகப் பெரிய வித்தியாசம் அவர்களின் கல்வியில் இருக்கிறது. இதை வெவ்வேறு பகுதியில் உள்ள ஆண்கள், பெண்களுக்கு இடையிலான ஒப்பிடல் மூலம் உறுதிப்படுத்தலாம்.

உலகிலுள்ள அனைவரும் பெண்கள் பற்றிய நடைமுறையில் தவறான கொள்கை கொண்டிருக்கின்றனர் என்ற துணிவான உறுதிமொழியை நான் இங்கு வைக்கிறேன்.

எல்லாம் வல்ல இறைவன் இத்தனை நுணுக்கமாக, இவ்வளவு மகிமையோடு, மனித குலத்திற்குத் தேவையான மகிழ்ச்சியும் அழகும் பொருந்தி, எல்லோரும் ஏற்றுக் கொள்ளும் வண்ணம் ஆண்களுக்கு நிகரான வல்லமையோடு பெண்களைப் படைத் திருக்கிறார். இவர்கள் வெறும் வீட்டு வேலைச் செய்யும் பணிப் பெண்களோ, சமையல் வேலை செய்யும் அடிமைச் சேவகர்களோ கிடையாது.

பெண்ணினத்தைச் சிறிதளவும் உயர்த்துவதற்காக நான் இதைப் பேசவில்லை. ஆண்களுக்குத் துணையாகப் பெண்கள் இருக்க வேண்டும். அதற்காகவேனும் அவர்களுக்கு அப்பணிக்குத் தகுந்த கல்வி கற்பிக்க நான் விரும்புகிறேன்.

புத்திசாலித்தனமும் நன்னடத்தையும் கொண்ட ஒரு பெண், தனிச்சிறப்பு உடைய ஆணின் இடத்தை ஆக்கிரமிப்பதற்குத் தன்னால் முடிந்த அளவு அவதூறு பரப்புவாள். அறிவார்ந்த ஆண் பெண்ணின் பலவீனத்தை அடக்குவதற்கு எத்தனைத் தூரம் ஏளனம் செய்வானோ, அதில் கொஞ்சமும் குறைவில்லாத முயற்சி இதில் தென்படும்.

ஆனால் பெண்ணின் அறிவுக் கண்களை வளமான கல்வி மூலம் விசாலப்படுத்திவிட்டால், அந்த வெற்று வார்த்தைகள் காணாமல் போய்விடும். பெண்ணினம் பலகீனமானது என்று நீங்கள் முடிவாகச் சொன்னால், அது அபத்தமானது. அறியாமையும் மூடத்தனமும் பெண்களைக் காட்டிலும் ஆண்களிடம் அதிகம் தென்படுவதை இது உணர்த்துகிறது.

ஒரு பெண்மணி சொன்ன தொடர் இன்னும் எனக்கு நன்றாக நினைவிருக்கிறது. அசாதாரண உடற்கட்டும் முகவெட்டும் உடைய அப்பெண் நல்ல புத்திக்கூர்மையோடு அதிர்ஷ்டம் பூண்டிருந்தாள். ஆனால், அதே காரணத்தால் தொலைந்து விடுவோமோ என்ற பயத்தில் எந்நேரமும் வீட்டிலேயே அடைப்பட்டுக் கொண்டு, அன்றாடம் பெண்கள் பேசும் உரையாடல்களில்கூட கலந்துகொள்ள சுதந்திரமின்றி வாழ்ந்து வந்தாள்.

அவள் உலகின்முன் உரையாடல் நிகழ்த்த வந்தபோது, தன் இயல்பான புத்திசாலித்தனத்தினால் கல்வியின் தேவையை, தன் சொந்த வாழ்வின் மூலம் உணர்த்தினாள், 'என்னிடம் வேலை செய்யும் பணியாளர்களிடம் பேசுவதற்குக் கூட நான் வெட்கப்பட்டேன். அவர்கள் எப்போது என்ன செய்கிறார்கள், எது சரி - எது தவறு என்ற வித்தியாசம் எனக்குத் தெரியாது. திருமணம் செய்வதைவிட பள்ளிக்குச் செல்ல வேண்டிய அவசியம் எனக்கிருந்தது'

பாலின ரீதியாகக் கல்வியில் ஏற்பட்ட குறைபாட்டை நான் பெரிதாக்க விரும்பவில்லை. மாறாக அதன் நடைமுறைப் பழக்கத்தையும் மெச்சவில்லை. நிவர்த்தி செய்வதைக் காட்டிலும் கல்வி உரிமை வழங்குவது எளிதான காரியம்.

இந்த அத்தியாயம் பெண் கல்வி பற்றிய ஒரு கட்டுரை மட்டுமே. இதைச் சரிசெய்யும் அளவுக்குப் புத்தசாலித்தனமான ஆண்கள் வாய்க்கும் எதிர்வரும் மகிழ்ச்சியான நாட்களின் (அவை எப்போதாவது இருந்தால்) முயற்சியை நான் இதில் குறிப்பிடுகிறேன்.

Daniel Defoe, 'Academy for Women' (1719)
An Essay upon Projects, Cassell's National Library.

ஒரு யானையைச் சுடுதல்

ஃ

ஜார்ஜ் ஆர்வெல்

கீழைப் பர்மாவின் மௌல்மெய்ன் பகுதியில் வசிக்கும் பெருவாரியான மக்கள் என்னை முழுவதுமாக வெறுத்தார்கள். இந்த வெறுப்புணர்வுக்கு முக்கியக் காரணியாக நான் ஒரேயொரு முறை இருந்திருக்கிறேன். ஐரோப்பிய எதிர்ப்புணர்வு கொழுந்து விடும் நகரமொன்றில், நான் துணை வட்டார காவல் அதிகாரியாகப் பணிசெய்து கொண்டிருந்த காலமது.

ஐரோப்பியருக்கு எதிராகக் கலகம் செய்யும் அளவுக்கு யாருக்கும் அங்கு தைரியமில்லை. ஆனால் தன்னந்தனியாகப் பஜார் வீதிக்குச் செல்லும் ஐரோப்பியப் பெண்ணின் உடையில் வெற்றிலை எச்சிலைத் துப்பும் அளவுக்கு அவர்கள் துணிவார்கள்.

ஒரு காவல் அதிகாரியாக, அவர்களின் தெளிவான தாக்குதல் பார்வைக்கு நான் ஆட்பட்டேன். தற்காத்துக் கொள்ளும் பொறுட்டுச் சில சமயங்களில் வேண்டுமென்றே கோபத்தை வெளிப்படுத்தினேன்.

கால்பந்து மைதானத்தில் வேகமாக ஓடிவந்து என்னையொரு பர்மிய நாட்டுக்காரன் தள்ளிவிட்டபோது, நடுவர் வேறெங்கோ பார்த்தார். அவரும் ஒரு பர்மியர்தான். இதைப் பார்த்த ரசிகர் கூட்டம் பயங்கரமாக வெடித்துச் சிரித்தது. இந்தச் சம்பவம் பலமுறை தொடர்ந்தது. என்னை ஏளனமாகப் பார்த்த மஞ்சள் முகங்கள், நான் பாதுகாப்பான இடத்துக்குப் பல மடங்கு தூரம் சென்றபிறகும் தொடர்ச்சியாகப் பின்தொடர்வதுபோல உணர்ந்தேன்.

இளம் புத்த பிக்குகளின் நிலை இதில் இன்னும் மோசம். சில ஆயிரக் கணக்கான இளம் பிக்குகள் வேறெந்த வேலையும் இல்லாமல், வீதி ஓரமாக நின்று ஐரோப்பியர்களைப் பார்த்து முறைத்துக் கொண்டே இருப்பார்கள்.

இவையெல்லாம் குழப்பமூட்டியதோடு வருத்தத்தையும் மிகுவித்தன. ஏகாதிபத்தியம் ஒரு மோசமான சமாச்சாரம் என்று இந்த இடைப்பட்ட காலத்தில் நான் தெரிந்துகொண்டேன். இந்த வேலையைக் கூடிய விரைவில் உதறிவிட்டு வேறொரு நல்ல பணியில் அமரவேண்டும் என்று சித்தம் கூடியது.

உண்மையைச் சொல்லவேண்டும் என்றால், நான் ரகசியமாகப் பர்மிய மக்களுக்கு ஆதரவாகவும் ஐரோப்பியர்களுக்கு எதிராகவும் வேலை செய்தேன். இத்தகைய வேலையின் கசப்புணர்வை என்னால் எளிதில் புரியவைக்க முடியாது. பேரரசின் மோசமான கைங்கரியங்களை இதுபோன்ற வேலையில் நீங்கள் கண்கூடாகப் பார்க்கலாம்.

நாற்றம் வீசும் லாக்-அப் அறைகளில் பதுங்கி கிடக்கும் அவலட்சணமான கைதிகளும், நீண்டகாலம் தண்டனை அனுபவிக்கும் கைதிகளின் நரைத்த முடியும், முதிர்ந்த முகமும், மூங்கில் பிரம்பால் புட்டத்தில் அடிவாங்கிச் சகித்திருக்கும் மனிதர்களின் வலியும் என்னை மென்மேலும் குற்ற உணர்வுக்கு ஆட்படுத்தின. ஆனால் எதையும் என்னால் தெளிந்த கண்ணோட்டத்தில் பார்க்கமுடியவில்லை.

நான் கல்வியறிவு அற்ற ஓர் இளைஞன். கிழக்கின் ஆங்கிலேயர்கள் மீது திணிக்கப்படும் முழு மௌனத்திலிருந்துதான் நான் என் குழப்பத்திற்கான விடையைக் கண்டுபிடிக்க வேண்டும். பிரிட்டிஷ் சாம்ராஜ்யம் அழிந்து கொண்டிருப்பதுகூட எனக்குத் தெரியாது. பென்னம் பெரிய சாம்ராஜ்யத்தைப் பெயர்த்தெடுக்கும் சின்னஞ்சிறு சாம்ராஜ்யங்களைவிட பிரிட்டிஷ் அரசே மேலானது என்ற அளவில்தான் நான் அறிவு பெற்றிருந்தேன்.

நான் பணியாற்றிவரும் பிரிட்டிஷ் சாம்ராஜ்யத்தின் மீதான என் வெறுப்புணர்வுக்கும், என் பணிகளைச் சாத்தியமற்றதாக மாற்றும் தீய சக்திகள் நிரம்பிய மிருகக் கூட்டத்தின் மீதான கோபத்துக்கும் மத்தியில் நான் சிக்குண்டு கிடப்பதை மட்டுமே அறிந்தேன்.

காலகாலத்துக்கும் அடிபணிந்து வாழும் மக்கள் கூட்டத்தின் விருப்பத்தினால், பிரிட்டிஷ் சாம்ராஜ்யம் ஓர் அசைக்கமுடியாத கொடுங்கோன்மைப் பந்து என ஒரு பக்கம் தோன்றுகிறது.

மறுபுறம், ஒரு பௌத்தப் பிக்குவின் இதயத்தில் கூர்மையான கத்தியை உட்செலுத்துவதே மட்டற்ற மகிழ்ச்சி என்று தோன்றுகிறது. இத்தகைய தலைகால் புரியாத எண்ண வோட்டங்கள் எல்லாம் ஏகாதிபத்தியத்தின் துணை வஸ்து என்று வேலையிலிருந்து வரும் எந்தவொரு ஆங்கிலோ - இந்திய அதிகாரியிடம் கேட்டாலும் உங்களுக்குச் சொல்வார்.

ஒருநாள் சுற்றுச்சந்தி சாலையில் நிகழ்ந்த சம்பவம் ஒன்றினால் எனக்குப் பல விஷயங்கள் தெளிவாகின. அது ஒரு சாதாரணச் சிறிய விபத்துதான் என்றாலும் ஏகாதிபத்தியத்தின் உண்மைத் தன்மையை அறிந்து கொள்வதற்கும், சர்வாதிகார அரசாங்கங்கள் செயல்படும் நோக்கத்தைத் தெரிந்துகொள்வதற்கும் எனக்குச் சிறந்த வாய்ப்பாக இருந்தது.

ஒருநாள் அதிகாலையில் நகரின் மறுமுனையில் இருந்து காவல் துணை ஆய்வாளர் ஒருவர், ஊருக்குள் புகுந்த யானை ஒன்று பஜாரில் நாசம் செய்து கொண்டிருப்பதாகத் தொலைபேசியில் அழைத்துச் சொன்னார். என்னால் நேரில் வந்து ஏதும் செய்ய முடியுமா என்று கேட்டார். எனக்கு எதுவும் தோன்றவில்லை. ஆனால் என்ன நடக்கிறது என்பதைப் பார்க்க விரும்பினேன். குதிரையில் ஏறி பஜாரை நோக்கி விரைந்தேன்.

பழைய 44 வின்செஸ்டர் துப்பாக்கி ஒன்றைக் கையில் எடுத்துக் கொண்டேன். யானையைக் கொல்லும் அளவுக்கு இது பெரிய துப்பாக்கி இல்லைதான். இருந்தாலும், இதன் பயங்கரச் சத்தம் யானையைப் பயமுறுத்த உதவும் என்று நினைத்தேன். வழியில் பல பர்மியர்கள் என்னை இடைமறித்து யானையின் அட்டகாசத்தைப் பட்டியலிட்டுச் சொன்னார்கள்.

நிச்சயமாக இது காட்டு யானை அல்ல. பாங்காகப் பழக்கப்பட்ட ஒன்று. மதம் பிடித்திருக்க வேண்டும். எப்போது வேண்டுமானாலும் ‘மதம்’ பிடிக்கலாம் எனும் நிலையில் உள்ள இது போன்ற யானைகளைச் சங்கிலியில் பிணைத்திருப்பார்கள். ஆனால் முந்தைய இரவு இது தன் சங்கிலியை உடைத்துக் கொண்டு தப்பியுள்ளது.

இந்த நிலையில் இதைக் கட்டுப்படுத்தக் கூடிய ஒரே நபர் யானைப் பாகர் மட்டுந்தான். அவரும் யானையைப் பின்தொடர முயன்று வழிதவறிச் சென்றிருக்கக் கூடும். பன்னிரெண்டு மணிநேரப் பயணத்துக்குப் பிறகு, அதிகாலைச் சமயத்தில் மீண்டும் நகரத்தை அடைந்திருந்துகிறது யானை.

பர்மியர்களிடம் ஆயுதம் கிடையாது. பாவம்போல் நிராதரவாக நின்றுகொண்டிருந்தார்கள். ஏற்கெனவே ஒருவரின் மூங்கில் குடிசையைச் சின்னாபின்னமாகியுள்ளது. பசுவைக் கொன்று, பழக்கடைகளைச் சூறையாடியுள்ளது. அத்தோடு நில்லாமல் நகராட்சிக் குப்பை வண்டியைத் தலைகுப்புற கவிழ்த்தியுள்ளது. நல்லவேளையாக ஓட்டுநர் வெளியே குதித்துவிட்டார்.

யானை வந்துசென்ற பகுதியில் இந்தியக் காவலர்களும் பர்மிய துணை ஆய்வாளரும் எனக்காகக் காத்திருந்தனர். அந்தப் பகுதி மிகுந்த சேதாரத்துக்கு உள்ளாகி இருந்தது. செங்குத்தான மலைப் பாதையில் வளைந்து நெளிந்த தளத்தில் மூங்கில் கொட்டகை களைப் பனையோலை கொண்டு வேய்ந்திருந்தனர். மழை வருவதற்கு முந்தி மேகமூட்டம் கொண்ட, அந்த அடர்த்தியான காலைப் பொழுது இன்னும் எனக்கு நன்றாக நினைவிருக்கிறது.

யானை எங்கிருந்து வந்தது, எங்கே சென்றது என்ற வழக்கமான கேள்விகளை அக்கம் பக்கம் விசாரித்தோம். அவர்களும் வழக்கம்போல் தெளிவற்ற தகவல்களைச் சொன்னார்கள். கிழக்கின் மாறாத குணம் இது. தூரத்தில் இருந்து கேட்கும்போது கதை தெளிவாக இருக்கும். பக்கம் நெருங்க நெருங்க, கதையில் பல ஓட்டைகளும் தெளிவின்மைகளும் பிறக்கும்.

சிலர் யானை அந்தப் பக்கம் போனதாய் சொன்னார்கள். சிலர் இந்தப் பக்கம் என்றார்கள். இன்னும் சிலர் யானை பற்றிய அரவமே கேட்கவில்லை என்றார்கள். சிறிது தொலைவில் வரும்போதே, இவர்களின் கூச்சலைக் கொண்டு இவையெல்லாம் பொய்க்கதை மூட்டை என்று நான் தீர்மானித்து விட்டேன்.

ஓர் உரத்த அவமானகரமான குரலில், 'இங்கிருந்து செல்லுங்கள். உடனே ஓடுங்கள் குழந்தைகளே!' என்றொரு வயதான பெண் குடிசையின் மூலையைச் சுற்றிவந்து, நிர்வாணமாக நின்று கொண்டிருந்த குழந்தைக் கூட்டத்தைக் காட்டமாகக் கத்தி விரட்டினாள். சில பெண்கள் அவளைப் பின்தொடர்ந்து சென்று ஆச்சரியமாக உச்சுக்கொட்டினார்கள். நிச்சயமாக அது குழந்தைகள் பார்க்கக்கூடாத ஏதோவொன்றாக இருக்க வேண்டும். நான் அந்தக் குடிசையைச் சுற்றிவந்து பார்த்தேன். ஒரு மனிதனின் சடலம் சேற்றில் தோய்ந்து கிடந்தது.

அவன் ஒரு இந்தியன். கறுப்பு நிற, திராவிடக் கூலியாள். கிட்டத்தட்ட ஆடையின்றி நிர்வாணமாகக் கிடந்தான். அவன் இறந்து ரொம்ப நேரம் ஆகியிருக்காது. திடுதிப்பென்று வந்த

யானை, மூலையில் உள்ள இவன் குடிசையில் புகுந்து துதிக்கையால் சுற்றி வளைத்து, அவன் முதுகில் கால்பதித்து நிலத்தோடு மதித்ததாக ஊர் மக்கள் சொன்னார்கள்.

அது மழைக்காலம் என்பதால், தரை மிருதுவாக இருந்தது. இரண்டு கெஜம் நீளத்துக்கு அவன் முகம் யானையின் காலடித் தடத்துக்கு ஏற்ப ஆழமாக உட்சென்றிருந்தது. இரண்டு கைகளையும் சிலுவையில் அறைந்தார்போல் விரித்து, கழுத்தை ஒருபக்கமாகச் சாய்த்து, தன் வயிற்றின் மேல் படுத்திருந்தான்.

அவன் முகத்தில் சேறு பூசப்பட்டு, கண்கள் அகலத் திறந்திருந்தன. பற்களின் வெறுமை, தாங்க முடியாத வேதனையை வெளிக்காட்டும்படிச் சிரித்தன. (மரணம் சாந்தமானது என்று என்னிடம் இனி ஒருபோதும் சொல்லாதீர்கள். நான் பார்த்த பாதிக்கு மேலான பிணங்கள் மூர்க்கமானவை) முயலைத் தோலுரிப்பது போல் யானையின் காலடிப் பட்டதும் அவன் முதுகுச் சதை அறுபட்டு இருந்தது.

சடலத்தைப் பார்த்த மறுகணமே யானையைச் சுட்டு வீழ்த்துதற்காகத் துப்பாக்கியை இரவல் பெற்று வரும்படி அருகிலிருந்த ஒரு நண்பரின் வீட்டுக்கு ஆர்டர்லியை அனுப்பி வைத்தேன். யானையின் வாசம் பிடித்து, என்னைத் தூக்கி எறிந்து விடக் கூடாது என்று முன்னரே யோசித்துக் குதிரை வண்டியைத் திருப்பி அனுப்பிவிட்டேன்.

சில நிமிடங்களில் 5 தோட்டாக்களையும், ஒரு துப்பாக்கியையும் ஏந்திக்கொண்டு ஆர்டர்லி வந்துவிட்டான். அதே சமயம் சில நூறு அடியில், மலைக்குக் கீழுள்ள நெல் வயல் ஒன்றில் யானை பதுங்கியிருப்பதாகச் சில பர்மியர்கள் வந்து சொன்னார்கள். அவர்கள் சொன்ன திசையில் துப்பாக்கி ஏந்திக்கொண்டு நான் முன்னேறியதைத் தொடர்ந்து, அப்பகுதியில் உள்ள மக்கள் எல்லோரும் வீட்டைவிட்டு வெளியேறி என்னைப் பின் தொடர்ந்தார்கள்.

துப்பாக்கியைப் பார்த்து, நானந்த யானையைச் சுட்டு வீழ்த்தப் போகிறேன் என்று ஆரவாரமாக ஒலியெழுப்பினார்கள். அவர்களின் வீட்டை யானை நாசம் செய்தபோது இல்லாத அக்கறை, தற்போது குண்டடிப்பட்டுச் சாகப் போகையில் பீரிடுகிறது. ஆங்கிலேயரைப் போல் இவர்களுக்கும் இது ஒரு வேடிக்கை. இதைத் தாண்டி யானையின் இறைச்சிக்காகவும் அதைப் பின்தொடர்ந்தார்கள். எனக்கு இது மேலும் குழப்பமூட்டியது.

யானையைக் கொல்லும் எண்ணம் எனக்குத் துளியும் இல்லை. ஒருவேளை ஆபத்து நேர்ந்தால் என்னைத் தற்காத்துக் கொள்ளவே துப்பாக்கி கொண்டுவரச் சொல்லி ஆளை அனுப்பினேன். இத்தகைய வேளையில் என்னைப் பின்தொடரும் கூட்டம் மிகுந்த கவலையளிக்கிறது. என்னை ஒரு முட்டாளாக உணர்ந்து, தோளின் மீது துப்பாக்கி சுமந்து, என் காலடி அசைவுக்கு ஏற்ப நகரும் மக்கட்திரளை வழிநடத்தி மலையின் கீழ் அணிவகுத்துச் சென்றேன்.

குடிசைகளை விட்டு கீழே இறங்கி வந்ததும், ஒரு கான்கிரீட் சாலை இருந்தது. அதைத் தாண்டி ஆயிரம் கெஜம் அளவுக்குப் பரந்து விரிந்த ஒரு நெல் வயல். இன்னும் அறுவடை செய்யாத அவ்வயலில் மழைநீர் நிறைந்து, சேறும் சகதியுமாக இருந்தது. சாலையிலிருந்து எட்டடி தூரத்தில், எங்களின் வலதுபுறமாக யானை நின்றுகொண்டிருந்தது. மக்கள் திரளை அது ஏறெடுத்தும் பார்க்கவில்லை. புற்களைக் கத்தையாகப் பிடுங்கி, அவற்றை முட்டியில் அடித்துச் சுத்தப்படுத்தி வாய்க்குள் திணிப்பதில் மும்முரமாக இருந்தது.

நான் சாலையில் அதே இடத்தில் நின்றுவிட்டேன். யானையைப் பார்த்த மறுகணமே, அதைச் சுட்டுவிடக் கூடாது என்ற தெளிவில் என்னை உறுதிப்படுத்திக் கொண்டேன். உயிருள்ள யானையைச் சுட்டு வீழ்த்துவது சாதாரண விஷயமல்ல. விலையுயர்ந்த பெரும் இயந்திரத்தை அழித்துக்கட்டுவதற்குச் சமானம். அதைத் தவிர்ப்பதற்கு போதுமான சூழல் வாய்க்கும்வரை அவ்வாறு செய்யாமல் இருப்பதே நல்லது.

தூரத்தில் நின்று அமைதியாகத் தின்றுக்கொண்டிருக்கும் யானையைப் பார்ப்பதற்குச் சாதாரண பசு போலத்தான் இருந்தது. மதம் பிடித்த யானையின் 'சூரதீரச்' செயல்கள் ஒருவழியாக ஓய்ந்துவிட்டதாக நான் அப்போது நினைத்தேன். யானைப் பாகன் திரும்பிவந்து அதனைப் பிடித்துச் செல்லும்வரை ஆபத்தின்றி அங்குமிங்கும் உலவும் என்று நினைத்தேன்.

மேலும் அதைச் சுட்டுத்தள்ள எனக்குத் துளியும் விருப்பமில்லை. மீண்டும் மதம்பிடித்து காட்டுத்தனமாக நடந்துகொள்ளாமல் இருக்கும்வரை அதை நிதானமாகப் பார்த்துவிட்டு வீடு திரும்பலாம் என முடிவு செய்தேன். அந்த முடிவோடு பின்னால் திரும்புகையில், கடல்போலக் குழுமியிருந்த கூட்டத்தினரின் முகம் என் பார்வையை நிறைத்தது.

குறைந்தபட்சம் இரண்டாயிரம் பேர் இருப்பார்கள். சாலையின் இருமருங்கையும் மக்கள் கூட்டம் அடைத்துக் கொண்டு நின்றது. பொலிவான ஆடைகள் அணிந்து மகிழ்ச்சியும் ஆரவாரமும் ததும்பி, சாகப்போகும் யானையைக் காண ஆவலோடு காத்திருந்தனர். மாயாஜாலம் செய்யும் மந்திரவாதியைப்போல் என்னை இறுக்கமாகப் பார்த்தனர். அவர்களுக்கு என்னைப் பிடிக்கா விட்டாலும், என் கையிலிருக்கும் மந்திரத் துப்பாக்கி ஒன்றே என்னை ரசிக்க போதுமானதாக இருந்தது.

நான் இந்த யானையைச் சுட வேண்டுமே எனத் திடீரென உரைத்தது. அங்கிருந்தவர்கள் அதைத்தான் எதிர்ப்பார்த்தார்கள். நான் அதைச் சுட்டு வீழ்த்த வேண்டும். இரண்டாயிரம் பேரின் ஒட்டுமொத்த ஆசையும் என்னை வலிந்து தள்ளுவதாக உணர்ந்தேன். அந்தத் தருணத்தில்தான் கிழக்கின் வெள்ளையர்கள் கையிலேந்தியிருக்கும் துப்பாக்கியின் வெற்றுத்தன்மையையும் அதன் கையாலாகா தனத்தையும் புரிந்துகொண்டேன்.

ஆயுதங்கள் ஏதுமற்ற உள்ளூர் மக்களுக்கு முன் துப்பாக்கி ஏந்திய வெள்ளைக்காரனாக, ஒரு தலைவனுக்கே உரிய மிடுக்கோடு நான் நின்றுகொண்டிருந்தேன். ஆனால், உண்மையில் எனக்குப் பின்னாலிருக்கும் மக்கள் கூட்டத்தின் ஆட்டுவிப்புக்கு ஆடும் பொம்மலாட்ட பொம்மை நான். ஒரு வெள்ளைக்காரன் கொடுங் கோலனாக மாறும்போது அவனது சுதந்திரம் பறிபோகிறது என நான் தெளிவாகப் புரிந்து கொண்டேன்.

அவன் ஒரு வெற்று மனிதனாக, போலியாக வாழத் தொடங்குகிறான். அவனிடம் எதிர்பார்க்கப்படுவதும் அதுதான். உள்ளூர் மக்கள் மகிழும்படி அவன் நடந்துகொள்ள வேண்டும். சிக்கல் ஏற்படும் போதெல்லாம் அவர்கள் எதிர்பார்ப்புகளுக்கு ஏற்ப முடிவெடுக்க வேண்டும். தானாக ஒரு முகமூடி அணிந்துகொண்டு, அதற்கேற்ற முகத்தையும் வார்த்துக் கொள்கிறான்.

நான் அப்போது யானையைச் சுட வேண்டியிருந்தது. துப்பாக்கி கொண்டுவரச் சொல்லி ஆள் அனுப்பியபோது, நான் அதைக் கொல்வதில் மும்முரமாக இருந்தேன். ஒரு சாஹிப், தன்னளவில் சாஹிப்போல நடந்துகொள்ள வேண்டும். தன் இயல்பை அறிந்து திட்டவட்டமாகச் செயலாற்ற வேண்டும்.

கையில் துப்பாக்கியுடன் இத்தனைத் தூரம் முன்னேறி, இரண்டாயிரம் பேரைக் கண்ணசைவில் அழைத்து வந்து, ஏதும் செய்யாமல் பலகீனமாகப் பின்வாங்குவது துளியும் சாத்தியமில்லாத

காரியம். அப்படிச் செய்தால், உள்ளூர் மக்கள் என்னை ஏளனமாகச் சிரிப்பார்கள். நான் உட்பட, கிழக்கின் ஒவ்வொரு வெள்ளையரும் சிரிப்புக்கு இடம் தராத வாழ்வைத்தான் எதிர்பார்த்தோம்.

ஆனால், எனக்கு யானையைக் கொல்ல விருப்பம் இல்லை. புற்களைக் கொத்தாக வளைத்து இழுத்து, இலாவகமாக முட்டியில் அடித்து உணவு உண்ணும் அந்த யானையைப் பார்த்தேன். அதைச் சுடுவது ஒரு கொடும்பாதாகச் செயல் எனத் தோன்றியது. அந்தப் பிராயத்தில் மிருகவேட்டையில் எனக்கு வெறுப்புத் தோன்ற வில்லை என்றாலும் நான் ஒரு யானையைக்கூட சுட்டதில்லை. அதற்கு விரும்பியதும் கிடையாது. (பெரிய மிருகங்களை வேட்டையாடுவது ஒரு மோசமான செயல் என்று நான் எப்போதும் நம்புகிறேன்.)

அதைத்தாண்டி யானையின் சொந்தக்காரரிடம் இதற்கு ஒப்புதல் வாங்க வேண்டும். உயிரோடு இருந்தால், குறைந்தது நூறு பவுண்ட் தேறும். இறந்துவிட்டால் அதன் தந்தம் மதிப்பிற்கு ஐந்து பவுண்ட் வந்தாலே ஆச்சரியம். ஆனால், நான் விரைந்து முடிவெடுக்க வேண்டும். அங்கிருந்த அனுபவம் வாய்ந்த சில பர்மியர்களிடம் யானையின் நடவடிக்கை குறித்து விசாரித்தேன். அவர்கள் எல்லோரும் சொல்லிவைத்தார்போல் ஒன்றையே சொன்னார்கள்: அதைத் தனியாக விட்டுவிட்டால், ஒரு தீங்கும் இல்லை. ஆனால், நெருங்கிச் சென்றால் தாக்க முயல்கிறது.

நான் என்ன செய்யவேண்டும் என்று தெளிவாகத் தெரிந்தது. யானைக்கு இருபத்தைந்து அடி தூரம் அருகில் சென்று, அது எப்படி நடந்துகொள்கிறது என்று பார்க்கப் போகிறேன். ஒருவேளை தாக்க முயன்றால், நான் சுட்டு வீழ்த்தலாம்; சாந்தமாக இருந்தால் யானைப் பாகன் வரும்வரை அமைதியாகக் காத்திருக்கலாம்.

ஆனால், நான் அப்படி எதுவும் செய்யப்போவதில்லை என்று எனக்குத் தெரியும். துப்பாக்கிச் சுடுவதில் நான் படு மோசம். தரையில் சேறு தங்கி, பொதபொதவென இருந்தது. அதில் ஒருவர் கால் வைத்தால் உள்ளே மூழ்கி விடுவார். ஒருவேளை யானை தாக்கி நான் அதைத் தவறவிட்டால், சாலையுருளை வண்டிபோல் என்மேல் ஏறி சக்கையாக்கி விடும்.

ஆனால், இப்போதும் என் உயிரைப் பற்றி எனக்குக் கவலை இல்லை. என்னை வெறித்துப் பார்க்கும் ஊர் கூட்டத்தைப் பற்றிதான் என் சிந்தனை முழுக்க விரவியுள்ளது. அந்த நேரத்தில் தனியாக இருந்திருந்தால் நான் ஒருவேளை பயப்படுவேன். ஆனால் இப்போது கூட்டத்தோடு இருப்பதால் எனக்குப் பயமில்லை.

உள்ளூர் மக்கள் முன்பு வெள்ளைக்காரன் பயப்படக்கூடாது. ஆகையால் நானும் பயப்படவில்லை.

இம்மிப் பிசகினாலும், மலையில் இளித்தபடி இறந்துகிடந்த இந்தியனைப்போல், நான் இறந்துகிடப்பதையும் சுற்றியுள்ள இரண்டாயிரம் பர்மியர்கள் கூடிநின்று வேடிக்கைப் பார்ப்பார்கள் என்ற எண்ணம் என் மனத்தில் ஆழமாக உறைந்தது. அப்படி நடந்தால் நிச்சயம் சிலர் கைகொட்டிச் சிரிப்பார்கள். அதற்கு இடம்கொடுக்கவே கூடாது.

இதற்கு ஒரே ஒரு மாற்றுவழிதான் இருந்தது. துப்பாக்கியில் தோட்டாக்களைச் சொருகி யானையைக் குறிபார்க்கச் சாலையில் இறங்கி வந்தேன். கூட்டம் அமைதியானது. நிம்மதிப் பெருமூச்சு விட்டார்கள். அரங்கின் திரைச்சீலை மேலெழும்புகையில் ஏற்படும் பரவசம் அவர்கள் முகத்தில் தெரிந்தது. திருப்திப் பெருங்குரல் ஒவ்வொரு தொண்டையிலும் எதிரொலித்தது. வேடிக்கைப் பார்க்கும் குதூகலத்தில் ஆவலோடு இருந்தார்கள்.

அந்த ரைஃபிள் ஒரு ஜெர்மானியத் தயாரிப்பு. குறிபார்க்கும் கருவிகள் கச்சிதமாக இருந்தன. யானையைச் சுடும் ஒருவர் அதன் ஒரு காது துவாரத்தில் இருந்து மற்றொரு காது துவாரத்துக்குச் செல்லும் கற்பனையான கம்பியைக் குறிபார்த்துச் சுடுவார் என்று அப்போது எனக்குத் தெரியாது. எனவே யானை பக்கவாட்டில் இருந்தால், நான் அதன் காது துவாரங்களைக் குறிவைத்திருக்க வேண்டும். அதன் மூளை இங்குதான் எங்காவது இருக்க வேண்டும் என்று அதற்குச் சில அங்குலங்கள் முன் துப்பாக்கியில் குறிவைத்தேன்.

துப்பாக்கியின் பொறியை அழுத்தினேன். எனக்கு எவ்வித வெடிப்புச் சத்தமும் கேட்கவில்லை, அதிர்ச்சியடையவில்லை. பொதுவாகத் துப்பாக்கி இயக்குபவருக்கு இவையெல்லாம் நேர்வதில்லை. ஆனால் கூட்டத்தில் இருந்து காட்டுத்தனமான அலறல் சத்தம் எழுந்தது. துப்பாக்கியில் இருந்து தோட்டோ வெளியேறிய அந்த இமைப் பொழுதில் யானைக்கு நிச்சயம் அசம்பாவிதம் ஏற்படும் என ஒருவர் ஊகித்திருக்கலாம்.

யானை, சற்றும் கலக்கமடையாமல் அப்படியே நின்றது. திடீரென அதன் உடம்பின் ஒவ்வொரு அங்கங்களும் அசைந்தன. பலமாகத் தாக்கப்பட்டு, மூப்பினால் சுருண்டு விழுந்ததுபோலத் தெரிந்தது. தோட்டாவின் தீவிரத்தன்மையால் செயல்படமுடியாமல் பயந்துபோய் முடங்கியது. இறுதியாக, ஐந்து நொடிகளுக்குப் பிறகு (அது எனக்கு நெடுநேரமாகத் தோன்றியது) தன் முழங்கால்களை

ஆட்டியது. அதன் வாய் தளர்ந்துபோய், முதுமைப் பீடித்ததுபோல் தெரிந்தது.

ஆயிரக்கணக்கான ஆண்டுகளாய் அது இந்தப் பூமியில் வாழ்ந்து வருகிறது எனப் பார்ப்பவர்கள் கற்பனை செய்திருப்பார்கள். மீண்டும் அதே இடத்தில் சுட்டேன். இந்தமுறை அது விழவில்லை. ஆனால், பலமின்றி மெதுவாக நிமிர்ந்து எழ முயன்றது. கால்கள் துவண்டுபோய், தலை குனிந்து நின்றது. மூன்றாவது முறையாகச் சுட்டேன். இம்முறை அதைக் கொல்ல வேண்டும் என்ற முனைப்பில் அந்தத் தோட்டா பாய்ந்தது.

யானையின் முழு அவதியும் அதன் உடலை உலுக்கியெடுத்தது. அதன் கால்களில் இருந்து வலிமையின் கடைசிச் சொட்டு உறிஞ்சப்படுவதை நான் கண்டேன். ஆனால் இந்தச் சரிவிலிருந்து மீண்டும் அது எழுந்து வருவதுபோல் தோன்றியது. அதன் பின்னங்கால்கள் இடறி விழுவதைப் பார்க்கையில் பெரிய கோபுரம் சரிந்து விழுவது போன்றும், பெரிய பாறை தகர்ந்து விழுவது போன்றும் இருந்தது. அதன் துதிக்கை மரம்போல வான் நோக்கி உயர்ந்தது. முதல் முறையாக அந்த யானை பிளிறியது. இயல்பு நிலைக்குத் திரும்பி, அதன் வயிற்றை நான் வீழ்ந்து கிடந்த நிலம் நோக்கிப் பலமாக அசைத்துச் சுருண்டது.

நான் எழுந்துகொண்டேன். பர்மியர்கள் என்னைத் தாண்டி சேற்றுக்கு அப்பால் விரைந்து ஓடினார்கள். யானை நிச்சயம் எழுந்திருக்காது என்பது கண்கூடாகத் தெரிந்தது. ஆனால் அது சாகவில்லை. நீண்ட சத்தத்தோடு மூச்சுத் திணறி சிரமத்துடன் சுவாசித்துக் கொண்டிருந்தது. அதன் மலை போன்ற வயிறு வலியால் மேலும் கீழும் துடித்தது. அகன்ற வாயின் வழியாக அதன் இளஞ்சிவப்பு நிறத் தொண்டையை தூரத்தில் இருந்து பார்த்தேன்.

யானை இறந்துபோகும் என்று நான் வெகுநேரம் காத்திருந்தேன். ஆனால் அதன் மூச்சுக்காற்று வலிமை இழப்பதாகத் தெரியவில்லை. இறுதியாக அதன் இதயம் இருந்த பகுதி என்று நான் ஊகித்த இடத்தில் இரண்டு முறை சுட்டேன். ரெட் வெல்வெட்போல அதன் அடர்ந்த இரத்தம் பீய்ச்சிக் கொண்டு வந்தது. அப்போதும் அது சாகவில்லை. இரண்டு குண்டடிப்பட்டும் அதன் உடம்பு சற்றும் அசையவில்லை. சிரமத்தோடு மூச்சுவிடப் போராடிக் கொண்டிருந்தது.

தோட்டாக்களால் கூட மாய்க்க முடியாத ஏதோவொரு உலகில் அணுஅணுவாகச் சித்திரவதைப்பட்டு அந்த யானை இறந்து

கொண்டிருந்தது. அதன் அச்சமூட்டும் சத்தத்துக்கு ஒரு முற்றுப் புள்ளி வைக்கவேண்டும் என நினைத்தேன். இறப்பதற்கும் தெம்பின்றி, பிழைப்பதற்கும் தெம்பின்றி அசையமுடியாமல் அகோரச் சத்தமிடம் பெரும் மிருகத்தைப் பார்க்க பயங்கரமாக இருந்தது. எனது சிறிய ரைஃபிளால் அதன் இதயத்திலும் தொண்டையிலும் மாறி மாறிச் சுட்டேன். ஒரு முன்னேற்றமும் இல்லை. கடிகார முள்ளைப்போல திணறித் திணறி மூச்சு விட்டது.

இறுதியில் என்னால் நிற்க முடியாமல் அங்கிருந்து சென்று விட்டேன். அரை மணிநேரப் போராட்டத்திற்குப் பிறகு அது இறந்ததாகச் சொன்னார்கள். நான் புறப்படுவதற்கு முன்பே கொடாரியும் வாலியுமாக பர்மன்கள் தயாராகிவிட்டார்கள். மதியத்திற்குள் அதன் உடலை எலும்பு வேறு, சக்கை வேறாக அங்கம் அங்கமாய் பிரித்து எடுத்ததாக எனக்குச் சொல்லப்பட்டது.

அதற்குப்பின் யானையைச் சுட்டது பற்றி எண்ணிலடங்காப் பேச்சுக்கள் தொடர்ந்தன. அதன் உரிமையாளர் பயங்கரமாகக் கோபப்பட்டார். ஆனால், ஒரு இந்தியரால் என்ன செய்துவிட முடியும்? நானும் சட்டப்படி சரியாகத்தான் நடந்திருக்கிறேன். முதலாளிக்கு அடங்காத வெறி பிடித்த நாயை அடித்துக் கொல்வதுபோல், மதம் பிடித்த யானையைக் கொல்வதே மிகச் சரி.

ஐரோப்பியர்களிடம் இது பற்றி பல்வேறு கருத்துக்கள் இருந்தன. முதியவர் ஒருவர் நான் செய்ததே சரியென வாதிட்டார். கூலியாளை கொன்றதற்குப் பலியாக விலை மதிப்புள்ள யானையைக் கொன்றது இளைஞன் ஒருவனுக்குச் சரியெனப் படவில்லை. எந்தவொரு கொரிங்கீ (Coringhee) கூலியாளைக் காட்டிலும் யானையின் உயிர் விலை மதிப்புடையது.

ஆனால், அந்தக் கூலியாள் இறந்துபோனதில் எனக்கு மகிழ்ச்சிதான். இல்லையென்றால் யானையைக் கொன்றதற்கு எவ்வித காரணியும் சட்டப்பூர்வமாக போதுமானதாக இருக்காது. நான் ஒரு முட்டாள் இல்லை என்பதை விளக்குவதற்காகத்தான் அந்த யானையைக் கொலை செய்தேன் என்று யாருக்காவது தெரிந்துவிடுமோ என நான் அடிக்கடி யோசிக்கிறேன்.

George Orwell, 'Shooting an Elephant' (1936)
George Orwell Essays, Penguin Modern Classics.

காதல்

ஓ

பிரான்சிஸ் பேக்கன்

இயல்பு வாழ்க்கையைக் காட்டிலும் காதல் பற்றிய கட்டுமானங்கள் மேடை நாடகத்தில் மிகுதியாக இருக்கின்றன. நாடகத்தைப் பொறுத்தவரை காதல் எப்போதும் வேடிக்கையான விஷயம். அவ்வப்போது அதில் துன்பியல் சேர்ந்து கொள்வதும் உண்டு.

ஆனால், எதார்த்த வாழ்வில் காதல் பல பொல்லாத விஷயங்களைச் செய்கிறது. சில நேரங்களில் சைரன்[1] போல ஏமாற்றுகிறது; சில நேரங்களில் கண்மூடித்தனமான கோபத்தால் கிறங்க வைக்கிறது. (ஆதிகாலத்தில் இருந்து நிகழ்காலம் வரை என் ஞாபகத்தில் இருந்து சொல்கிறேன்) நீங்களே கவனித்துப் பாருங்கள், உலகின் மதிப்புமிக்க மாபெரும் மனிதர்கள் எவரும் காதலில் பித்துப் பிடித்துப்போய் முட்டாளாகத் திரியவில்லை.

உயர்ந்த உள்ளம் படைத்தவர்களும், செயற்கரிய செயல்களுக்குச் சொந்தக்காரர்களும் இந்த வலிமைக் குன்றிய வேட்கையில் இருந்து விலகியிருப்பதை இது காட்டுகிறது.

ரோமப் பேரரசின் ஒரு பாதியை ஆண்டு வந்த மார்க் ஆண்டனியும், சட்ட வல்லுநர்கள் பதின்மருள் ஒருவரான ஏப்பியஸ் கிளாடியஸூம்

---

[1] சைரன் ஒரு கடல் தேவதை. கிரேக்கப் புராணத்தில் இடம்பெற்றுள்ள ஒரு கதாபாத்திரம். ரசமான குரலில் காமம் கலந்து பாடி, தூரத்து மாலுமிகளைத் தன்வயம் ஈர்க்கும் திறம் கொண்டது சைரன். அவர்களைத் தனிமையில் அழைத்துச் சென்று ஆசைதீர கொலை செய்யும் இயல்புடைய ஜீவராசி.

இதற்கு விதி விலக்கு. சிற்றின்ப நுகர்ச்சிக்கு ஆட்பட்டு அதீத புலன் இன்பங்களைச் சுவைப்பவன் ஆண்டனி. ஆனால், ஏப்பியஸ் கிளாடியஸ் ஆச்சாரமான மனிதன். அவன் ஒரு புத்திசாலி.

(அரிதாக இருந்தாலும்) இதன்மூலம் வெளிப்படுவது என்ன வென்றால், உணர்ச்சிவயப்படும் பலகீனமான இதயங்களை மட்டுமின்றி, கோட்டைக் கொத்தளங்களில் பூட்டி வைக்கப்படும் இரும்பு இதயங்களையும் காதல் ஊடுருவிச் செல்லும். காவலுக்குக் கட்டுப்பாடு குன்றினால், அங்குக் காதல் கால்நீட்டிப் படுத்துக் கொள்ளும்.

'மனிதனின் படிப்பினைகளிலேயே மிகச் சிறந்தது, மனிதனைப் பற்றிய படிப்பினைதான்' என்று எபிகியூரஸ் சொல்கிறார். சொர்க்கத்தைப் பற்றியும், உலகின் உன்னதமான புனிதச் சின்னங்கள் பற்றியும் சிந்திக்க வேண்டிய மனிதன், சிலை போன்ற ஒரு பெண்ணின் முன்னால் அற்பமாக மண்டியிட்டு தன்னையே அர்பணிக்கிறான். (மிருகங்களைப் போல்) வயிற்றுப் பசிக்காகப் பின்தொடர்ந்தாலும் பரவாயில்லை, உயர்ந்த நோக்கத்துக்காகப் படைக்கப்பட்ட கண்களின் மயக்கத்திற்கு ஆட்பட்டு அலைகிறான்.

காதலின் போக்கு மிகுதியாவதைப் பார்க்க விசித்திரமாய் இருக்கும். அது மனித இயல்பைப் புரட்டிப்போடுகிறது; வாழ்வின் அறங்களை உடைத்துப்போடுகிறது. இயல்புக்கு மீறி தற்குறிப்பேற்றி பேசும் பண்பு, காதலில் மட்டுமே உண்டு. வார்த்தைக்காக அல்ல, இவர்கள் வாழ்க்கையே இப்படித்தான்.

போலியாக முகஸ்துதி செய்து துதிபாடுபவர்கள் எல்லோரும் தங்கள் காரியத்திற்காக ஏதும் செய்கிறவர்கள். ஆனால் காதலில் விழுந்தவனோ, துதி பாடுபவர்களுக்கெல்லாம் ஆதி அந்தமாய் உள்ளவன். அவனைக் காட்டிலும் தாஜா செய்பவன் யாரும் கிடையாது.

தன்னை மெச்சிக் கொள்ளும் தற்பெருமைக்காரன் கூட, அவனைப் பற்றி பொருந்தாத அபத்தமான விஷயங்களை ஏற்றுக் கொள்ளமாட்டான். ஆனால் காதல் வயப்பட்டவன், தன் காதலர் பற்றி இல்லாத பொல்லாத விஷயங்களை ஏற்றிக் கூறிவான். ஆகவே, காதலும் அறிவும் ஒரே இடத்தில் தோன்றாது என்று மிகச் சரியாகச் சொல்லி வைத்தார்கள். இந்தப் பலவீனம் ஒருதலைக் காதலர்களுக்கோ, பரஸ்பரக் காதலர்களுக்கோ மட்டுமின்றி கண்மூடித்தனமாய் காதலிப்பவர்கள் எல்லோருக்கும் வாய்ப்பது உண்டு.

காதலில் ஒரேயொரு விதி உண்டு. மேல்சொன்ன முறைமைகளில் நீங்கள் காதலிக்கும்போது உங்கள் காதலரிடம் இருந்து இவை அப்படியே திரும்ப வரலாம், இல்லையெனில் இவையெல்லாம் முட்டாள்தனம் என்ற அவச்சொல் ஏற்படலாம். இந்த விஷயத்தில் மனிதன் மிகுந்த எச்சரிக்கையோடு இருக்க வேண்டும். தவறும் பட்சத்தில் மற்றவைகளோடு காதலையும் சேர்ந்து இழக்க நேரிடும்.

மற்ற இழப்பீடுகளைப் பொறுத்தவரை நம்மால் சேதாரத்தைக் கணக்கிட முடியும். ஆனால், காதலில் முடியாது. ஜுனோ, பல்லாஸ் ஆகியோர் கொடுத்த பரிசுகளைப் புறமொதுக்கி, ஹெலினா கொடுத்த பரிசைத் தானே பாரிஸ் ஏற்றுக்கொண்டான்[2] காதலுணர்ச்சியை அளவுக்கு அதிகமாய் உள்வாங்கிக் கொள்பவன் செல்வத்தையும் அறிவையும் ஒருசேர இழக்கிறான்.

உள்ளத்தில் உறுதியின்றி, பலகீனமாக உணரும்போது, காதல் என்ற உணர்வு வெள்ளம்போல் மனதைச் சூறையாடும். கற்பகத் தருவாய் விரும்பியதெல்லாம் வழங்கினாலும், அதனால் ஏற்படும் துன்பங் களும் உண்டு. ஆனால் அதை யாரும் பெரிதாக உணர்வதில்லை.

காலப்போக்கில் நன்மை தீமை இரண்டும் சேர்ந்து காதலை ஒருவன் மனத்தில் தூண்டிவிடும். அதன் தீவிரத்தை உணர்த்தும். இவை யெல்லாம் சிறுபிள்ளை விளையாட்டுபோல அவனுள் அரங்கேறும்.

காதல் வயப்பட்டும் அதற்கு முழுமையாய் ஆட்படாத சிலர் உள்ளனர். காதலை எந்த நிலையில் கட்டுக்கோப்பாக வைத்துக் கொள்ள வேண்டும் என்று அவர்களுக்குத் தெரியும். வாழ்வின் தீவிரமான பொறுப்புகளுக்கு இடையில் அதை நுழைத்துக் கொண்டு சின்னாபின்னம் செய்வதில் அவர்களுக்கு ஈடுபாடு கிடையாது. காதலைத் தன் அலுவலோடு போட்டுக் குழப்பிக் கொண்டால், அது தன் எதிர்காலத்திற்குப் பொல்லாததாய் விடியும் என்று நன்கு அறிவர்.

---

[2] இது கிரேக்க புராணத்தில் இடம்பெற்றுள்ள கதை. பாரிஸிடம் ஒரு தங்க ஆப்பிள் இருந்தது. அதை கைமாறாகப் பெற்றுக்கொள்வதற்கு ஜுனோ பணமும் அதிகாரமும் தருவதாகச் சொன்னாள். பல்லாஸ் அறிவும் ஞானமும் தருவதாகச் சொன்னான். ஆனால் உலகிலேயே அழகான இளம் பெண்ணைத் தருவதாக ஹெலினா சொன்னதும் முன்னிருவரின் கோரிக்கைகளையும் நிராகரித்து, தங்க ஆப்பிளை ஹெலினாவிடம் ஒப்படைத்துவிட்டான்.

போர்வீரர்கள் எளிதில் காதல் வயப்படுவது ஏன் என்று எனக்குத் தெரியாது. போர் உண்டாக்கிய ரணத்தை மது உண்பதன் மூலம் மறப்பது போல, சிற்றின்பத்தில் மூழ்குவது தங்கள் கடந்தகாலக் கசப்புணர்வை மறக்க உதவும் என்று ஒருவேளை அவர்கள் எண்ணியிருக்கலாம்.

இயற்கையிலேயே மனிதன் தன்னை அறியாமல் பிறர் மீது காதல் கொள்வது அவன் இயல்பில் உள்ளது. ஆனால் அதை யாரோ ஒருவர் மீதோ, குறிப்பிட்ட சிலர் மீதோ கொள்ளாமல் ஒட்டுமொத்த மனித இனத்தின் மீதும் அன்பு செலுத்தபவராக நீங்கள் மாறினால் மனிதாபிமானம் கொண்ட தருமச் சிந்தனை உடையவராக நீங்கள் காட்சியளிப்பீர்கள். இது சில நேரங்களில் தேவாலயப் பாதிரிமார்கள் வெளிப்படுத்தும் குணம்.

திருமணப் பந்தமுடைய காதல் மனித இனத்தை விரித்தியாக்கு கிறது; நட்புணர்வு கூடிய காதல் அதைச் சீர் செய்கிறது; ஆனால் விளையாட்டுத்தனமாக நாம் இப்போது நடைமுறைப்படுத்தும் காதல், இருவரின் உறவையும் சிதைத்துத் தரம் தாழ்த்துகிறது.

Francis Bacon, 'Of Love' (1612)
The Essays of Francis Bacon, Clark Sutherland Northup (Ed.)
Houghton Mifflin Company.

புத்தகக் கடைக்குச் செல்லும் அனுபவம்

ஐ

கிறிஸ்டோபர் மார்லி

ஏதாவது ஒரு குறிப்பிட்ட புத்தகம் வேண்டுமென்றால் மட்டுமே புத்தகக் கடைக்குச் செல்வது பல பேரின் வாடிக்கையாக இருப்பதை எண்ணி நான் சற்றே வேடிக்கையாக உணர்கிறேன். அப்பாவித் தனமான ஒரு புத்தகப் போதைக்காகவோ, புத்துணர்ச்சிக்காகவோ கூட இவர்கள் ஒருபோதும் புத்தகக் கடைக்குப் போக மாட்டார்களா?

சில கண்ணியமான மனிதர்கள், தங்கள் பிரம்மாண்ட பயணத்தின் ஒரு பகுதியாகப் புத்தகக் கடைக்கு வருகிறார்கள். தான் விரும்பும் புத்தகத்தை வாங்குவது மட்டுமே அவர்கள் நோக்கமல்ல. மாறாகத் தன்னைத் தேடும், தனக்கான புத்தகத்தைக் கண்டுபிடிக்கும் சாகசப் பயணமாக இதைக் கருதுகின்றனர்.

ஆர்வமூட்டக்கூடிய, அன்பின் இழைகள் அறுபட்டுப்போன, அலமாரியின் மேல்பலகையில் நெடு நாட்களாக வீற்றிருக்கும் புத்தகங்களைக் கையில் ஏந்தி நீங்கள் ஏன் தெம்பூட்டக்கூடாது? அவற்றை ஏன் வீட்டிற்கு அழைத்துச் செல்லக்கூடாது? (ஒருவேளை அவை உங்களையும் மகிழ்ச்சியூட்டலாம்) என் இனிய புத்தகப் பிரியர்களே, கண்ணியத்தோடு சிறிதளவு சாகசம் மேற்கொள்ளுங்கள்.

மக்களுக்குப் புத்தகக் கடைகளைப் பயன்படுத்தும் அளவுக்குப் போதுமான அறிவில்லை. நாகரிக உலகில் இதில் மட்டுந்தான் மக்கள் அறிவுப் போதாமையுடன் இருக்கிறார்கள் என்று யாராலும் சொல்ல முடியாது. இந்தக் காலகட்டத்தில், இன்னும் குறிப்பாக

இந்த நகரத்தில் நம் அறிவாற்றலை வளர்த்துக்கொள்ள போதுமான நேரமில்லை.

புத்தகங்களைப் பொறுத்தவரை ஒரு விநோதமான விஷயம் என்னவென்றால், நீங்கள் அதனிடம் இதயம் திறந்து உரையாடினால் அவை உடனடியாக உங்களைப் பின்தொடர ஆரம்பிக்கும். இந்த விஷயத்தில் நீங்கள் தெளிவாக இருந்தால் (சிலர் உங்களைப் புத்தகப் புழு என்று சொல்லலாம்), உங்களுக்கான புத்தகத்தைக் கையில் தொட்டதும் தெரிந்துகொள்வீர்கள்.

நீங்கள் அதைத் தவிர்த்தாலும் தயங்கினாலும் உங்கள் கண்ணில் படும் ஒவ்வொரு பத்தியும், ஒவ்வொரு வசனமும், குறைந்தபட்சம் அதில் பொதிந்துள்ள ரசமான சுவையாவது முன்பைவிட மிக ஆழமாக உங்களைப் பின்தொடரும். ஒரு குறிப்பிட்ட பக்கத்தில் நீங்கள் எதேச்சையாகக் காணும் சில வரிகள், உங்கள் நாளின் ஒட்டுமொத்த சிந்தனையையும் தலைகீழாகப் புரட்டிப்போடலாம், உங்கள் பார்வையை மாற்றி அமைக்கலாம், நீங்கள் காணும் உலகத்தையே வேறுமாதிரி அறிமுகப்படுத்தலாம்.

மற்றொரு நாள், இரவு நேரச் சுரங்க ரயில் பயணத்தில், வால்டர் டிலெ மேராவின் 'ரூபர்ட் ப்ரூக்' பற்றிய சுவாரஸ்யமான கட்டுரையொன்றை நீங்கள் படிப்பதாக நினைத்துக் கொள்ளுங்கள். குழந்தைகள் கனவு காண்பது பற்றியும், அவர்கள் அப்பழுக்கற்றுப் பூரணத்துவமாக இயங்குவது பற்றியும் அந்தக் கட்டுரை பேசுகிறது. இதைப் படித்து முடிக்கும்போது, பயண நேரத்தின் இறுதியில் உங்கள் மனம் விஷேசமான மாயாஜாலத்தால் திடீரென உருமாறியிருப்பதை உணர்வீர்கள். சக மனிதர்களோடு காட்டுத் தனமாக, ஏதோவொரு ஆதாயத்தோடு நம்பிக்கையின்றிச் சண்டையிடுவதை இந்த எண்ணம் சுக்குநூறாக உடைக்கிறது. குழந்தை போன்ற பரிசுத்தமான மனத்தோடு அன்றிரவு உறங்கச் செல்வீர்கள்.

சந்தேகத்திற்கு இடமின்றி, இந்தப் புத்தகம் இப்பொழுதோ எதிர்வரும் பொழுதோ தனக்கானது என்றறிந்து, அதை நேருக்கு நேர் சந்தித்து, ஸ்பரிசம் தொட்டுப் பிரிக்கும்போது உலகின் அதி அற்புதமான மகிழ்வூட்டும் தருணத்தை நீங்கள் கண்முன் காண்பீர்கள். விவரிக்க முடியாத விஷேச உணர்வுகளைச் சில புத்தகங்கள் நம்மேல் கடத்துகின்றன.

இந்த விவகாரங்களை மென்மையாய் உணர்ந்துகொள்ளக் கூடிய ஒருவருக்கு, உன்னதமான புத்தகங்களின் வாசனையைத்

தூரத்திலிருந்தே உள்வாங்கிக் கொள்ளும் ஆற்றல் வாய்க்கிறது. புத்தகங்களின் மகோன்னதமும் உண்மையும் அதற்குத் தேவையான விளம்பரங்களைச் செய்கின்றன. புத்தக அட்டையின் தேவைக்கதிகமான விளம்பர வாசகங்கள், அளவுக்கு மீறிய வர்ணனைகளைத் தாண்டி அதன் ஆத்மார்த்தமான உள்ளடக்கம் அதிர்வலைகளை உண்டாக்கும்.

புத்தகங்களைப் பற்றி நன்கு அறிந்த ஒருவர், சன்ஸ் புத்தக விமர்சன இதழின் தலையங்கத்தில், 'அட்டைப் படத்தில் இருக்கும் மிதமிஞ்சிய வசனங்களும், ஓவியங்களும் புத்தக விற்பனைக்கு மட்டுமன்றி, புத்தகத்துக்கு ஒருபோதும் உதவி செய்யாது' என்று குறிப்பிட்டார். நேர்மையான புத்தக விரும்பியின் பார்வையிலிருந்து பார்த்தால் அவர் சொன்னது மிகச்சரியான கூற்று.

வரிந்து கட்டிய வெளிப்புற உறையை வைத்தா, நாம் நமது உணவைத் தேர்வு செய்கிறோம்? அதன் தரத்தையும் உள்ளடக்கத்தையும் கொண்டுதானே உத்தேசிக்கிறோம்.

இன்னொரு நாள், ஒரு புத்தகக் கடையில் சுற்றித் திரிந்தபோது, ஆலிஸ் மெய்னெல் எழுதிய ஒரு சிறிய கவிதைப் புத்தகத்தின் இரண்டு மென் அட்டைப் பதிப்புப் பிரதிகள் கிடைத்தன. குறைந்தது இரண்டு ஆண்டுகளாவது அவை இதே இடத்தில் இருந்திருக்க வேண்டும்.

நாங்கள் ஓரிரண்டு வருடங்களுக்கு முன்பே இங்கு அதைப் பார்த்திருக்கிறோம், ஆனால் அதன் வசீகரத்திற்குப் பயந்து விலை கொடுத்து வாங்கத் துணியவில்லை. இந்தமுறை துணிந்தோம். அதிலிருந்து 'ஓ என்றவளின் இருண்ட கண்களுக்கு', 'இங்கிலாந்தின் தெளிந்த வானிலையில் வீசும் காற்று' என்ற இரண்டு கவிதைகளை வாசித்த கணமே, அந்தப் புத்தகம் எங்களுக்கானது எனத் தோன்றியது. இல்லையென்றால் நாங்கள் அதன் வசம் ஆட்பட்டோம் என்று சொல்லலாம். இருந்தும் அதை எங்களால் உடனடியாக வாங்கமுடியாத சூழல். மறுநாள் வந்து பணம் செலுத்திப் பெற்றுக்கொண்டோம்.

இப்பேற்பட்ட புத்தகத்தை இத்தனை நாட்கள் எப்படித் தேக்கி வைத்திருக்க முடிந்தது என்று நாங்கள் இப்போதும் ஆச்சரியமடைகிறோம். அதை வாங்கியதும், அந்த நாளே வித்தியாசமாக இருந்தது. வானம் பிரகாசமான நீல நிறத்தில் நிரம்பியிருந்தது. காற்றும் கதிரொளியும் பின்னிப் பிணைந்து நுரையீரலில் நுழைந்து புத்துணர்வூட்டின.

தெருவில் பார்க்கும் மனிதர்கள் எல்லோரும் அதே அளவிலான உத்வேகத்தில், ஆரவாரத்தோடு எங்களை மேலும் மகிழ்வூட்டினர். சசெக்ஸ் நகரில் திருமதி. மெய்னெலை வசீகரித்த அவர் கவிதையில் வாழும் அதே காற்று, நாங்கள் தூரவெளியில் காணும் மலை முகட்டிலும், வான் வெளியிலும் இன்னும் வீசிக் கொண்டிருந்தது.

உங்களால் ஓர் உண்மையான புத்தகத்தை ஒருபோதும் தவறவிட முடியாது. கிட்டத்தட்ட உண்மைப் புத்தகத்தைத் தேடுவது, காதலிப்பதுபோல் ஒரு சாகசப் பயணம். அதனளவில் ஒரு சமூக அனுபவம். மதிமயங்கிக் காதல் வயப்பட்டவனைப்போல், புத்தகப் பிரியர்களும் தான் புளகாங்கிதம் அடைந்ததைப் பிறர்க்கு ஆவலோடு சொல்வார்கள்.

அதைப் பற்றிக் கடிதம் எழுதுவார்கள், அனைத்துவகைத் தொலைதொடர்பிலும் பிற்சேர்க்கையாக அச்செய்தியினை இணைத்துவிடுவார்கள். அலைபேசி உரையாடலில் நூலைப் பற்றி விரிவாகப் பேசுவார்கள். இன்னும் ஒருபடி சென்று, தான் விரும்பித் தேர்ந்த புத்தகத்தின் தலைப்பைத் தன் நண்பர்களைக் கொண்டு எழுத வைப்பார்கள்.

தன் காதலி மீது ஈடுபாடும் நம்பிக்கையும் கொண்ட, அப்பாவித்தனம் நிறைந்த ஒரு நேர்மையான காதலனைப்போல், புத்தகப் பிரியர்கள், 'நீங்களும் இதை விரும்ப வேண்டும்' எனச் சொல்வார்கள். தான் விரும்பும் புத்தகத்தின் மீது இவர்களுக்கு எப்போதும் ஓர் அபிலாஷை உண்டு. தனக்குப் பதிலாக அப்புத்தகத்தை வேறொருவர் கண்டுபிடித்திருந்தால் அதை நினைத்துப் புழுங்கித் தவிப்பார்கள்.

தி நியூயார்க் ரிபப்ளிக் போன்றதொரு நாளிதழில், தான் விரும்பும் புத்தகத்தைப் பற்றி உற்சாகமூட்டும் விமர்சனமொன்றைப் பார்த்துவிட்டால், 'நான் அதை மூன்று மாதங்களுக்கு முன்பே படித்துவிட்டேன்' என்று புத்தகப் பிரியர்கள் அலட்சியமாக நடந்துகொள்ளும் வாய்ப்புகள் உண்டு.

தனக்கு ஆகாத விமர்சகர் ஒருவர், தனக்குப் பிடித்த புத்தகம் பற்றி ஆஹா ஓஹோ என்று மெச்சினால், அதை அவர் காரணமின்றியே காலால் மிதிக்கும் சம்பவங்களும் திடீர் திருப்பத்துடன் ஏற்படலாம்.

தனக்கான புத்தகத்தைச் சொந்தமாகக் கண்டுபிடிப்பதில், எல்லோரும் மகிழ்ச்சி அடைய மாட்டார்கள். பல்வேறு காரணத்திற்காகச் சிலர், தனக்கான புத்தகத்தை வேறு ஒருவர் பரிந்துரைக்க விரும்புகின்றார். இருப்பினும் உண்மையான புத்தகப்

பிரியர்களுக்கு, தானாகச் சுயாதீன முயற்சியில் கண்டுபிடிப்பதைத் தாண்டி வேறெதிலும் மகிழ்ச்சி உண்டாகாது.

ஆகவே பதிப்பாசிரியராக வேலை செய்வது, ஒரு சிலருக்கு எப்போதும் மகிழ்வூட்டும் பணியாக இருக்கின்றது. நேர்த்தியாகத் தொகுக்கப்பட்ட வசீகரமான கதைத் தொகுப்பின் மூலம் எங்களைச் சமீபத்தில் ஆச்சரியப்படுத்திய ஹெச். எம். டாம்லின்சன் தனது 'ஓல்ட் ஜங்க்' எனும் புத்தகத்தில் குறிப்பிடுவதுபோல்,

ஒளிவீசக் கூடிய பரபரப்பான துறைமுகத்தில் செதுக்கியெடுத்தார் போன்ற வசீகரிக்கும் கப்பலைப் பார்க்கும் சமயத்தில், அது நகராது நீரோடு நங்கூரமிட்டு நின்றாலும் அதன் வான் முட்டும் பாய்மரங்களைப் பார்த்துப் பரவசமடைவதுபோல், நிதானமாகப் புத்தகம் படிக்கும்போது நினைவுக்கு வரும் ஒரு பழம்பாடலின் மனதிற்கு நெருக்கமான வரி அலாதி இன்பம் தரக்கூடியது.

இதில் 'ஒளிவீசக் கூடிய பரபரப்பான துறைமுகம்' என்ற குறிப்பிட்ட இடத்தை மட்டும் வாசித்தாலே, கற்பனைக் குதிரைகள் லகான் இன்றிப் பறந்து சாகசப் பயணம் மேற்கொள்கின்றன. அதுபோல் புத்தகக் கடைக்குச் செல்வது ஒரு வழக்கமான சம்பிரதாயச் செயல் அல்ல. மாறாகப் புத்தகத்தின் மீதுள்ள காதலுக்குத் தன்னை முழுமனதாக அர்ப்பணிக்கும் செயல்.

ஒரு குறிப்பிட்ட புத்தகத்தை வாங்கவேண்டுமே என்ற நோக்கத்தில் நாங்கள் புத்தகக் கடைக்குச் செல்வதில்லை. மாறாக மற்றொருவரின் மகிழ்வூட்டும், சரளமான எழுத்துப் பிரயோகத்தின் வழி, வலிசுமந்து கொண்டிருக்கும் மனித மனத்தை மயிலிறகால் வருடிக்கொடுக்கும் வார்த்தைகளைத் தேடும் பயணம் அது.

Christopher Morley, 'On Visiting Bookshops' (1920)
Fourty-Four Essays, Harcourt Brace and Company.

இரவில் விழித்திருத்தல்

ஃ

ஸ்டீவர்ட் எட்வர்ட் ஒயிட்

'**கா**ட்டு வாத்து கத்துவதைக் கேட்பதற்காக, இரவில் யாரேனும் தன்னந்தனியாக விழித்திருக்கிறீர்களா?'

எப்போதாவது ஒருமுறை நீங்கள் இரவில் கண்விழிக்கும்படி நேர்ந்துவிடுகிறது. ஏன் இப்படி நிகழ்கிறது என்று, இதுவரையிலும் என்னால் காரணம் தேட முடியவில்லை. செரிமானம் ஆகாத உணவுப் பண்டங்களோ, மிதமிஞ்சிய தேயிலையோ, தேநீரின் ரசாயன உன்னதங்களோ, உணர்வைப் பாதிக்கும் எதிர்பாராத சம்பவங்களோ, ஆர்வமூட்டும் உரையாடல்களோ இதற்குக் காரணமென்று நீங்கள் நினைத்தால் அவை உண்மையல்ல.

உண்மையிலேயே நீங்கள் நன்றாக உறங்க வேண்டும் என்றுதான் படுக்கைக்குச் செல்கிறீர்கள். ஆனால் காட்டிலிருந்து கேட்கும் அரவம் கிட்டத்தட்ட ஒரு கணத்தில் பெருஞ்சத்தமாக உயர்கிறது. நிசப்தம் நிலவிய இரவை, உயர்ந்து வரும் இந்தச் சப்தம், கொஞ்சம் கொஞ்சமாக விழுங்குகிறது. எது உண்மை, எது பொய் என்று தெரியாமல் கனவுக்கும் நனவுக்கும் மாறி மாறி எண்ண அலைகளைச் சிதறவிட்டுத் திரியும்போது, உங்கள் அனுமதி யின்றியே உறக்கம் பறிபோனதை உணர்வீர்கள்!

ஒருவேளை இரவில் நேர விரயம் செய்வதற்குத் தேவையான ஆற்றலை உங்கள் உடல் சேமித்து வைத்திருக்கலாம். இல்லையெனில் மர்மம் நிறைந்த தன் புதிர்களை எல்லாம் உங்களிடம் அறிமுகம் செய்வதற்காக, இயற்கைத்தாய் தன் கபட நாடகத்தை அரங்கேற்ற காத்திருக்கலாம்.

தூக்கமின்மையால் இரவில் விழித்திருக்கும் சாதாரண இரவுகளைக் காட்டிலும், மரங்கள் அடர்ந்த காட்டுப் பகுதியில் தூங்காமல் கண் விழித்திருப்பது ஓர் அலாதியான அனுபவம். உறங்க விரும்பியும், உறங்க முடியாமல் தவிப்பது நிச்சயமாகக் கவலையூட்டக்கூடிய செயல்தான்.

ஆனால் சற்று நேரத்தில் ஒரு மாற்றம் ஏற்படும். கவலைகள் பறந்தோடும். எதையும் அதிகம் அலட்டிக் கொள்ளாமல், மெனக்கெட்டுச் சிந்திக்காமல் தன்போக்கில் மனம் லயிக்கும். தெளிவில்லாத சிந்தனைகளும், நினைவுகளும் அவ்வப்போது வந்துபோகும்.

சில நேரங்களில் தெளிந்த நீரோடை போன்ற சிந்தனைகள் உங்கள் கனிவான பார்வைக்குக் காத்திருந்து, உங்கள் கவனம் வேண்டி நிற்கும். வேறு சில சமயங்களில் அவை மங்கலாகி, அரைத் தூக்க நிலையில் உங்களோடு புதைந்து விடும். ஆனால் இரண்டு சந்தர்ப்பங்களிலும், அவை உங்கள் கற்பனை உலகத்தின் மாய எதார்த்தத்தைத் தொட்டுப் பார்த்து, அதன் தோற்றுவாயைத் தேடுகின்றன. இவை எல்லாவற்றையும் பொறுமையாக உள்வாங்கி சிந்திக்கும் பணி உங்கள் மூளைக்கு ஒதுக்கப்படுகிறது.

அமைதியான சூழலில் உங்கள் மூளை நிதானமாகச் சிந்திக்கும். இயற்கையின் முழு பிம்பத்தையும் நீங்கள் தெள்ளத் தெளிவாகப் பார்த்து, கேட்டு, அதன் வாசத்தில் இரண்டறக் கலப்பதற்கு இரவு நேரத்தில்தான் வாய்ப்பு ஏற்படுகிறது. இந்தக் கிளர்ச்சியூட்டும் உணர்வுகளில் ஆழத் தோய்ந்தாலும், உங்களால் அவற்றைச் சுறுசுறுப்பாகப் பின்தொடரமுடியாது. தேன் கமலும் ரோஜா இதழ்களை மெத்தையில் பரப்பி உறங்குவதுபோல் மகிழ்வூட்டக் கூடிய பெரும் தாக்கம் ஏற்பட்டாலும், உணர்ச்சி வெள்ளத்திலிருந்து மெல்லமாக விடுபடுவீர்கள்.

மாலுமிகள் சொல்வதுபோல் ஆர்ப்பரிக்கும் நதியின் மென்மையான சத்தத்தை இந்தச் சமயத்தில்தான் கேட்கமுடியும். பெரும்பாலான மக்களுக்கு இந்தச் சத்தம் என்னவென்றே தெரியாது. தொடர்ச்சியான பெரும் ஆராவாரத்துக்கு மத்தியிலும் பட்டுத் தெறிக்கும் நீர்த் திவலைகளுக்கு அடியில் மெல்லமாக நதி கிசுகிசுத்துக் கொண்டுதான் இருக்கிறது. சில சமயங்களில் பெருஞ்சத்தத்தில் ஒளிந்துகொண்டு ஒலிக்கிறது.

தோட்டத்தில் வேடிக்கைப் பார்க்கும்போது கண்ணுக்குள் மாயமாகத் தோன்றும் சிறிய அளவிலான கண் மிதவைகள்போல,

இந்தச் சத்தத்தை சிரத்தையெடுத்துப் பின்தொடர்வது முடியாத காரியம். நீங்கள் எதார்த்தமாகச் சுற்றும்போது, அவை தானாக உங்கள் பார்வைக்குத் தட்டுப்படும்.

அரைத் தூக்கத்தில் மதிமயங்கும்பொழுது இந்தச் சத்தம் உங்களோடு உரையாடும். ஆனால் கவனம் குவித்து மும்முரமாக அதைப் பின்தொடர்ந்தால், முணுமுணுப்புகள் மறைந்து நதிக் கொந்தளிக்கும் சத்தம் மட்டுமே காதில் நிலைக்கும்.

நீங்கள் அதைக் காது கொடுத்துக் கேட்டால், அந்தச் சத்தம் அத்தனைத் தெளிவாக இருக்கும். சிலநேரங்களில் மறந்துபோன நினைவுகளை, எங்கிருந்தோ வரும் வாசனை, கணப்பொழுதில் ஞாபகமூட்டுவதுபோல், நதியின் கொந்தளிப்புச் சத்தம் மட்டுமே அங்கிருக்கும் ஒட்டுமொத்த இயற்கைக் காட்சிகளையும் கண்முன் நிறுத்துகிறது. ஒரு பழைய நகரத்து வீதியில் தூரத்திலிருந்து மணியடிக்கும் சத்தம் எழும்புகிறது, சந்தைக் கடையில் மக்கட்கூட்டம் முணுமுணுப்பது தெரிகிறது, தெருவில் நடப்பவர்கள், கடை வைத்திருப்பவர்கள், அழகிய தேவாலயத்தில் மணியடிக்கும் ஓசை, இத்தனைக்கும் மேற்பரப்பில் புழுதிபடர்ந்த காற்றைக் கிழித்துக் கொண்டு ஊடுருவும் சூரிய ஒளியைக் கூட நம்மால் அங்கிருந்து அத்தனை அழகாகக் கற்பனை செய்ய முடிகிறது.

பெருஞ்சத்தத்தில் ஒளிந்துகொண்டு ஒலிக்கும் நதியின் கிசுகிசுப்புகளில், கரைந்து வரும் தூரத்துச் சிரிப்பொலியும், மென்மையான பாட்டொலியும், காதில் கேட்கும். நதியின் கொந்தளிப்புக்கு எதிராக நிறைய மரக்கலங்கள் போட்டிப்போடும் சத்தம் இது. ஆனால் அந்தக் கலங்கள் ஒருபோதும் கரை சேராது. கரைந்து வந்த சத்தமும், ஒரு கணத்தில் முழுமையாக நின்றுவிடும்.

மூடுபனியில் தோன்றும் இந்த மர்ம மனிதர்களை 'வேட்டையாடிகள்' என்று மாலுமிகளும் பயணிகளும் சொல்வார்கள். அவர்களைக் காணவே இவர்களுக்குப் பொல்லாத பயம். ஒவ்வொருவருக்கும் மூடுபனி குறித்து வெவ்வேறு அனுபவங்கள் உள்ளன. உலகின் வெவ்வேறு நாட்டினரும் காணாமல்போன தங்கள் பிரஜைகளோடு, நதி கொந்தளிக்கும் சத்தத்தில் உரையாடிக் கொள்கின்றனர்.

ஆனால் நதியெழுப்பும் ஓசையைப் பற்றி அவர்கள் ஆச்சரிய மூட்டும்படி சொல்வார்கள். பயிர் அறுவடை செய்யும் ரம்மியமான வயல்வெளிக் காட்சியும், தெருக்கூத்து நிகழ்ச்சியும், பெரும்

தேவாலயம் அமைந்திருக்கும் தெருவின் அமைதியான ஞாயிற்றுக் கிழமை விடியலும், ஓய்வெடுக்கும் பயணிகளின் அசதி தீர்ந்த களிப்பும் அவர்களுக்கு அந்தச் சத்தம் வழியாகக் காட்சியாய் தெரியுமாம். அவர்களுக்கு இதனால் குழப்பமோ கஷ்டமோ எப்போதும் தோன்றியதில்லை. ஒருவேளை துயரங்களைக் கடந்து செல்ல இயற்கை இட்ட விதி இதுதானா!

நதி பாயும் மென்மையான ஒலியைவிட பேசுவதற்கு ஆச்சரியமான விஷயம் வேறெதுவுமில்லை. இது என் அனுபவத்தில் கண்ட உண்மை. நீங்கள் உறங்காமல் விழித்திருக்கும் இரவுகளில் நதி உங்களை அமைதியாக அழைக்கிறது. படிப்படியாக அதன் மகோன்னதங்கள்மீது உங்களுக்குப் பித்துப்பிடிக்கிறது. உறக்கத்துக்கும் விழிப்புக்கும் இடையில் நீங்கள் சிக்குண்டபொழுது, தூரத்து மணியோசை நெருங்கி வந்து காதருகில் ஒலிக்கும். அந்த வேளையில் காட்டிலிருந்து கேட்கும் ஒரு சிறிய சத்தத்தால், கட்டிக்காக்கப்பட்ட பேரமைதி உடைந்துபோகும்.

ஆந்தை அலறுகிறது, இராப்பாடி பாடுகிறது. இரவு நேரப் பறவைகள் ஜாக்கிரதையாக அடியெடுத்து வைத்தும் கிளை முறிந்து போகிறது. இத்தனை நேரம் தெளிவாக இருந்த பிரெஞ்சுப் புல்வெளி திடீரென மங்கலடித்துக் காணாமல் போகிறது. நிலவின் கறைபடிந்த உருவம் உங்கள் கூடாரத்துணியின் மீது ஊடுருவி வருவதை நீங்கள் வெறித்தபடி பார்த்துக் கொண்டிருப்பீர்கள் .

நீரலையின் அலம்பல்போல் இடையறியாது ஒலித்த சத்தம் மங்கிப்போனது. வனாந்தரம் முழுவதும் பேர் அமைதி குடி கொண்டாலும், அதன் உள்ளுக்குள் அசைவிருக்கிறது. இராப்பாடிப் பறவைகள் தங்களுக்குப் பிடித்த பாடலைப் பாடிக்கொண்டு மேலும் கீழும் பறக்கின்றன. ஆந்தை ‘ஊவ்வ்.. ஊவ்வ்.. ஊவ்வ்..’ எனத் திரும்பத் திரும்ப அலறுகிறது. நீரலையின் பின்னணியில் இந்தச் சத்தங்களைக் கொண்டு நுட்பமான ஆச்சரியங்களை இரவு நெய்கிறது.

சத்தமில்லாத காலடி அசைவுகள், நகத்தால் பிராண்டும் கீறல்கள், மோப்பம் பிடித்து மூச்சை வெளியேற்றும் சத்தம், சிறிய ஆந்தைகளின் ‘கோ.. கோ.. கோ..’ என்ற திடீர் அலறல், மீன் கொத்திகளின் தனிமையும் துக்கமும் கலந்த அழுகுரல், வலசை போகும் அயல்நாட்டுப் பறவைகள் உச்சியில் பறந்திசைக்கும் இனிமையான சத்தம், குறிப்பிட்ட இடைவெளியில் உதிர்ந்து விழும் இலைகளின் சிறிய மௌனம், அருகாமைப் புதரிலிருந்து தன்

அழகின் நவீனத்தால் இரைந்து பாடும் வெள்ளைத் தொண்டைச் சிட்டுக்குருவிகளின் தூய வெள்ளிக் குரல் இசையாக மாறும் தூரத்து அற்புதங்கள் போன்ற பல ஓசைகள் உங்கள் கவனத்தை ஈர்க்கலாம்.

இதன் ஊடாகவே கறைபடிந்த நிலவின் உருவம் உங்கள் கூடாரத்தின் விளிம்பில் மேலெழும்பும். இவை அத்தனையும் நுட்பமாக ஒரே இடத்தில் இணைந்து, அமைதி குடிகொண்டுள்ள இரவில் மொத்தமாகச் சேர்ந்து, இவற்றைப் பற்றிச் சிந்திக்க உங்களை அழைக்கின்றன.

ஒரு கோப்பை நிறைய குளிர்ந்த நீரைப் பருகுவதைக் காட்டிலும் அந்நேரத்தில் வேறெந்தப் பானமும் உங்களைத் திருப்திப்படுத்த முடியாது; அடர்ந்தக் காட்டை இமைக்கொட்டாமல் வெறித்துப் பார்ப்பதைத் தவிர வேறெந்த அனுபவமும் இளமை நினைவு களைக் கண்முன் கொண்டுவராது. போர்வையின் அரவணைப்பால் கனவின் பித்துப்பிடித்த நிலையிலிருந்து கிறங்கும்போது, உடலும் மனமும் சில்லென்ற குளிர்ச்சியை உணர்கின்றன. மெய்ப்பொறிகள் ஒவ்வொன்றும் திறமாகத் தூண்டப்பட்டதால், இராப்பூச்சிகளின் மெல்லிய அரவத்திலிருந்து பெருஞ்சத்தம் வரை கச்சிதமாய் உள்வாங்கமுடிகிறது.

காடுகளில் இருந்து வரும் ஈரப்பதத்தின் மென்மையான வாசனை, உங்கள் நாசியில் நுழைந்து குதூகலமூட்டும். ஒரு சிறிய தொடுதலால் எல்லையற்ற ஆற்றலும் இயக்கமும் உருமாறுவதைப் போல, புரிந்துகொள்ள மர்மமாக இருந்தாலும், உலகின் முழு படைகளும் அதனதன் செயல்பாட்டின் விளிம்பில் இருப்பதுபோல் தோன்றுகிறது.

ஆனால் இனி அந்தத் தொடுதல் ஏற்பட வாய்ப்பில்லை. சுற்றி எழும் அரவங்களுக்குக் காதுகொடுக்க முடியாமல் படைகள் இடைநிறுத்தப்பட்டுள்ளன. இந்த அமைதியான வசிப்பிடத்தின் ஆழமும் மௌனமும் புரிந்துகொண்டதால், பயபக்தியோடும் மரியாதையோடும் நீங்கள் இங்கு வசிக்கத் தொடங்குவீர்கள்.

இத்தகைய நேரத்தில் நீங்கள் பலவித சாகசங்களை எதிர் கொள்ளலாம். ஒருநாள் இரவில் எங்கள் கூடாரத்துக்கு அருகில் வந்த 14 முள்ளம்பன்றிகளையும் நாங்கள் விரட்டவேண்டி இருந்தது. மற்றொரு முறை மெக்கிரஹார் விரிகுடா அருகில், எங்கள் கூடாரத்தையொட்டி 9 மான்கள் மேய்ந்து கொண்டிருந்ததைப் பார்த்து உறைந்து போய்விட்டேன். அவற்றைப் பார்ப்பதற்கே அத்தனை அழகாக இருந்தது.

என் நண்பர் ஒருவர், அவர் கூடாரத்திற்கு அருகில் படுத்துறங்கிய மான்குட்டி பற்றி ஒரு கதை சொன்னார். தன் தாய் மான் இறந்துபோனதால், கூடாரத்துக்கு வெளியே நண்பரின் தலைக்கு அடுத்துத் தலைசாய்த்து நரிகளிடம் இருந்து பதுங்கிக் கொண்டதாம். கூடாரத்துக் கதவருகில் மெல்லிசாக ஏதும் அசைந்தால் கூட அடுத்த விநாடி அந்தக் குட்டி மறைந்துவிடும். நண்பர் விடிகாலையில் எழுந்திருப்பதற்குள் அங்கிருந்து சென்றுவிடுமாம். கரடிகள் இரவில் உணவுதேடி வருவது கூட அங்குச் சாதாரண வழக்கம்.

ஆனால் நீங்கள் வெறுமனே வௌவால், காட்டு மரங்களின் நிழல், நட்சத்திரம் என்று இவற்றோடு இருந்தாலும் உலகம் உறங்கும் வேளையில் இங்கிருக்கும் அனுபவமே அசாத்தியமானது. இதை வேறு எந்த வழியிலும் உங்களால் ஈடுசெய்ய முடியாது.

இரவு முழுதும் தூங்காமல் கண் விழித்திருப்பது மட்டுமே இதைப் புரிந்துகொள்ள போதுமான தகுதியென்று நினைத்துவிடாதீர்கள். இரவை உங்கள் உடனிருக்க அனுமதிக்க வேண்டும். தூக்கத்தின் விளிம்பிலிருந்து இரவின் பாதைக்குச் சென்று, அத்தோடு அணுக்கமாக நேருக்கு நேர் நேரம் செலவிட வேண்டும்.

சில மணி நேரங்களுக்குப் பிறகு, நதியில் இருந்து வீசும் குளிர்ந்த காற்றும் காட்டுப்பகுதியில் இருந்து வீசும் காற்றும் உங்கள் மேனியை நடுங்க வைக்கும். போர்வையைப் பற்றி யோசிக்கத் தொடங்குவீர்கள். சில கணங்களுக்குள் கதகதப்பான கம்பளித் துணியில் உங்கள் உடலைச் சுற்றிக் கொள்வீர்கள். திடீரென விடிந்து விடும்.

இதில் ஆச்சரியமான விஷயம் என்னவென்றால், பகல் முழுதும் சோம்பலாக இருக்குமென்று நீங்கள் கவலைப்பட வேண்டாம். இன்றைக்கு ராத்திரி ஒன்பது மணிக்குப் பதில் எட்டு மணிக்கே உறங்கச் செல்ல வேண்டும் என்று நீங்கள் நினைத்தாலும், வழக்கத்தை விட வேகமாகத் தூங்கினாலும், உங்கள் நாளைத் தெளிவான மனத்துடன் தொடங்குவீர்கள். எவ்விதச் சோர்வும், மந்த புத்தியும், தளர்ச்சியும் இனி உண்டாகாது. இம்முறை உங்கள் இரண்டு மணிநேரத் தூக்கமென்பது ஒன்பது மணிநேர உறக்கத்திற்கான புத்துணர்வை அளித்துள்ளது.

Stewart Edward White, 'On Lying Awake at Night' (1904)
50 World's Greatest Essays, Fingerprint Classics.

ஓர் இளம் வங்காளியின் வாக்குமூலம்

பங்கிம் சந்திர சட்டோபாத்யாய்

ஆங்கிலம் படித்த வங்காளிகளின் சமூக வாழ்விலும் தனிப்பட்ட வாழ்விலும், ஆங்கிலேயக் குணங்கள் மிக வேகமாக மலிந்து வருகின்றன. இதை ஆங்கிலம் படித்த சில வங்காளிகள் மறுக்கலாம்.

ஆனால் நம் வீட்டு அறைகலன்களிலும் பண்ட பாத்திரங்களிலும் உணவிலும் பானங்களிலும் உடையிலும் நெருக்கமானவர்களுக்கு எழுதும் கடிதப் பரிவர்த்தனைச் சொற்களிலும் ஆங்கிலோ-சாக்சன் அடையாளங்கள் ஆழமாகப் பொறிக்கப்பட்டுள்ளன. ஆங்கிலம் படித்தவர்கள், நம் புறவய வாழ்வின் ஒவ்வொரு அங்கத்திலும் இதை நன்கு கவனித்துப் புரிந்து கொள்ளலாம்.

நம் வீட்டுக் கட்டுமானங்கள் கூட ஆங்கிலேய பாணியில், அவர்கள் வசதிக்கேற்ற காற்றோட்ட சௌகரியத்துடன் வடிவமைக்கப் பட்டுள்ளன. பென்னம் பெரிய கட்டடங்கள் எழுப்பும்போது, ஆண்டுக்குப் பதிமூன்று முறை வாசம் செய்யும் தெய்வங்களை மனத்திலிறுத்தி, அவர்களுக்குப் பிடித்தமான வகையில் நம் முன்னோர்கள் வீடு கட்டினார்கள். அவர்கள் ஒருபோதும் வீட்டில் வசிக்கும் குடியானவர்களின் விருப்பத்தைப் பொருட்டாகக் கருதியது கிடையாது.

இறை வழிபாட்டிற்கென ஒதுக்கப்படும் 'பூஜை அறை'யை நிர்மாணிப்பதற்கே, ஒட்டுமொத்த வீட்டின் யானைப் பங்கு விலையை மொத்தமாக இழைத்துச் செலவு செய்வார்கள். வீட்டின் மற்றெந்த அறையைக் காட்டிலும் பூஜை அறை பெரிதாக

இருக்கும்படி பார்த்துக் கொள்வார்கள். நிகழ்காலத்தின் உச்சபட்சக் கலை ரசனையில், தேவையான பணத்தையும் நேரத்தையும் அளந்து கொடுத்துச் செதுக்கி எடுப்பார்கள்.

இத்தனைச் சிரமப்படுவது கட்டடத்தின் அழகியல் நேர்த்திக்காக மட்டும் அல்ல, பூஜை அறையின் அழகையும் அளவையும் பொறுத்துதான் சமூகத்தில் ஒருவர் மதிக்கப்படுகிறார். அவருக்கான அங்கீகாரம் உறுதிசெய்யப்படுகிறது. ஆங்கிலம் படித்த வங்காளிகளின் வீடுகளில் பூஜை அறைகள் மெலிதாகக் குறைந்து வருவதைப் பார்க்க முடிகிறது.

மேலுமொரு விஷயம் சொன்னால் உங்களுக்கு உண்மைப் புரியும். வங்காளியில் பூஜை அறையைக் குறிக்கும் 'பூஜா தலான்' என்ற வார்த்தையில் 'தலான்' என்ற சொல், இன்றளவும் 'செங்கல்லால் எழுப்பப்பட்ட அறை' என்றுதான் பெரும்பாலான கிராமங்களில் புழக்கத்தில் உள்ளது.

ஒரு வங்காளியின் ஓய்வறையில் விதவிதமான நாற்காலிகள், மேஜைகள், கை விசிறிகளோடு அமெரிக்கக் கடிகாரங்கள், பலவண்ணக் கண்ணாடிச் சாமான்கள், இல்லஸ்டிரேட்டட் லண்டன் நியூஸில் வரும் கண்கவர் படங்கள், மண்ணெண்ணெய் விளக்குகள் ஆகியவற்றைக் காணலாம். புத்தக அலமாரியில் ரெனால்ட்ஸ் எழுதிய லண்டன் மர்மங்கள், டாம் பெய்ன் எழுதிய பகுத்தறிவின் காலம், பைரன் பிரபுவின் ஒட்டுமொத்தக் கவிதைத் தொகுப்புகளும் இருக்கும். அலங்காரச் சாமான்களில் ஆங்கிலேய இசைப் பெட்டிக்குத் தனியிடம் உண்டு.

சில ஆண்டுகளுக்கு முன்பு ராஜ்ஷேயி பகுதியின் துணைநிலை ஆளுநராக இருந்த ஒருவர், அப்பகுதியின் ஆங்கிலேயக் கலாசாரத்தின் மிகக் குறிப்பிடத்தகுந்த அடையாளமாக 'குதிரை வண்டிகள்' திகழ்கின்றன என்று சொன்னார். அப்பகுதியின் படித்த இளைஞர்கள் அவர் கருத்தோடு முரண்படாமல், அதைச் சிலாகித்து பகிர்ந்தனர். ஆக, இது வேடிக்கையான விஷயமல்ல என்று புரிந்துபோனது. வங்காளச் சுய ராஜ்யம் பற்றி அவரின் வாக்குறுதிகளில் சந்தேகம் கொண்டவர்கள்கூட, குதிரை வண்டி பற்றி அவர் சொன்ன கருத்தில் நம்பிக்கையோடு இருந்தனர். எங்களின் தீவிரச் சைவ உணவு நம்பிக்கையும் மதுவிலக்குக் கொள்கையும் அறுபட்டது.

வறுத்த மாட்டிறைச்சியையோ, இளம் பசுவின் கறியையோ உண்பதற்கு எங்களிடம் எவ்வித ஆட்சேபனையும் இல்லை.

மேலும், ஆங்கிலேயர்கள்போல மது அருந்துவதற்கும் பழக்க வழக்கம் சார்ந்தும், கொள்கை சார்ந்தும் துளியும் தயக்கம் காட்டவில்லை. எங்கள் பேச்சில் துண்டுபோட்ட ஆங்கிலம் அங்கங்கு மிதக்கும். உடைபட்ட இடங்களில் வங்காளியை இட்டு நிரப்பிக் கொள்வோம்.

வங்காள மொழியின் மோசமான கடித வடிவத்துக்கு மாற்றாக, குக் எழுதிய யுனிவெர்சல் லெட்டர் ரைட்டிங் புத்தகத்தின் உதவியோடு ஆங்கிலத்தைப் பயன்படுத்தினோம். எங்கள் முன்னோர்கள் உடுத்திய இறுக்கமான ரவிக்கைகள், தளர்வான மேல்சட்டைகளுக்குப் பதிலாக ஆங்கிலேயச் சட்டைகளை உடுத்தத் தொடங்கினோம். தளர்ந்திருந்த ஜிப்பாக்கள் மெல்லமாகச் சுருங்கி ஆங்கிலேய மேல்சட்டைபோல் அளவும் வடிவும் பெற்றன. இந்தியாவில் உள்ள பிரிட்டிஷ் அதிகாரிகளே வெறுத்தொதுக்கும் ஷூக்களை நாங்கள் அணிவோம்.

குறைந்தபட்ச நிதி ஒதுக்கீட்டில், ஆங்கிலேயர்கள் மெச்சிக் கொண்டாடும் ஆங்கிலேயக் கல்வியால் தேசிய, அரசியல், மதவியல் தனித்தன்மைகளோடு இருந்த வங்காளி சமூகத்தில் இத்தனை மாற்றங்கள் ஏற்பட்டிருக்கின்றன. வெறும் ஒரு தலைமுறையில் ஏற்பட்ட மாற்றங்களின் பட்டியலே நெடுந்தூரம் செல்கிறது. இதில் ஆச்சரியமூட்டும் செய்தி என்னவென்றால், இரண்டாவதாகச் சொன்ன காரணம் முன்பு சொன்னதைக் காட்டிலும் அதிகம் செல்வாக்குச் செலுத்துகிறது. இருந்தாலும் முதல் காரணி இல்லாமல், இரண்டாவது காரணியால் தனித்தியங்க முடியாது.

செறிவான ஆங்கில அறிவு இல்லாமல் ஆறு மாதக் காலத்துக்கு இங்கிலாந்து செல்லும் ஒருவரால், ஆங்கிலக் கல்விக்காகத் தன் வாழ்நாள் முழுதையும் இந்தியாவிலிருந்து அர்ப்பணிக்கும் நபரைக் காட்டிலும் ஆங்கிலேயக் கலாசாரப் பழக்க வழக்கங்களை நன்கு புரிந்துகொள்ள முடியும். ஆங்கிலேயக் கல்விமுறையோடு ஆங்கிலேய வாழ்க்கைமுறை சமர் புரியும் சந்தர்பங்கள் உண்டு என்றாலும், கல்விமுறையைக் காட்டிலும் வாழ்க்கைமுறையே குறிப்பிடத்தகுந்த மாற்றங்களைக் கொண்டுவரும் என்பது நிரூபணம்.

ஒருவன் தன் மத அபிப்பிராயங்களால் நிறைவேற்றும் கொள்கை களைக் காட்டிலும் வாழ்வின் புற இன்பங்களையும் நுகர வேண்டும் என்ற எண்ணம் ஆங்கிலேயக் கல்வி அறிவால் உருப்பெற்றது என்பதில் துளியும் சந்தேகமில்லை. நமது சாஸ்திரங்களும், வேத

நூல்களும் சுய ஒழுக்கத்தைப் பெருமளவில் கட்டிக் காப்பாற்றினாலும், வாழ்வின் மாய எதார்த்தங்களில் இருந்து விடுபட்டு மேலான வாழ்க்கைக்குத் துறவறமே சரியான வழியென்று போதித்துள்ளன.

உலகளாவிய மனித இயல்பின் சாரத்தைப் படம்பிடித்துக் காட்டும் காலஞ்சென்ற கவிஞர் ஒருவரின் சிந்தனையை உணர்ச்சிப் பெருக்கோடு நம் முன்னோர்கள் பகிர்ந்து வந்துள்ளனர். மனித மனத்தின் அனைத்துவிதக் கற்பனைகளையும் இந்தக் கவிஞரின் படைப்பு வெளிச்சமிட்டுக் காட்டுகிறது.

பாவப்பட்ட உலகின் மையத்தில் இயங்கும், ஏழை இதயமே,
உன்னைச் சூழ்ந்திருக்கும் கலகச் சக்திகளால் ஏய்க்கப்பட்டு,
துன்பங்களுக்கு வருந்தி, ஏதிலியாய் உணர்வது ஏன்,
சுற்றுச்சுவர்களைக் கட்ட கோடிகளையா செலவு செய்கிறாய்?
சொற்ப ஆயுளுக்கு ஏன் இத்தனை வரவு செலவு?
தீப்பற்றி எரியும் குடியிருப்பில் வளங்களை வாரிக் கொட்டுவது ஏன்?
புழுக்களும் வாரிசுகளும் உன் அஸ்தியைச் சுருட்டி
வாயில் முழுங்கவா? ஜீவ உடலின் இறுதி நிலை இதுதானா?
ஓ, என் இதயமே, எஜமானின் உடல் பிரிவிலும் உயிர் வாழ்பவனே,
உன் அகச்செல்வம் அழிந்தால் போகிறது, புறச்செல்வம் தேடிப் புறப்படு;
அற்பத்தனங்களுக்குச் செலவு செய்யாமல், நிரந்தரமானவைகளில் முதலீடு செய்,
அகத்தே ஊட்டமளி; அவை ஒதுக்கிப் புறம்தேட வேண்டாம்:
அவ்வாறு செய்தால், மனிதத் திண்ணி மரணத்தை ஒரேயடியாக விழுங்கிவிடுவாய்,
மரணமே மரித்துப் போய்விட்டால், பிறகு இறப்பு ஏது?

அவர்களால் இந்த நம்பிக்கைகளை அப்படியே ஏற்றுக்கொள்ள முடியாவிட்டால், நிச்சயம் அவர்கள் மனிதராக இருக்க முடியாது. ஆனால் உணவு, உடை சமாசாரங்களில் தன் சொந்த நலனுக்காக அக்கறை செலுத்துவதை, அவர்கள் ஒருபோதும் ஏற்றுக் கொள்ளவில்லை. இந்து மதத்தின் முந்நூற்றி முப்பது மில்லியன் கடவுளர்களையும் அழிந்துவிட்டு, அவர்களிருந்த இடத்தில் தன் மரியாதைக்குரிய சொந்தக் கடவுளர்களைப் பெயர்த்துவிட்டதில் ஆங்கில நாகரிகத்திற்குப் பெரும்பங்கு உண்டு.

மரபார்ந்த வழிபாட்டு மாற்றத்தை வெளிப்படையாக ஒப்புக் கொள்ளும் நேர்மையும் துணிச்சலும் நமக்கு இல்லை. நமது செயல்பாடுகளை அவதானித்தோ, அகம், புறவய வாழ்வைக் கண்காணித்தோ இந்த விஷயத்தை நாம் எந்தக் கோணத்தில் அணுகினாலும், இறுதியில் நாம் இந்த மனோபாவத்தை அடைந்துவிட்டோம் என்பது மட்டும் தெளிவாகிறது.

உண்மையிலேயே நாங்கள் கூட்டுக் குடும்ப அமைப்பைத் தகர்க்கக் கடுமையாக உழைக்கிறோம். ஒட்டுமொத்த வாழ்க்கைத் தரத்தை மேம்படுத்தவும், தனிமனிதச் சுதந்திரத்தைப் பேணவும் அயராமல் பாடுபடுகிறோம். இவற்றைக் கேட்பதற்கு உன்னத இலக்குபோல தோன்றும். ஆனால் இவை உண்மையிலேயே எதை நோக்கி நகர்கின்றன என்று எப்போதாவது சிந்தித்திருக்கிறீர்களா?

நம் சமூகத்தை ஒன்றிணைத்திருக்கும் ஒரே பாலத்தைச் சிதைப்பதன் மூலம், சமூக நல்லிணக்கத்தின் அஸ்திவாரத்தை நாம் குறைத்து மதிப்பிடுகிறோம். கூட்டுறவோடு இயங்குவது குறித்தான நம் அறிவுப் போதாமையை இதன் மூலம் தெரிந்துகொள்ளலாம். தொடர்ச்சியான உங்கள் கோரிக்கைகளும், மேல் முறையீடுகளும், பத்திரிகைச் செய்திகளும் பழங்கால இந்துக் கூட்டுக் குடும்ப அமைப்புக்கு மாற்றாக ‘கிராம முனிசிபாலிட்டி’ அமைப்பை ஒத்துழைப்புக் கூடமாக மாற்றி அமைக்குமா?

உங்கள் உறவினர்களின் நியாயமான கோரிக்கைகளை நசுக்குவது குறித்தும், நூற்றாண்டு கணக்கான அனுபவங்களையும் மரபு களையும் முறித்துகொள்ளும் கொடுமையைப் பற்றி நீங்கள் என்ன சொல்லப் போகிறீர்கள்?

நாம் இதை நடைமுறை ரீதியில் பார்க்கலாம்: கணிதத்திலும் நிதி மேலாண்மையிலும் உங்களுக்கு அடிப்படை புரிதல் இருந்தால், ஏழ்மைக்கு அருகிலிருக்கும் உங்கள் சக நாட்டுக் குடிமக்களில் பெரும்பான்மையானவர்கள் ஒன்றாகச் சேர்ந்து வாழ்வது, ஒன்றாகச் சேர்ந்து சாப்பிடுவதால் ஏற்படும் நடைமுறை பலன்கள் உங்களுக்குத் தெரியாதா? உங்களின் முற்போக்கான ‘உயர் கல்வித்’ திட்டம் சமூகத்தின் ஏழை எளிய மக்களிடத்தும் சென்று சேர்வதைப்போல் அல்லாமல், அவர்களிடையே பிரிவினையைத் தோற்றுவிக்கும் இதயமற்ற செய்கையை ஊக்குவிக்கிறது.

சுதந்திரத்தை ஊக்குவிப்பதாகச் சொல்லிக்கொள்கிறீர்களா? இத்தகைய ஆறுதலான வார்த்தைகளால் உங்களையே ஏமாற்றிக் கொள்ள வேண்டாம். உங்கள் உறவினர்களிடம் இருந்து பிரிவு

ஏற்படும்போது, உங்கள் சொந்த நலனும் பொறுப்புகளும் ஒன்றுபோல கூடுவதால், நீங்கள் என்ன செய்கிறீர்கள் என்பதில் கவனம் வேண்டும். தன்னம்பிக்கையின் வேர்கள் துளிர் விடும் நேரம், வளமையான காலங்களில் மட்டுமே வாய்க்கிறது என்பது இதன்மூலம் வெளிப்படையாகிறது.

சாதியை நாங்கள் தூரப் போட்டுவிட்டோம். பிறப்பெனும் விபத்தால் ஏற்றத்தாழ்வுகளை வகைப்படுத்தும் சமூக அமைப்பைக் கடந்து விட்டோம். நல்லவேளையாக 'சமத்துவம், சகோதரத்துவம்' என்று பேசும் வேலைக்காகாத அதித் தீவிரக் கொள்கைகளெல்லாம் எங்கள் இலட்சியப் பயணத்தில் இடம்பெறவில்லை. பிரெஞ்சுப் புரட்சியின் தாக்கம் அந்த அளவு பாதிக்காததற்கு நன்றி சொல்ல வேண்டும்.

நாங்கள் ஆங்கிலேய முறையில் உயர்கல்வி பெற்றிருக்கிறோம். எங்கள் கலாசாரம் ஆங்கிலேய வழியில், அதன் நோக்கங்களை நிறைவேற்ற மீட்டுருவாக்கப்பட்டது. 'மரியாதைக்குரிய மனிதனுக்கு' நாங்கள் வைத்துள்ள அளவை என்ன தெரியுமா? வேறெந்த பதிலைக் காட்டிலும் மிக நியாயமான பதிலை இதன்மூலம் சொல்கிறேன்.

கேள்வி : உங்களைப் பொறுத்தவரை மரியாதைக்குரியவன் என்பதற்கு என்ன அர்த்தம்?

பதில் : எவனொருவன் சொந்தமாகக் குதிரை வண்டி வைத்திருக்கிறானோ, அவனே மரியாதைக்குரியவன்.

(ஜான் தர்டெல்லின் நீதிமன்ற விவாதம்)

வங்கியில் பணம் வைத்திருப்பதன் அளவைப் பொறுத்துதான் சமூகத்தில் ஒருவரின் மதிப்புக் கணக்கிடப்படுகிறது. தன் மூதாதையர்களின் ஒன்றிணைந்த நற்குணங்களால் அவன் யாதொன்றையும் அடையப்போவதில்லை.

நம்மில் சிலர் மிகக் கண்ணியத்தோடு பாடம் பயின்று, ஆங்கிலேயக் கல்வியின் மதிப்புமிக்கப் பாடங்களை அப்படியே உள்வாங்கி தனித்தன்மையோடு அதனைப் பின்பற்றுகிறோம். உணவு உண்பதிலும், உடை கலாசாரத்திலும், சமூக நடத்தையிலும் ஆங்கிலேயர்களைப் அப்படியே கடைப்பிடிக்கிறோம். இருப்பினும் கற்றல் செயல்முறையின் காரணமாக நமது ஆரம்பக்கட்ட முயற்சிகள் ஒத்துவராது போயிருக்கலாம்.

வங்காளி உச்சரிப்பை அத்தனை எளிதில் மறந்துபோக முடியாது. சமயத்தில் சில ஆங்கிலேயச் சொலவடைகள் காலை வாருகின்றன.

‘கறுப்பர்’ என்பதிலிருந்து ‘வெள்ளையராக’ மாறுவது இப்போதிருக்கக் கூடிய வேதியியல், அழகுச் சாதனப் பொருட்களால் கூட ஈடுசெய்ய முடியாத பிரம்மாண்ட மாற்றம். எவ்வாறிருப்பினும் இதனால் சில விஷேசப் பலன்கள் உண்டு. ஆங்கிலேய நண்பர்களிடமிருந்து அவ்வப்போது இரவு விருந்துக்கான அழைப்பிதழ்கள் வரும்; ரயில்வேயில் பெட்டி தூங்குபவர்கள், வாகன ஓட்டுநர்கள் ஆங்கிலேய உடையைப் பார்த்து வணக்கம் சொல்வார்கள்.

இரண்டாவதாக எங்கள் பேச்சு, நடை, பாவனைகளை வைத்து ‘நிக்கர்’ என்று முடிசூட்டும் வசைமொழிகள் ஓய்ந்துவிட்டன. இதற்கு யாரை நாம் குத்தம் சொல்ல முடியும்? வங்காளிகளின் பாரம்பரிய உடை அடிமைத்தனத்தின் அடையாளமாக மாறியிருந்தால், அதைக் கூடிய விரைவில் நிராகரிப்பதே புத்திசாலித்தனம்.

கல்கத்தாவில் வெளியாகும் ஒன்றுக்கும் மேற்பட்ட இதழ்களில் சர்வ சமய தெய்வ நம்பிக்கை, இறை நம்பிக்கை, பிரம்மாயிசம், முற்போக்கு, அதி-முற்போக்கு இயக்கம் போன்று இந்தியவியல் மதங்களையும் மதம் சார்ந்த இயங்களின் தன்மையையும் குறித்து நீண்ட அளவில் விவாதித்துள்ளனர். இத்தனை இஸங்கள் குறித்து மதிப்பாய்வது, இந்து மதத்தின் கடமைகளில் இருந்து நம்மை விலக்கிக் கொள்ள வேண்டும் என்ற வலுவான விருப்பத்தின் மாற்று வடிவம்.

படித்த அறிவாளிகளால் காட்டுத்தனமான உணவுக் கட்டுப்பாடு களுக்கு ஒத்துப்போக முடியாது; பழமை ஊறிப்போன தன் பெற்றோரின் பிற்போக்குவாதங்களுக்குச் செவிமடுப்பதற்காகத் தன் சௌகரியங்களை விட்டொழிக்க முடியாது; தொல் பழங்கால முறையில் துறவறம் மேற்கொள்வதே புனிதமான வாழ்க்கைக்கு அடையாளமெனக் கூறி மரியாதை செலுத்த முடியாது; ஆழமான இலக்கிய அறிவு என்ற பெயரில் வரலாற்றுத் திரிபுகளையும் போலி புவியியல் செய்திகளையும், தவறான இயற்பியல் தேற்றங் களையும் ஏற்றுக்கொள்ள முடியாது; வாழ்நாள் முழுவதும் கைம் பெண் கோலத்தில் இருப்பதே தார்மீக அறமென்று ஒருபோதும் பொய் பாராட்ட முடியாது. இந்தக் குறைகளை எல்லாம் ஒன்று கூட்டிப் பார்த்தால், ஒற்றைக் குரலாக அவை ஒரே கீதத்தைத்தான் ஒலிக்கின்றன, ‘இந்துத்துவம் அழிந்துபட வேண்டும்’.

ஒப்புக்கொள்கிறேன். ஆனால் மனிதனின் ஆன்மீக ஞானம் வெற்றிடத்தை வெறுக்கிறது. மரபார்ந்த இந்து மதத்தின்

வீழ்ச்சியாலும் வேறு சில மதங்களின் எழுச்சியாலும் இந்து மத நெறிமுறைகள் முற்றிலுமாகப் புறக்கணிக்கப்பட்டுள்ளன. அதன் கொள்கைகள் பின்பற்றப்படுவதைக் காட்டிலும் புறக்கணிக்கப் பட்டதாய் பரவலாக ஒப்புக் கொள்ளப்படுகிறது.

இங்குதான் முக்கியமான கேள்வி எழுகிறது. நமது புதிய நெறிமுறை எங்கே? அதை அமல்படுத்துவதற்கான மக்களின் ஒப்புதல் சாட்சியம் எங்கே? தனிமனிதத் தூய்மை, பணிவு, பொதுநலம், அரசியல் சார்பற்ற தேசபக்தி, ஜீவகாருண்யம், வாழ்நாள் முழுதும் ஒப்பில்லாத கல்வி பெறும் திறன், தார்மீக அறம் போன்ற குணங்களுக்கு இணையான ஒருவரை நம்மிடையே காண முடியுமா?

இந்து மதப் போதனைகளால் வளர்த்தெடுதக்கப்பட்ட மனத்தை நம்மில் யாரேனும் நவீனத் தாக்கத்தைக் கொண்டு உருவாக்க முடியுமா? மரத்தின் அருமையைப் பழங்களை வைத்து எடைபோடுங்கள்.

Bankim Chandra Chattopadhyay, 'The Confession of a Young Bengal' (1872)

The Book of Indian Essays : Two Hundred Years of English Prose,
Arvind Krishna Mehrotra (Ed.), Black Kite.

வறுத்த பன்றி பற்றி : ஓர் ஆய்வுக் கட்டுரை

ஐ

சார்ல்ஸ் லேம்ப்

மனித நாகரிகம் தோன்றியபின், முதல் எழுபதாயிரம் ஆண்டுகளுக்கு அவர்கள் பச்சை மாமிசத்தை நகத்தால் கீறியும், பற்களால் கிழித்தும் சாப்பிட்டார்கள் என்று சீனக் கையெழுத்துப் பிரதி ஒன்றின் வாயிலாக நண்பர் எம் படித்துக் காட்டினார் (தாமஸ் மேனிங்). அபிசீனியாவில் இந்தப் பழக்கத்தை இன்றும் காணலாம்.

இந்தக் காலகட்டம் பற்றிய தெளிவான சித்திரத்தைச் சீனப் பேரறிஞர் கன்பூசியஸின் 'முண்டேன் மியுட்டேசன்ஸ்' என்ற புத்தகத்தின் இரண்டாம் அத்தியாயத்தில் பார்க்க முடியும். சமையல்காரர்களே இல்லாத 'சோ-ஃபாங்' என்று சொல்லக்கூடிய ஒரு வகையான பொற்காலத்தை அவர் குறிப்பிடுகிறார். வறுப்பதும், வாட்டுவதும் எதிர்பாரா விபத்தில் கண்டுபிடித்த சமையல் உத்தி என அந்தச் சீனக் குறிப்பு சொல்கிறது. நான் அந்த விஷயத்தை விவரமாகச் சொல்கிறேன்.

ஹோ-டி என்கிற மேய்ப்பர், ஒரு நாள் காலையில் தன் பன்றி களுக்காக உணவு சேகரித்து வருவதற்காகக் காட்டுக்குள் சென்றார். தான் திரும்பி வரும்வரை மூத்த மகன் போ-போவின் பராமரிப்பில் பன்றிப் பண்ணையை ஒப்படைத்திருந்தார். அவன் வயது இளைஞர்களுக்கு நெருப்புடன் விளையாடுவதில் கொள்ளைப் பிரியம். போ-போவும் அத்தகைய முட்டாள்தான்.

திடீரென்று வைக்கோலில் நெருப்பு பற்றி, கண் இமைக்கும் நேரத்தில் பண்ணை முழுக்கப் பரவிவிட்டது. பன்றிப் பண்ணை முழுவதும் தீக்கிரையாகி, சாம்பலானது. பண்ணையைக் காட்டிலும்

(பல்லாண்டுகளுக்கு முந்தைய கட்டடம் என்பதால், உங்களால் அதன் உருவத்தைக் கற்பனை செய்து பார்க்க முடியாது) முக்கியத்துவம் வாய்ந்த சின்னஞ் சிறிய ஒன்பது பன்றிக் குட்டிகளும் அந்த விபத்தில் உருக்குலைந்துவிட்டன.

வரலாற்றின் சுவடுகள் கிடைக்கும் மிகப் பண்டைய காலந்தொட்டுச் சீனப் பன்றிகள் என்றால், கீழை நாடுகளில் அதற்கு அத்தனை மவுசு உண்டு. ஆக, பன்றிகள் இறப்பையொட்டித் தன் தந்தை என்ன சொல்வார் என போ-போ கலக்கமுற்றான். பண்ணையைப் பற்றிப் பெரிதாகப் பயமில்லை. காய்ந்த மரக் கிளைகளும் சருகுகளும் வைத்து ஒன்றிரண்டு பேர் கூடினால் இரண்டு மணிநேரத்தில் எப்போது வேண்டுமானாலும் வேறொரு குடிசையைக் கட்டிக் கொள்ளலாம். ஆனால் பன்றிகளுக்கு என்ன செய்வது?

தந்தையிடம் என்ன சொல்வது என்று யோசித்துக்கொண்டே புகைந்த எச்சங்களைப் புரட்டிக் கொண்டிருந்தபோது, முன்பெப் போதும் நுகர்ந்திடாத வித்தியாசமான நாற்றமொன்று அவன் நாசியைத் துளைத்தது. இது எங்கிருந்து வருகிறது?

நிச்சயமாக எரிந்த குடிசையின் மிச்சத்தில் வரும் வாசனை அல்ல. சேட்டைக்காரப் போ-போ இதற்குமுன் பல குடிசைகளை எரித்திருக்கிறான். அவன் அந்த வாசத்துக்குப் பழகிப் போயிருந்தான். இது துரதிர்ஷ்டவசமாகத் தீக்காயம் பட்ட இளம் பன்றிக்குட்டிகளின் நாற்றமாக இருக்கவேண்டும்.

வேறெந்த மூலிகையும் செடிகளும் பூக்களும் இதுபோல் வாசனையைக் கொண்டிருக்கவில்லை. அந்நேரத்தில் அவன் உதட்டோரம் ஈரம் வழிந்தது. என்ன யோசிப்பது என்று தெரியாமல் தடுமாறினான்.

பன்றிகள் உயிரோடு இருக்கும் அறிகுறிகள் தென்படுமா என்று கீழே குனிந்து ஆராய்ந்தான். சூடான பன்றிக்குட்டியின் சருமத்தைத் தொட்டுப் பார்க்கும்போது எதிர்பாராமல் தன் விரல்களைச் சுட்டுக்கொண்டான். அதை நிவர்த்தி செய்ய, உடனே விரல்களை வாய்க்குள் வைத்துச் சப்பினான்.

அவ்வாறு செய்யும்போது, பன்றிக்குட்டியின் மிருதுவான தோல் பகுதிகள் சில அவன் விரலோடு ஒட்டிக் கொண்டிருந்ததை உணர்ந்தான். அவன் வாழ்விலேயே முதன்முறையாக (உலக வரலாற்றிலேயே என்றுகூடச் சொல்லலாம். அதுவரை வறுத்த பன்றிக்குட்டியின் தோலை யாரும் சுவைத்ததில்லை) அதைச் சுவைத்துப் பார்த்தான். மொறுமொறுப்பாக இருந்தது.

மீண்டும் பன்றியைத் தொட்டுப் பார்த்தான். இப்போது அவ்வளவாகச் சூடு இல்லை. இருந்தாலும் பழக்கதோஷத்தில் விரல்களைப் சப்பினான். நீண்ட நேரம் புரிபடாமல் இருந்த உண்மை, மெல்ல அவனுக்குப் புரிந்துபட்டது. அந்த நாற்றத்துக்கும் ருசிகரச் சுவைக்கும் பன்றிக்குட்டிகள்தான் காரணம்.

இந்தப் புதிய இன்பத்தில் தன்னை முற்றிலுமாக பறிகொடுத்து, இறந்துகிடக்கும் பன்றிகளின் தோலைச் சதையுடன் கிழித்து, கைநிறைய அள்ளித் தன் தொண்டையில் அடைத்தான். மிகுந்த பேராசையுடன் விலங்குகளைப் போல் அளவுக்கு மீறி வாயில் அள்ளிப்போட்டுக் கொண்டான்.

சம்பவம் அறிந்து, கையில் தடிக் குச்சியுடன் போ-போவின் தந்தை குடிசையை நெருங்கினார். காட்சியைக் கண்டதும் அனைத்தும் புரிந்தவர்போல, சேட்டைக்காரப் போ-போவின் தோள்பட்டை மேல் ஆழங்கட்டிபோல் பலமாகத் தாக்கத் தொடங்கினார். பன்றிக் கறியைச் சுவைத்துக் கொண்டிருந்த போபோ, பெரிதாக அலட்டிக் கொள்ளாமல் ஈக்களைத் தூர விரட்டுவதுபோல் அற்பமாக உதறினான்.

அலாதியான சுவையினால் பேரின்பம் எய்திய போ-போவுக்கு, வேறெந்த அசௌகரியங்களிலும் மனத்தைத் திருப்பச் சிந்தை யில்லை. அவன் தந்தை தொடர்ச்சியாகப் போ-போவை அடித்துக் கொண்டிருந்தார். ஆனால் பன்றி இறைச்சியைக் கீழே போட மனமின்றி, முழுவதுமாகத் தின்று தீர்க்கும் வரை அவன் அசையவில்லை. இறுதியில் சந்தர்ப்பச் சூழலை உணர்ந்தவனாய் சுதாரித்துக் கொண்டு தன் தந்தையுடன் உரையாடத் தொடங்கினான்.

‘இரங்கமற்ற நாயே, நீ எதைச் சாப்பிடுகிறாய்? உன் முட்டாள் தனமான செய்கையால் மூன்று வீடுகளை எரித்தது போதாதா? நான் உன்னைத் தண்டித்ததை மறந்துவிட்டாயா? இன்னும் தின்பதற்கு அங்கு என்ன இருக்கிறது, நெருப்பைத் தவிர நீ எதை விட்டு வைத்தாய்? சொல்லு.’

‘அட அப்பா, இங்கே ஓடிவாருங்கள். இந்தப் பன்றி.. அடடா சுட்டுப்போட்ட இந்தப் பன்றிக்குட்டிகள் எத்தனைச் சுவையாய் இருக்கிறதென்று ஒருமுறை சுவைத்துப் பாருங்கள்’

இதைக் கேட்டதும் ஹோ-டியின் காதுகள் திகிலில் உறைந்தன. தன் மகனைச் சகட்டு மேனிக்குச் சபித்தார். சுட்டெடுத்த பன்றி இறைச்சியை உண்ணும் ஒருவன் தனக்கு ஏன் மகனாய் பிறக்க வேண்டும் என்று தன்னைத் தானே சபித்துக் கொண்டார்.

காலையில் இருந்தே போ-போவின் நாசித் துவாரங்கள் பன்றி இறைச்சியின் நாற்றத்தால் மதிமயங்கிப் போயிருந்தன. அருகிலிருந்த மற்றொரு பன்றியின் தோலைக் கிழித்து, அதைத் தந்தையின் கையில் திணித்து, 'சாப்பிடுங்கள். சுட்டுப்போட்ட பன்றிக் கறி! இதன் சுவை இருக்கிறதே, அடக் கடவுளே!' என்று காட்டுமிராண்டித்தனமாக மூச்சு முட்டும் அளவுக்குத் திணித்தான்.

ஹோ-டி அருவருப்புடன் நடுங்கிக் கொண்டே செய்வதறியாமல் முழித்தார். இயற்கைக்கு மாறான அரக்கத்தனமான செய்கைக்காகத் தன் மகனைக் கொலைசெய்யக்கூடாதா எனச் சிந்தித்துக் கொண்டிருக்கும்போது, பன்றி இறைச்சி அவர் விரல்களைச் சுட்டுவிட்டது. மகனுக்கு ஏற்பட்டது போலவே, ஹோ-டிக்கும் நேர்ந்தது.

போ-போவைப் போல விரல்களை எடுத்து வாயில் வைத்துக் கொண்டார். அதன் ருசி அவருக்கு வித்தியாசமாக இருந்தது. வாயில் புளிப்புத்தன்மையை உணர்ந்தார். ஹோ-டிக்கு அதன் சுவை மிகவும் பிடித்துவிட்டது.

(கையெழுத்துப் பிரதியின் குறிப்பு இங்கு மிகவும் அலுப்பூட்டு கிறது) இறுதியில் தந்தை மகன் இருவரும் புகைந்த பண்ணைத் தரையில் உட்கார்ந்து கொண்டு, ஒன்றுவிடாமல் அத்தனைப் பன்றிகளையும் உண்டு முடித்துவிட்டுதான் எழுந்தார்கள்.

இந்த ரகசியத்தை அண்டை வீட்டார்களுக்குத் தெரியாமல் பத்திரமாய் பாதுகாக்க வேண்டுமென்று போ-போவிடம் அவன் தந்தை கட்டளையிட்டார். கடவுள் கொடுத்த இறைச்சியை நல்ல முறையில் பாதுகாக்காமல், காட்டுமிராண்டித்தனமாக நடந்து கொண்டதை அறிந்தால் நிச்சயம் கல்லெறிந்தே கொலை செய்து விடுவார்கள் என்று ஹோ-டிக்கு தெரியும்.

இப்போது ஹோ-டியின் பண்ணையைப் பற்றி நிறைய கதைகள் உருவாகின. இருந்தாலும் முன்பைவிட அடிக்கடி ஹோ-டியின் பண்ணை தீப்பிடித்தது. ஆனால் எல்லாமுறையும் நெருப்பு மட்டுமே எஞ்சியதை ஊரார் கவனித்தனர். சில சமயம் இரவில் தீப்பிடிப்பது உண்டு, சில சந்தர்ப்பங்களில் பட்டப் பகலிலும் தீப்பிடிப்பது உண்டு.

பன்றிகள் எப்போதெல்லாம் குட்டிகளை ஈனுகிறதோ, அப்போ தெல்லாம் ஹோ-டியின் பண்ணை தவறாமல் தீப்பிடித்துவிடும். இப்போதெல்லாம் ஹோ-டி தன் மகனைத் தண்டிப்பதோ,

திட்டுவதோ கிடையாது. முன்பைவிட அளவுக்கு அதிகமாய் பாசத்தைப் பொழிகிறார்.

நீண்ட நாட்கள் கண்காணித்ததன் பிறகு, ஊராருக்கு மர்மம் பிடிபட்டது. தந்தையும் மகனும் பெக்கினில் (பீஜிங்) விசாரணைக்காக அழைக்கப்பட்டனர். குற்றம் சாட்டப்பட்ட எரிந்த பன்றிகளின் மாமிசத்தைக் கொஞ்சமாவது மன்றத்தில் சமர்ப்பிக்க வேண்டும் என்று நடுவர் மன்றத் தலைவர் குற்றவாளிகளிடம் இறைஞ்சினார். அருவருப்பான பன்றி இறைச்சியைப் பெட்டியில் அடைத்து மன்றத்தில் சமர்ப்பித்தனர். ஆதாரத்தைக் கண்டதும் நீதிபதிகள் தீர்ப்பு வழங்கத் தயாரானார்கள்.

அதற்குமுன் ஒவ்வொருவராகப் பன்றி இறைச்சியைக் கையிலெடுத்துத் தொட்டுப் பார்த்தார்கள். விதி வயத்தால் எல்லோரும் சூடு வாங்கிக் கொண்டார்கள். இயற்கை அவர்கள் எல்லோரையும் விரல் சூப்பிச் சாந்தமடைய ஆற்றுப்படுத்தியது. போ-போவும் அவன் தந்தையும் அடைந்த அதே இன்பத்தை நுகர்ந்தார்கள்.

இதுநாள்வரை நீதி தவறாத, உண்மைக்குக் கட்டுப்பட்ட நீதிபதியின் தீர்ப்பை எதிர்பார்த்திருந்த ஒட்டுமொத்த நீதிமன்றத்துக்கும், ஊர் மக்களுக்கும், அந்நியர்களுக்கும், அறிக்கை எழுதுபவர்களுக்கும் அதிர்ச்சி காத்திருந்தது. பெட்டியில் வைத்த கையை எடுக்காமல், ஆதாரங்களும் குற்றச்சாட்டுகளும் பலமாக இருப்பதைப் பொருட்படுத்தாமல், எவ்வித ஆட்சேபனையும் இன்றி நிரபராதி என்று இருவரையும் விடுதலை செய்து தீர்ப்பு வழங்கியது நீதிமன்றம்.

சூட்சுமப் புத்தியுடைய நீதிபதி ஒருவர், தீர்ப்பின் அக்கிரமத்தைக் கண்டு பராமுகம் கொண்டார். நீதிமன்ற அவை கலைந்ததும், யாருக்கும் தெரியாமல் அந்தரங்கமாகச் சென்று அங்கிருந்த அனைத்துப் பன்றிகளையும் வாங்கி விட்டார். பணத்தின் பொருட்டா, கருணையின் பொருட்டா என்று யாருக்கும் தெரியாது.

ஆனால் சில நாட்களில் அந்நீதிபதி தங்கியிருந்த வீடும் தீப்பற்றி எறிவதைக் காண முடிந்தது. விஷயம் காற்றில் கசிந்தது. திரும்பும் திசையெல்லாம் தீப்பற்றி எறிவதைத் தவிர்த்து வேறெதுவும் காண்பதற்கு இல்லை. பன்றியின் விலையும் எரிபொருள் விலையும் மாவட்டமெங்கும் கிடுகிடுவென உயர்ந்தன. காப்பீட்டு நிறுவனங்கள் இழுத்து மூடப்பட்டன.

கட்டடக்கலை விஞ்ஞானம் விரைவில் அழிந்துபோகுமோ என்று அஞ்சும் அளவுக்கு, மக்கள் சின்னஞ் சிறிய வீடுகளைக் கட்டிக் கொண்டு அதைத் தீக்கிரையாக்கினர். இவ்வாறு வீடுகளை எரிக்கும் வழக்கம் பல ஆண்டுகள் நீடித்ததாகக் கையெழுத்துப் பிரதி குறிப்பிடுகிறது.

ஜான் லாக்கைப் போன்று அங்கு ஒரு முனிவர் தோன்றினார். பன்றி இறைச்சியையோ பிற மாமிச இறைச்சியையோ சமைத்து உண்பதற்கு (அவர்கள் சொல்வதுபோல் சுட்டு உண்பதற்கு) வீட்டைக் கொளுத்த வேண்டிய அவசியமில்லை என்று அவர் கண்டறிந்து சொன்னார்.

கிரில் பலகையின் மூலம் சுட்டுச் சாப்பிடும் வழக்கம் இத்தகைய முரட்டுத்தனங்களின் வழியாகத்தான் உருப்பெறத் தொடங்கியது. கம்பிக்கட்டி வறுக்கும் வழக்கத்தை ஒன்றிரண்டு நூற்றாண்டு களுக்குப் பிறகுதான் கடைப்பிடித்திருக்க வேண்டும். யாருடைய வம்சத்தில் தோன்றியது என நான் மறந்துவிட்டேன்.

இத்தகு வெளிப்படையான, பயனளிக்கவல்ல கலைவடிவின் மூலமே மனிதக் குலத்துக்கு வழி பிறக்கிறது என்ற மென்மையான வார்த்தைகளால் அந்தக் கையெழுத்துப் பிரதி முற்றுப்பெறுகிறது.

மேலே சொன்ன கதை, எத்தனைத் தூரம் நம்பத் தகுந்தது என்று கேட்டால் எனக்குப் பதில் தெரியாது. ஒருவேளை அது உண்மையாக இருந்தால், ஏதாவது ஓர் உணவுப் பண்டத்தைச் சமைப்பதற்காக ஒட்டுமொத்த வீட்டையும் எரித்துத் தீக்கிரையாக்கி நாசம் செய்ய வேண்டுமென்றால், அதற்குத் தகுதியான உணவு வறுத்த பன்றியாக மட்டுந்தான் இருக்க முடியும்.

ஒட்டுமொத்த உலகின் ருசிகரக் கடலில் குளித்து எழச் சொன்னாலும், அதன் உச்சபட்சச் சுவை வறுத்த பன்றியில்தான் இருக்கிறது என்பதில் எனக்கு எப்போதும் மாறுபட்ட கருத்துக் கிடையாது.

நான் இங்கு வளர்ந்த பன்றிகளைக் குறிப்பிடவில்லை. சின்னஞ் சிறிய இளம் குட்டிகளைப் பற்றியே பேசுகிறேன். அவை உண்மையிலேயே மிக இளமையானவை. அதிகபட்சம் பிறந்து ஒரு மாதம் ஆகியிருக்கலாம். பன்றித் தொழுவத்தின் அழுக்குப்படிந்த சேற்றுச் சகதிக்குக் கூடப் பழக்கப்படாதவை.

தன் முன்னோர்களிடம் இருந்து எவ்விதத் தீயப் பழக்கங்களும் கற்றுக்கொள்ளாத இளம் பிஞ்சுகள். அதன் உறுமல் சத்தம் கூட

முழுமையாக உருப்பெற்றிருக்காது. உயர்ந்த ஸ்தாயியில் குழந்தை அழுவதற்கும், பன்றிகளின் வழக்கமான உறுமலுக்கும் இடைப்பட்ட மென்மையான குரல்.

இளம் குட்டிகளை வறுத்து உண்ண வேண்டும். நம் முன்னோர்கள் அவற்றை வேகவைத்து உண்டார்கள் என்பது எனக்குத் தெரியும். ஆனால் அவ்வாறு செய்தால் வெளிப்புறச் சதை வீணாகிவிடும்.

இத்தகைய இளம் பன்றிகளின் இறைச்சிச் சுவைக்கு வேறெதுவும் ஈடாகாது. அதன் மொறுமொறுப்புத் தன்மையும் பொன்னிற வறுவலும் வேறெந்த இறைச்சியிலும் இத்தனை மிருதுவாகப் பார்க்க முடியாது. இதன் முரட்டுச் சுவையை உங்கள் பற்களால் ருசி பார்க்கலாம்.

பன்றியின் சருமத்தில் அப்பிக்கிடக்கும் எண்ணெய் பிசுக்கைப் பார்த்து, கொழுப்பு என்று ஏமாந்து விடாதீர்கள். விவரிக்க முடியாத இனிப்புச் சுவையின் சாரம் அது. தூய்மையான இளம் பன்றியின் வளப்பமான சதைப் பிடிப்பிலிருந்து ஒழுகும் இனிய சாறு. கொழுத்த பாகங்களும் மெலிந்த பாகங்களும் கச்சிதமாகப் பொருந்தி, தேவலோகச் சுவையை வாரி வழங்குகின்றன.

அந்தப் பன்றியைப் பாருங்கள். வறுத்துச் சமைக்கும்போது, அதன் உணர்ச்சிகளுக்குக் காது கொடுங்கள். தன்னைச் சுட்டெரிக்கும் நெருப்பைப் பொருட்படுத்தாமல், அதன் கதகதப்பில் இதமாய் ஆடுகிறது. கம்பியில் மாட்டிக்கொண்டும் அது சும்மாயிருக்கிறதா? உடம்பின் எல்லாப் பாகத்திலும் நெருப்புப் பட, சந்தோஷமாகச் சுழல்கிறது. இந்த இளம் வயதில் இத்தனை உணர்ச்சிப் பெருக்கு கூடிய பன்றியைப் பார்க்க ஆச்சரியமாக இருக்கிறது. ஜொலிக்கும் ஜெல்லியைப் போன்றும் கண் கூசும் வால் நட்சத்திரம் போன்றும் அழுது வடித்த அதன் கண்கள் குளமாக மின்னுகின்றன.

தன் இரண்டாவது தொட்டிலில் படுத்துறங்குவதுபோல், உணவுத் தட்டில் அமைதியாகக் கண்ணுறங்குகிறது. இந்த இளம் குட்டி வளர்ந்த பிற்பாடு, மற்ற பன்றிகளைப் போல் பேராசை, குழப்பம், பிடிவாதக் குணம் பிடித்து விரும்பத்தகாத உயிரினமாக மாறும் என்பதைக் கற்பனையிலாவது உத்தேசிக்க முடிகிறதா?

கொழுத்தச் சதைகளைக் கொண்டு பெருந்தீனியாக மாறி, பிடிவாதம் கொண்ட குழப்ப விலங்காக மாறுவதற்கு எல்லாவகைப்பட்ட அறிகுறிகளும் இதனிடம் உண்டு. ஆனால் அதிர்ஷ்டவசமாக அதன் ஊழிலிருந்து, இந்த இளம் பன்றியைக் காப்பாற்றிவிட்டோம்.

'பாவம் உடலைப் பற்றுவதற்கு முன்பே,
துக்கம் உயிரைத் துண்டாடுவதற்கு முன்பே,
மரணம் இவனைச் சரியான நேரத்தில் கொண்டுசேர்த்தது'

பலத்த நாற்றமுடைய பன்றி இறைச்சியை, தன் வயிறு உண்ண மறுத்தாலும், விதூஷகன் அதனைக் குறைசொல்ல மாட்டான். அதை நினைக்கும்போதே அவனுக்கு நாற்றமெடுக்கும். சுரங்கத் தொழிலாளர்கள் நாற்றமெடுக்கும் இறைச்சிகளை உண்ணச் சொல்லிக் கட்டாயப்படுத்தப்படுவதில்லை. இந்த விஷேசமான பன்றி இறைச்சியைச் சாப்பிடத் தகுந்தவர்கள், உணவுப் பிரியர்கள்தான். பன்றிக்கு மிகச் சிறந்த ஓய்விடம் உணவுப் பிரியர்களின் இரைப்பை என்பதில் சந்தேகம் வேண்டாம். இறந்த பன்றியை அவர்கள் வயிற்றில் அடக்கம் செய்வதில் பன்றிகளுக்கு மனப்பூர்வ திருப்தி உண்டாகும். சுவையூட்டக்கூடிய பதார்த் தங்களில் பன்றியே மிகச் சிறந்த உணவு.

அன்னாசிப்பழம் மிகுந்த சுவையுடையது. பாவப்பட்டதாகக் கருதினாலும், மகிழ்வூட்டக்கூடிய இனிய பழம் அது. மெல்லிய உணர்திறன் கொண்ட நபர், ஆசையூட்டக்கூடிய அன்னாசிப் பழத்திடம் கவனமாக இருக்க வேண்டும். தன்னைத் தீண்டும் இதழ்களை, தன்னால் காயப்படுத்தமுடியும் என்ற பூரிப்பு அவளுக்கு உண்டு. உணர்ச்சிமிக்க முத்தங்களைப்போல், அவள் இதழ்களைக் கடிக்கிறாள்.

அவளின் சுவை எல்லையில்லாதது. நம்மைப் பித்துப்பிடித்து அலைய வைக்கும். ஆனால் இதழ்களின் சுவையை மட்டுமே அவள் திருப்தி செய்கிறாள். வயிற்றுப் பசியை அவளால் போக்க முடியாது. காட்டுப் பசியோடு இருந்தால், துளியும் வருத்தமின்றி அவளை ஆட்டுக் கிடா துண்டுகளுக்கு மாற்றாக விற்றுவிடலாம்.

பன்றிகள் ருசியானவை. காட்டுத் தீனி தின்பவர்களையும் நுனிப் புல் மேய்பவர்களையும் பாரபட்சமின்றித் திருப்தி செய்பவை. வலிமையானவர்கள் பன்றி இறைச்சியில் விருந்து உண்ணு கிறார்கள். மெலிதானவர்கள் மென்மையான பகுதிகளை உண்டு அனுபவிக்கிறார்கள்.

நற்குணங்களும் தீக்குணங்களும் நிரம்பி வாழும் சிக்கலான மானுடர்களைப்போல் அல்லாமல், எல்லா வகையிலும் நன்மை நிரம்பிய பன்றிகளைப் புரிந்து கொள்வதில் எவ்விதக் குழப்பமும் இல்லை. அதன் ஒவ்வொரு அங்கமும் உயர்வு, தாழ்வு இல்லாமல் சரிசமமாக ருசிக்கிறது. சுற்றி இருப்பவர்களுக்குத் தன்னால் இயன்ற உதவிகளை எப்போதும் செய்ய முயல்கிறது.

மற்றவர்களின் உயரிய விஷயங்களைக் கண்டு, அவர்கள் நன்றாக உணவருந்துவதைப் பார்த்து பன்றிகள் எப்போதும் பொறாமை கொண்டதோ, வெறுப்பு உமிழ்ந்ததோ கிடையாது. தன் அண்டைவாழ் உயிரினங்களை அன்புடனும் நேர்மையுடனும் நடத்துகின்றன.

என் வாழ்வில் ஏற்படும் நற்காரியங்கள் மிகக் குறைவானது என்றாலும், அவற்றை ஒன்றுவிடாமல் என் நண்பர்களிடத்துச் சொல்லும் பழக்கம் உடையவன் நான். அதைப்போல, என் நண்பனின் சொந்த விருப்பங்களையும் மகிழ்ச்சிகளையும்கூட எனது சொந்த இலட்சியம் ஈடேறுவதைப்போலக் கொண்டாடுபவன் நான் என்பதை உறுதியோடு சொல்கிறேன்.

'மறைந்து போனவர்கள் மீதான பாசத்தை, பரிசுகள் நினை வூட்டுகின்றன' என்று நான் அடிக்கடிச் சொல்வேன். முயல், செம்போத்து, கோழி, சிப்பி போன்ற உணவு பதார்த்தங்களை நண்பர்களுக்குக் கொடுத்தும் அவர்களிடமிருந்து பரிசாக வாங்கியும் உண்டு களித்திருக்கிறேன். ஆனாலும் நாம் எவ்வளவு கொடுக்கிறோம், எவ்வளவு பெறுகிறோம் என்பதில் ஒரு வரன்முறை வேண்டும். நாடகத்தில் வரும் லியர் அரசன்போல நாம் இருந்துவிடக் கூடாது.

தன் உடைமைகள் அனைத்தையும் அவன் கொடுத்தான். நான் எனது எல்லையைப் பன்றிக் கறியோடு முடித்துக் கொள்கிறேன். சிநேகிதர்கள், நட்பு போன்ற அற்ப காரணத்துக்காகப் பன்றிக் கறி போன்ற சுவைமிக்க இறைச்சியை முட்டாள்தனமாகப் பரிசளிப்பது நன்றிகெட்ட காரியமென்றும் கருதுகிறேன்.

எனது பள்ளிப் பருவத்தில் நடைபெற்ற இத்தகைய சம்பவ மொன்றை என்னால் நினைவுகூர முடியும். விடுமுறை நாட்களில் எனது அத்தை வீட்டுக்குச் செல்வேன். அங்கிருந்து திரும்பும்போது இனிப்புப் பதார்த்தங்களை எனது பையில் நிரப்பி ஆசைதீர வழியனுப்பி வைப்பார் அவர். அப்படியொரு மாலை வேளையில் சுவைமிக்க பிளம் கேக் ஒன்றைச் சுடச்சுட கையில் தந்தார்.

இலண்டன் பிரிட்ஜ் வழியாகப் பள்ளிக்குச் சென்ற நான், நரை மலிந்த வயதான பிச்சைக்காரன் ஒருவனை வழியில் சந்தித்தேன். அவனைப் பார்க்க உண்மையானவன் போல் தெரியவில்லை. பணத்திற்காக வேஷமிடுபவன் போல் இருந்தான். கையில் கொடுப்பதற்கு என்னிடம் துளியும் பணமில்லை. எனவே கருணை கொண்ட பள்ளிச் சிறுவனாக வெளிகாட்டிக்கொள்ள, எனது பிளம் கேக் முழுவதையும் அவனிடம் கொடுக்கவேண்டி இருந்தது.

கொஞ்ச தூரம் வரையில் மனநிறைவோடு, மகிழ்ச்சியாகச் சென்றேன். ஆனால் பிரிட்ஜை கடந்ததும், எனது அத்தைக்கு நான் நன்றியோடு நடந்துகொள்ளவில்லையோ என்று உணர்ந்து அழத் தொடங்கினேன். அவர் எனக்கு அளித்த பரிசை, நல்லவனா கெட்டவனா என்று அறியாத மூன்றாம் நபருக்குத் தாரை வார்த்திருக்கிறேன். அந்தக் கேக்கை நான் மட்டுமே உண்பேன் என்று நினைத்து, எனது அத்தை திருப்தி அடைந்திருப்பார்; அதன் சுவையை நான் மட்டுமே ருசிப்பேன் என்று எண்ணி மகிழ்ந்திருப்பார்.

அத்தகைய பரிசை வேறொருவருக்கு வழங்கியதை எண்ணி நான் அவமானப் படுகிறேன். அதன் சுவைக் கமழும் மணம் இன்னும் என் நாசியில் நிற்கிறது. நல்லவன்போல் வேஷமிட்ட ஒருவனுக்கு, தாரை வார்த்ததை எண்ணி என் தவற்றை உணர்ந்தேன். எல்லாவற்றுக்கும் மேல் அந்தத் தந்திரமான, ஒன்றுக்கும் உதவாத மோசகரப் பாவியை இனி என் வாழ்நாளில் பார்த்துவிடக் கூடாது எனச் சொல்லிக் கொண்டேன்.

எங்கள் முன்னோர்கள், இந்த இளம் பிராணிகளை அன்பிற்குரிய முறையில் பலியிடுவார்கள். ஆனால் அதே சமயம் பன்றிகளைச் சாட்டையால் அடித்துப் பலியிடும் முறையைப் படித்தபோது அதிர்ச்சியாக இருந்தது. ஏனெனில் இப்போது இந்த வழக்கம் நடைமுறையில் இல்லை. கடந்த காலத்தில், கடுமையான ஒழுக்கத்தை மக்கள் பின்பற்றினார்கள்.

இவ்வாறு சாட்டையில் அடித்துப் பலியிடுவதால், பன்றிக்கறியின் தோல் மிருதுவாக இலகுத்தன்மை எய்துவதாய் அவர்களுக்கு ஏற்பட்ட நம்பிக்கையை எண்ணி நான் ஆச்சரியப்படுகிறேன். தேனைச் சுவையூட்டச் சர்க்கரை சேர்ப்பதுபோல் உள்ளது இந்தக் கதை.

நாம் இந்தக் கொடுமையை விமர்சிப்பதில் செலுத்தும் கவனத்தை, இந்த நடைமுறைக்குப் பின்னால் உள்ள சாத்தியமான ஞானத்தை அறிந்துகொள்ளவும் செலவழிக்க வேண்டும். ஒருவேளை இந்தமுறையினால் இறைச்சியில் புது சுவை கூடியிருக்கலாம்.

நான் செயின்ட் ஆமர்ஸில் இருந்தபோது, சில இளம் மாணவர்கள் ஒரு கருதுகோளை முன்னிறுத்தி விவாதம் செய்தது எனக்கு நினைவிருக்கிறது. 'சவுக்கால் அடித்துக் கொல்லப்படும் பன்றியின் சுவை, அந்தச் செயலால் பாதிக்கப்படும் பன்றியின் வலியைக் காட்டிலும் அதிக இன்பத்தைத் தந்துவிடுமா?' என்று அவர்கள்

விவாதித்தனர். விலங்கைக் கொள்வதற்குச் சவுக்கடி சரியான முறையா? என்று கேள்வியெழுப்பினர். ஆனால் அவர்கள் என்ன முடிவெடுத்தார்கள் என்று எனக்கு நினைவில்லை.

நாம் பன்றி இறைச்சி சாஸ் பற்றிக் கொஞ்சம் சிந்திப்போம். அதில் கல்லீரல், மூளையோடு, சீமைக் கற்பூரவள்ளி இலைகளும் சேர்த்து சிறிதளவு ரொட்டித் தூளோடு குழப்பிச் சமைக்க வேண்டும். சமையல்காரர்களே, தயவு செய்து அதில் வெங்காய இனங்களைச் சேர்த்துவிடாதீர்கள்.

முழுப் பன்றி இறைச்சி என்றால், உங்கள் இஷ்டம்போல பார்பக்யூ முறையில் சமைக்கலாம்; வெங்காயம் சேர்த்து ஊற வைக்கலாம்; வலுவான பூண்டு மசால்களை இறைச்சியில் திணிக்கலாம். நீங்கள் என்ன செய்தாலும் அவற்றை மேலும் கடினப்படுத்தவோ, மோசமாக்கவோ முடியாது. ஒன்றை மட்டும் மறந்துவிட வேண்டாம், இளம் பன்றிகள் மலர்போல மென்மையானவை.

Charles Lamb, 'A Dissertation upon Roast Pig' (1822)
The Essays of Elia and Eliana, G.Bell and Sons Ltd.

அணு ஆயுதப் போர் அல்லது அமைதிப் பேச்சுவார்த்தை

ஆல்பர்ட் ஐன்ஸ்டைன்

அணுக் கதிர்வீச்சு வெளியேறியதில் புதிதாய் ஒன்றும் சிக்கல் இல்லை. ஏற்கெனவே கிடப்பில் இருந்த மிக முக்கியப் பிரச்னையைச் சீர்செய்ய வேண்டியதன் அவசியத்தை நமக்கு அது கவனப்படுத்தியிருக்கிறது. அணுசக்தியின் பிரம்மாண்டத்தால் எல்லைகடந்து பதற்றம் அடைந்த அதேசமயம், பிரச்சனையின் தன்மையில் எவ்வித மாறுதலும் இல்லை என்று நாம் தெளிவாகப் புரிந்துகொள்ளலாம்.

இறையாண்மை மிக்க தேசங்கள் அளவுக்கு மீறிய அதிகாரத்தைத் தன் கைக்குள் வைத்திருக்கும் நாள் வரை, போர் ஓயாது. என்றைக்குப் போர் நிகழும் என்ற குறிசொல் ஏதுமில்லை என்றாலும், போர் நிச்சயம் நடந்தேறும் என்ற உறுதிப்பாடு இருந்தது. அணுகுண்டு கண்டுபிடிப்பதற்கு முன்புவரை இதுதான் நிலை. ஆனால் போரில் ஏற்படும் அழிவை மென்மேலும் உயர்த்துவதன் மூலம் அணு ஆயுதங்கள் கவனம் பெறுகின்றன.

அணுகுண்டுகள் கொண்டு சண்டையிடும் ஒற்றைப் போரினால், உலக நாகரிகங்கள் ஒட்டுமொத்தமாய் அழிந்துபோகும் என்பதில் எனக்கு நம்பிக்கை இல்லை. ஆனால் மனிதகுலத்தின் மூன்றில் இரண்டு பங்கு ஜீவராசிகள் ஒரேயடியாக இறந்துபோவார்கள். அதில் போதுமான சிந்திக்கும் ஆற்றல் பெற்ற மனிதர்களும், அறிவு வளர்ச்சிக்குப் போதுமான புத்தகங்களும் எஞ்சலாம். ஆகவே நாகரிகத்தை மீண்டும் புதுப்பித்துக் கொள்ள ஒரு வாய்ப்பு உண்டு.

ஐக்கிய நாடுகள் சபையிடம் அணுகுண்டு தயாரிப்பின் ரகசியங்களை ஒப்படைக்க வேண்டும் என்பதில் எனக்கு உடன்பாடு இல்லை. சோவியத் அரசாங்கத்திடம் ஒப்படைக்கவும் எனக்குத் திருப்தி கிடையாது. இருதரப்பிலுமே பணம் படைத்த பெரும் மனிதர்கள் இருக்கிறார்கள். பணத்திற்காக வேலை செய்யும் ஒருவரைப் பணியில் அமர்த்தி, தன்னிடம் உள்ள பாதிச் செல்வத்தைக் கொட்டியளந்து இவர்களும் அதே வேலையில் ஈடுபடலாம். இதற்குப் போட்டியாக எதிர்க்கட்சியினர் மற்றொரு ஆளைப் பணியில் அமர்த்தி அவர்களும் அதே வேலையில் இறங்கலாம். சுமுகப் புரிதலால் மாற்றங்கள் ஏற்படுத்தாமல், போர் ஒன்றையே பிரதானப்படுத்துவார்கள்.

இதற்கு மாற்றாக அணு ஆயுத ரகசியங்களை ஓர் உலக அரசாங்கத்திடம் ஒப்படைக்கவேண்டும். அமெரிக்கா தன் ரகசிய அணு ஆராய்ச்சிப் படிப்பினைகளை, உலக அரசாங்கத்திடம் உடனடியாகச் சமர்ப்பிக்க இசைவு தெரிவிக்க வேண்டும். உலகளாவிய பெரும் இராணுவப் படைகளைக் கொண்டிருக்கும் அமெரிக்கா, பிரிட்டன் மற்றும் சோவியத் ஒன்றியங்கள் கூட்டாகச் சேர்ந்து உலக அரசாங்கத்தை நிர்வகிக்கலாம்.

இம்மூன்று நாடுகளும் தனது ஒட்டுமொத்த இராணுவப் படைகளை உலக அரசாங்கத்தின் பார்வைக்கு எவ்வித காய்தலுமின்றி உடனடியாகக் காட்சிப்படுத்த வேண்டும். கணிசமான இராணுவப் படையைக் கொண்டிருக்கும் இம்மூன்று நாடுகளுக்கும், உண்மையான உலக அரசாங்கத்தை நிர்மாணிக்க எதுவும் தடையாய் இருக்கக்கூடாது.

சோவியத் ஒன்றியம் தவிர்த்து அமெரிக்காவும் பிரிட்டனும் அணு ஆயுத ரகசியங்கள் வைத்திருக்கின்றன. எனவே உலக அரசை நிர்மாணிப்பதன் முதற்கட்ட அரசமைப்பு வரைவைச் சோவியத் ஒன்றியம் தாக்கல் செய்ய வருமாறு இவ்விரு நாடுகளும் அழைப்பு விடுக்க வேண்டும். அணு ஆயுத ரகசியங்களைத் தாங்கள் அறிந்துகொள்ளக் கூடாது என்பதற்கே அவை ரகசியம் காக்கப்படுவதாய் புழுங்கி தவிக்கும் ரஷ்யர்களை, இந்த முடிவு ஓரளவு சாந்தப்படுத்தும். நிச்சயமாக முதல் வரைவே முற்றும் முடிவானது அல்ல. அது மாறுதலுக்கு உட்படும். என்றாலும், புதிய அரசாங்கம் ரஷ்யர்களுக்கு எல்லாவிதத்திலும் பாதுகாப்பானது என்று உணர்வூட்ட இந்த முடிவு அவசியமானதாய் தோன்றுகிறது.

இந்த அரசமைப்புச் சட்டத்தை ஏதேனும் ஓர் அமெரிக்கனும், ஒரு பிரிட்டனும், ஒரு ரஷ்யனும் கூடியாலோசித்து எழுதி முடித்தால்

அது பொருத்தமாக இருக்கும். வேண்டுமானால் அவரவர்களுக்கு ஆலோசகர்களை நியமித்துக் கொள்ளலாம். ஆனால் தேவையென்ற பட்சத்தில் மட்டுமே ஆலோசனை பெறவேண்டும்.

எல்லோருக்கும் உவப்பளிக்கக் கூடிய ஓர் இயங்குதன்மையிலான அரசமைப்புச் சட்டத்தை வெறும் மூன்று பேரால் எழுத முடியும் என்றெனக்கு நம்பிக்கை இருக்கிறது. ஆறு அல்லது ஏழுக்கு மேற்பட்ட நபர்களைப் பணிக்கு அமர்த்தினால் சொதப்பி விடுவார்கள். மூன்று பெரும் நாடுகளும் அரசமைப்புச் சட்டத்தை வரைவு செய்து அமல்படுத்தியதும், உலக அரசாங்கத்தின் அங்க உறுப்பினர்களாகக் கலந்துகொள்ளச் சிறிய நாடுகளுக்கு அழைப்பு விடுக்கலாம்.

அங்கத்தில் கலந்து கொள்ளாமல் வெளியேற அவர்களுக்கு முழுச் சுதந்திரம் கொடுக்க வேண்டும். அந்தச் சுதந்திரத்தின் தன்மை கருதியே, அவர்கள் அங்கத்தின் உறுப்பினராய் உள்ளே வருவார்கள். முப்பெரும் நாடுகள் கட்டியெழுப்பும் உலக அரசாங்கத்தின் அரசமைப்பில் இயற்கையாகவே அவர்களுக்குச் சில மாற்றுக் கருத்துகள் உண்டாகும். ஆனாலும் சிறு நாடுகள் உறுப்பினராகச் சேர்கின்றனவோ இல்லையோ, உலக அரசை நிர்மாணிப்பதில் முந்நாடுகளும் முழுமூச்சில் ஈடுபட வேண்டும்.

உலக அரசாங்கத்திற்கு அனைத்து மட்ட இராணுவ விவகாரங்களைத் தாண்டிய அதிகாரத்தை வழங்க வேண்டும். அதற்கு ஒரேயொரு விஷேசச் சக்திதான் தேவை. சிறுபான்மையினரை நசுக்கி ஆளும் பெரும்பான்மையினர் வாழும் நாட்டின் உள்நாட்டு விவகாரங்களில் கலந்து கொள்ளும் உரிமையை அதற்குத் தாருங்கள். அதன்மூலம் ஸ்திரத்தன்மை இல்லாத ஆட்சியையும் போர் மூளும் சூழல்களையும் ஊகித்து அறிந்து அவற்றை உலக அரசாங்கம் தவிர்க்க பாடுபடலாம்.

ஸ்பெயின், அர்ஜென்டினா போன்ற நாடுகளில் நிலவும் சூழலை இதன்மூலம் தீர்த்து வைக்கலாம். தலையிடா கொள்கைக்கு ஒரு முற்றுப்புள்ளி வேண்டும். ஆனால் அந்த முற்றுப்புள்ளி அவர்கள் வாழ்வை மாற்றும் ஓர் அமைதிப்புள்ளியாகச் செயல்பட வேண்டும்.

உலகின் முப்பெரும் அதிகார மையமாகத் திகழும் பிரிட்டன், அமெரிக்கா, சோவியத் நாடுகளில் சமச்சீரான சுதந்திரம் வாய்க்கும் வரை, உலக அரசாங்கத்தை நிறுவக் காத்திருக்கக் கூடாது. சோவியத் ஒன்றியத்தில் சிறுபான்மையினர் ஆட்சி நடைபெறுவதால், அவர்களால் உலக அமைதிக்குப் பங்கம் ஏற்படும் என்றெனக்குத் தோன்றவில்லை.

ரஷ்ய மக்களுக்கு நீண்ட நெடுங்காலமாக அரசியல் அறிவு இல்லையென்பதை நாம் சகித்துக்கொள்ள வேண்டும். அங்கிருக்கும் பெரும்பான்மையினருக்கு அதைப் பற்றிக் கவலை இல்லை. ஆகவே, ரஷ்ய நிலையைச் சீர்ப்படுத்தும் எல்லாவித முன்னெடுப்புகளையும் சிறுபான்மையினர்தான் செயல்படுத்த வேண்டும். நான் ஒரு ரஷ்யனாகப் பிறந்திருந்தால், என்னால் இந்தச் சூழலைப் புரிந்து ஏற்றுக்கொள்ள முடிந்திருக்கும் என எண்ணுகிறேன்.

தனித்துவ இராணுவ அதிகாரங்களோடு உருவாகவிருக்கும் உலக அரசாங்கத்தினால், உலகின் முப்பெரும் அதிகார மையத் தேசங்களுக்கு எவ்விதச் சேதாரமும் ஏற்படப் போவதில்லை. அதன் அரசமைப்பை உருவாக்கப்போவதே அவர்கள்தான் என்பதால், தத்தமது நாட்டின் விஷேசக் கட்டமைப்புக்கு ஏற்ப விதிகளை ஏற்படுத்திக் கொள்ளலாம்.

உதயமாகவிருக்கும் உலக அரசாங்கத்தின் கொடுங்கோன்மையை நினைத்து எனக்குப் பயம் இல்லையா என்று கேட்டால், நிச்சயம் எனக்குப் பயமிருக்கிறது. ஆனால் அதைக்காட்டிலும் எதிர்வரும் யுத்தங்களை எண்ணி அஞ்சுகிறேன். எவ்வித அரசாங்கமாக இருந்தாலும், ஒரு குறிப்பிட்ட எல்லையைத் தாண்டி நாம் அதன் கோரமுகத்தைக் காணவேண்டி வரும். அந்தக் கோர முகங்களைக் காட்டிலும், யுத்தங்களின் அவல நிலை பன்மடங்குக் கொடியது. தீவிரமான அழிவிலிருந்து ஓரளவேனும் நம்மைக் காப்பாற்றிக் கொள்ள இதுவொன்றே வழி.

இத்தகைய உலக அரசாங்கத்தை நாம் ஒரு சுமுக ஒப்பந்தத்தின் பேரால் கொண்டுவராவிடினும், நிச்சயம் அது ஏற்படத்தான் போகிறது. தானாக உருவாகும் பட்சத்தில் அதன் கொடுங்கோன்மை நினைத்துப் பார்க்க முடியாத அளவு வீரியம் கொண்டதாக இருக்கும். ஏனென்றால் யுத்தங்களைப் பொறுத்தவரை, வெற்றி பெறும் சாரார் மற்றொரு சாராரை அடுக்கியொடுக்கிக் கட்டுக்குள் வைப்பதே இராணுவ வழக்கமாக இருந்து வந்திருக்கிறது.

நம்மிடம் இப்போது அணு ஆயுத ரகசியம் இருக்கிறது. எதன் பொருட்டும் அதை இழக்கக் கூடாது. ஐக்கிய நாடுகள் சபையிடமோ, சோவியத் அரசாங்கத்திடமோ அதை ஒப்படைத்தால் அதன்வழி பெரும் சேதத்தை ஏற்படுத்தியவர்கள் என்ற அவப்பெயரைச் சுமக்க வேண்டி வரும். அணுகுண்டை ரகசியமாக வைத்திருக்கும் நோக்கம் அதிகார அபிலாஷைகள் பொதிந்தது அல்ல, உலகில் அமைதி பூத்திட என்று கூடிய விரைவில்

தெளிவுறுத்துவோம். உலக அரசின் இந்தக் கனவை நனவாக்க நம்மால் இயன்ற எல்லா முயற்சிகளையும் மேற்கொள்வோம்.

உலக அரசாங்கம் அமைவதற்கு உறுதுணையாக இருக்கும் சிலரே, மாற்றங்கள் பொறுமையாக நிகழ்ந்தால் போதும் என்றிருக் கிறார்கள். நான் அவர்களை அறிவேன். படிப்படியாக அடியெடுத்து வைத்து மெல்லமாக அரசு அமைப்பதில் உள்ள சிக்கல் என்னவென்றால், நாம் தாமதிக்கும் ஒவ்வொரு கணமும், நம் கையில் அணுகுண்டை வைத்துக்கொண்டு ரகசியம் தெரியாதவர் களிடம் அணு ஆயுதம் தயாரிக்கக் கூடாதென்பதற்குப் போதிய காரணமின்றி மலுப்பல் சொற்களோடு அவஸ்தைப்பட வேண்டும்.

எதிரும் புதிருமான நாடுகளுக்கு இடையே உள்ள அரசல் புரசலான உறவுகளும் விரிசல் விட்டுப் போர் மூள, இதுவொன்றே போதும். சமாதானம் நோக்கிச் சிறிய அடியெடுத்து வைப்பவர்கள், உலக அமைதியை ஒட்டி நெருங்கி வருவதாகக் கனவு காண்கிறார்கள். உண்மையில் அவர்கள் யுத்தக் களம் நோக்கி மெல்லமாக முன்னேறுகிறார்கள். யுத்தம் நோக்கிச் செல்ல நமக்குத் துளியும் நேரமில்லை. போர் வேண்டாமென்றால், உடனடியாக அதை மறுக்க வேண்டும்.

நாம் இந்த ரகசியத்தை வெகு காலம் வைத்திருக்க முடியாது. அணு ஆயுதம் தயாரிக்கும் அளவுக்கு, வேறெந்த நாட்டிலும் பொருளாதார வசதி இல்லை என்ற பேச்சை நான் கேட்டிருக்கிறேன். எனவே கூடுமானவரை ரகசியம் காப்பதற்குக் காலம் வாய்க்குமெனச் சொல்லிக் கொள்கிறார்கள். ஒன்றன் விலையை அதன் உற்பத்திச் செலவில் இருந்து நிர்ணயிக்கும் முட்டாள்தனமான தவறை இந்த நாட்டில் அடிக்கடி செய்கிறார்கள். மூலப் பொருள், ஆள் பலம், சிறிதளவு கரிசனம் கூடிய வேறெந்த தேசத்திலும் அந்நாட்டவர்கள் நினைத்தால் வெகுச் சாமர்த்தியமாக அணு ஆயுதங்களைத் தயாரிக்கலாம். அவர்களுக்குப் பணம் ஒரு பொருட்டே கிடையாது.

அணு ஆற்றல் உற்பத்திக்கு நான்தான் காரணகர்த்தா என்று கருதமாட்டேன். அதில் என் பங்கு சற்றே மறைமுகமானது. அதன் உற்பத்தியை என் வாழ்நாளில் கண்ணாறக் காணமுடியும் என்று நான் நினைத்துக் கூடப் பார்த்ததில்லை. கோட்பாட்டு ரீதியாகவே சாத்தியப்படும் என்றிருந்தேன். ஆனால் சங்கிலித் தொடர் வினையினால் எதிர்பாரா விபத்தில் திடுமெனக் கண்டுபிடிக்க நேர்ந்துவிட்டது.

பெர்லினைச் சார்ந்த ஹான் என்பவர் இதைக் கண்டுபிடித்தார். ஆனால் தன் கண்டுபிடிப்பைப் பற்றி அவரே தவறாகப்

புரிந்துகொண்டிருந்தார். லீஸ் மயிட்னர் இதற்குச் சரியான விளக்கங்களைக் கொடுத்து, நீல்ஸ் போரின் கைகளில் ஒப்படைப் பதற்காக ஜெர்மனியை விட்டுத் தப்பிச் சென்றார்.

ஒருங்கிணைக்கப்பட்ட பெரும் நிறுவனங்களைப்போல், அணு அறிவியல் குறித்த ஆய்வுகளை மேற்கொள்ள விஞ்ஞானிகளை ஒருங்கிணைத்து வேலை வாங்க முடியாது என்று நான் கருதுகிறேன். ஏற்கனவே கண்டிப்பிடித்த ஒன்றைப் பயன் பாட்டிற்குக் கொண்டுவர வேண்டுமானால் விஞ்ஞானிகளை ஒருங்கிணைக்கலாம். ஆனால் கண்டுபிடிப்பை நிகழ்த்துவதற்கு ஒருங்கிணைப்புச் சாத்தியப்படாது. தனியொருவர்தான் அதைச் செய்ய வேண்டும்.

இருந்தாலும் விஞ்ஞானிகளுக்கு ஏற்ற சூழலும் வசதியும் வாய்த்தால் இந்த ஒருங்கிணைப்பு ஒருவேளை சாத்தியப்படலாம். சான்றாக அமெரிக்கப் பல்கலைக்கழகங்களில் உள்ள அறிவியல் பேராசிரியர்களிடம் கற்பிக்கும் பொறுப்பு பெரிதாகச் சுமத்தப்படுவதில்லை. அவர்கள் ஆராய்ச்சியில் ஈடுபட போதுமான நேரம் இருக்கிறது. சார்லஸ் டார்வினின் கண்டுபிடிப்புகளை எல்லாம் விஞ்ஞானிகள் பலர் கூடி கண்டுபிடிப்பதாக உங்களால் கற்பனை செய்ய முடியுமா?

அமெரிக்காவில் உள்ள பெரும் தனியார் நிறுவனங்களை இந்நேரத்தில் நம்ப முடியுமா என்றெனக்குத் தெரியவில்லை. அளவுக்கு மீறிய அதிகாரங்களை எவ்விதப் பொறுப்பும் இல்லாத பெரும் தனியார் நிறுவனங்களுக்குத் தாரை வார்த்திருப்பதை எண்ணி வேற்றுக் கிரகத்தில் இருந்து வரும் அந்நியர்கள் ஆச்சரியப்பட மாட்டார்களா?

அமெரிக்க அரசாங்கம் அணு ஆற்றல் உற்பத்தியைக் கட்டுப் பாட்டிற்குள் கொண்டுவர வேண்டும் என்பதற்காகத்தான் நான் இதை அழுத்திச் சொல்கிறேன். சோசலிஸத்தைக் கட்டாயம் பின்பற்ற வேண்டும் என்பது என் வாதம் அல்ல. அணு ஆற்றலைக் கண்டுப்பிடித்தது அரசாங்கம் என்பதால், பொதுமக்களுக்குச் சொந்தமான அதன் ரகசியங்களைத் தனிப்பட்ட நபர்களுக்கோ ஒரு சாராருக்கோ சொல்வது உசிதமில்லை என்று சுட்டிக்காட்ட விரும்புகிறேன்.

சோசலிஸத்தைப் பொறுத்தவரை உலகளாவிய அதிகார மையமாக விளங்கும் வகையில், ஓர் உலக அரசாங்கத்தை நாம் நிறுவ வேண்டும். அதனுள் சர்வ இராணுவ அதிகாரங்களும் பொருந்த வேண்டும். இல்லாவிடில் முதலாளித்துவ அரசாங்கங்களைக்

காட்டிலும் மிகக் கொடிய யுத்தங்களைச் சோசலிஸ அரசு ஏற்படுத்தும். ஏனெனில் முதலாளித்துவத்தை விட சோசலிஸ அரசில் அதிகாரம் மொத்தமும் மையத்தில் குவிந்திருக்கும்.

அணு ஆற்றல் உற்பத்தியினால் ஆக்கப்பூர்வமான கண்டுபிடிப்புகள் நிகழலாம் என்று யாரேனும் உத்தேசித்தால் அதற்குத் துளியும் வாய்ப்பில்லை. இப்போதைக்குப் பெருவாரியான யுரேனியத்தை எங்கனம் பயன்படுத்தலாம் என்று மட்டுமே நாம் அறிந்திருக் கிறோம். குறைந்த அளவிலான யுரேனியத்தைக் கொண்டு கார், விமானம் போன்ற வாகனங்களை இயக்கலாமா என்ற கேள்விக்கு இதுவரை பதிலில்லை. எப்போது சாத்தியப்படும் என்றும் சொல்ல முடியாது. படிப்படியாக மெல்லமாய் உபாயம் அறியலாமே ஒழிய, கச்சிதமாகக் காலத்தை நிர்ணயிக்க முடியாது.

யுரேனியத்தைக் காட்டிலும் சுலபத்தில் கிடைக்கக் கூடிய தனிமங்களைக் கொண்டு அணு ஆற்றல் உற்பத்திச் சாத்தியமாகுமா என்ற கேள்விக்கு இப்போதுவரை பதில் இல்லை. இருப்பினும் அணு விளைவுக்குப் பயன்படும் எல்லாத் தனிமங்களும் அதிகபட்ச அணு நிறை கொண்டிருக்க வேண்டுமென்று கருதுகிறோம். அத்தகைய தனிமங்கள் நிலையில்லாமல் இருப்பதால், அரிதிலும் அரிதாகவே கிடைக்கும். பெரும்பாலும் அவை கதிரியக்க ஆற்றலால் இந்நேரம் அழிந்து போயிருக்கலாம். எனவே அணுசக்தியின் பயன்பாடு மனிதக் குலத்திற்குப் பெரும்பாலும் பயனுள்ளதாக இருந்தாலும், அதன் முழு திறத்தையும் அறிந்து கொள்ளச் சிறிது காலம் பிடிக்கும்.

மனிதகுலம் சந்திக்கவிருக்கும் மிக அபாயமான சிக்கலை, அவர்கள் புரிந்துகொள்ளும் அளவு எனக்குச் சுலபமாகச் சொல்லத் தெரியவில்லை. ஆகவே அங்ஙனம் தெளிவுறுத்தும் முக்கியமான நபர் ஒருவரைப் பாராட்டி அறிமுகப்படுத்துவதன் மூலம் நான் அந்தப் பணியைச் சுலபமாக்க முயல்கிறேன். எமிரி ரெவிஸ் என்பவர் 'தி அனடாமி ஆஃப் தி பீஸ்' என்றொரு புத்தகம் எழுதியிருக்கிறார். போரின் அவல நிலை குறித்தும் உலக அரசாங்கத்தின் இன்றியமையாமை குறித்தும் அப்புத்தகத்தின் வழி சுருக்கமாகவும் தெளிவாகவும் புரிந்துகொள்ளும் வண்ணம் விளக்கியுள்ளார்.

அணுசக்தி ஆற்றல் வெகுக் காலத்திற்கு நன்மை பயக்காது என்று நான் உறுதியாக நம்புகிறேன். இப்போதைக்கு அது மிகப் பெரிய அச்சுறுத்தலாக இருக்கிறது. ஒருவகையில் இது நல்ல சமிக்ஞையாகக் கூட இருக்கலாம். நல்ல முடிவை எட்டுவதன்

பொருட்டு, உலகின் அதிகார மையங்களை ஒற்றைக் குடைக்குள் செயல்படச்சொல்லிச் சொல்லொணா பயம் காட்டி உலக அரசாங்கம் ஏற்பட வலியுறுத்துகிறதே!

முதல் அணுகுண்டுத் தாக்குதலுக்குப் பிறகும், போரின் அழிவுப் பிடியிலிருந்து உலகைக் காப்பாற்றுவதற்கு ஒரு காரியமும் செய்தபாடில்லை. மாறாக யுத்தத்தின் நாசக்காரச் சக்தியை மேலும் வலுவூட்டுவதற்கு நிறைய முயற்சிகள் மேற்கொள்ளப் பட்டிருக்கின்றன. அணுகுண்டுத் தயாரிப்பில் நான் நேரடியாகக் கலந்துகொள்ளாததால், அதைப் பற்றி அதிகம் பேசமுடியாத சூழலில் உள்ளேன். ஆனால் அதன் தயாரிப்புப் பணிகளில் ஈடுபட்ட வல்லுநர்கள், அணு ஆயுதத்தின் தாக்கம் பற்றிப் போதுமென்ற அளவுக்குச் சொல்லிவிட்டார்கள்.

முன்பைக் காட்டிலும் பெரிய அளவிலான அணுகுண்டைத் தயாரித்து, அதைக்காட்டிலும் பிரம்மாண்ட அளவில் சேதாரம் உண்டாக்க முடியும். கதிரியக்க வாயுக்களை அதிக அளவில் உற்பத்தி செய்து, கட்டடங்களுக்குச் சேதாரம் ஏற்படாமல் மனித உயிர்களை மட்டுமே காவு வாங்கும் சாத்தியக்கூறுகள் உள்ளன.

பாக்டீரியாக்களைத் தூண்டிவிட்டு அதன் மூலம் யுத்தம் மேற்கொள்ளும் போர்முறைகளைக் கண்டு நாம் அதிகம் அஞ்ச வேண்டியதில்லை. அணு ஆயுதப் போர்முறையைக் காட்டிலும் அதில் அதீத அபாயம் இருக்காது. சங்கிலித் தொடர்வினையைத் தூண்டிவிடுவதன் மூலம் கண்டம் முழுதும் அழிந்துபடும் என்றோ, பூமியின் ஒரு பகுதி சேதமடையும் என்றோ எனக்குப் பயம் இல்லை.

மனிதனால் கண்டுபிடிக்கப்பட்ட அணு ஆயுத வெடிப்புகளால் உலகம் அழிந்துபோகும் என்றால், பூமியின் மேற்பரப்பில் நிறைந்து கிடக்கும் காஸ்மிக் கதிர்களால் என்றைக்கோ அது நிகழ்ந்திருக்க வேண்டுமே! அதன் அடிப்படையில்தான் நான் இந்த யோசனையை மறுக்கிறேன்.

அணு ஆயுதப் போரின் விபரீதங்களைப் புரிந்துகொள்ள நோவா வெடிப்பு, ஸ்டெல்லார் வெடிப்பு என்றெல்லாம் நீங்கள் கற்பனை செய்ய வேண்டாம். ஆனால் மீண்டுமொரு அணு ஆயுதப் போர் வராமல் தடுக்க வேண்டும். இல்லையெனில் நாம் இதுவரை காணாத அளவு பெரும் அழிவு ஏற்படும். அதில் சிறு நாகரிகங்கள் மட்டுமே உயிர் தப்பும்.

அணு ஆயுதக் காலத்தின் முதலிரண்டு வருஷத்தில் மற்றுமொரு முக்கியச் சங்கதி குறித்துக்கொள்ளும்படி இருக்கிறது. அணு ஆயுதப்

போர்முறையின் அசம்பாவிதங்களை முடிந்த அளவு எடுத்துச் சொல்லியும், மக்கள் அதன் முக்கியத்துவத்தைப் புரிந்து கொண்டதாகத் தெரியவில்லை; அதன் தீவிரத்தைக் குறைக்க யாதொரு முயற்சியும் மேற்கொள்ளவில்லை. நம் எச்சரிக்கை வாசகங்களையும் புறக்கணித்துள்ளனர்.

நம்மால் தவிர்க்க முடியாத ஆபத்து நேருமென்றால், அதை மறந்துவிடுதல் நல்லது. அதேபோல், அந்த ஆபத்திலிருந்து நம்மைத் தற்காத்துக் கொள்ள எல்லாவித முன்னேற்பாடுகளும் செய்திருந்தால், அதையும் மறந்துவிடுதல் நலம். ஒருவேளை ஆபத்தைக் குறைக்கும் முகமாக, அமெரிக்கா தன் தொழிற் சாலைகளை விரிவுபடுத்தி நகரங்களைப் பரவலாக்கியிருந்தால் எதிர்வரும் ஆபத்தைப் பற்றி அஞ்சாமல், மக்கள் இயல்பாக வாழத் தொடங்கியிருப்பார்கள்.

நான் இதை எளிமையாகச் சொல்கிறேன். நம் நாடு முன்னெச்சரிக்கை நடவடிக்கைகள் மேற்கொள்ளாததே நல்லது. ஒருவேளை ஏதாவது செய்திருந்தால், அது அணு ஆயுதப் போரை மேலும் வலுப்படுத்தியிருக்கும். மக்களும் அதைச் சகஜமாக ஏற்றுக்கொண்டு, மற்றொரு போருக்குத் தயாராவார்கள். அணு ஆயுதப் போரைத் தடுக்கும் முகமாக நாம் எதுவும் செய்யாவிடினும், அதன் கோர முகத்தை வெளிச்சத்திற்குக் கொண்டு வந்திருக் கிறோம். எனவே அழிவை நம்மால் புறக்கணிக்க முடியாது.

அணுகுண்டு தயாரித்ததில் இருந்து, யுத்தத்தை நிறுத்துவதற்காக எந்தவொரு முயற்சியும் மேற்கொள்ளவில்லை என்று நான் சொல்கிறேன். அணு ஆற்றலைக் கட்டுப்படுத்தும் சர்வதேச அதிகாரத்திற்கான ஒரு கூட்டு முன்மொழிவை ஐக்கிய நாடுகள் சபையில் அமெரிக்கா கொண்டுவந்தது. ஆனால் அதிலிருந்த சில நிபந்தனைகளுக்குச் சோவியத் அரசாங்கம் ஒப்புதல் அளிக்க வில்லை. எனவே சோவியத் அரசாங்கம்தான், அணு ஆற்றல் கட்டுப்பாட்டு ஒப்பந்தத்திற்கு இடையூறாக இருக்கிறதென்று ஒட்டுமொத்த மக்களும் குறைசொல்லத் தொடங்கினார்கள்.

ரஷ்யர்களைக் குறைசொல்லும் அதேநேரம், அமெரிக்கர்கள் ஓர் உண்மையை மறந்துவிடக் கூடாது. சர்வதேச அதிகாரத்தைக் கைப்பற்றுவதற்கு முன்னதாகக் கூட, சாதாரணப் போர் நெறிகளிலிருந்து அணுகுண்டுப் பிரயோகத்தைத் தடை செய்கிறோம் என்று அமெரிக்கா ஒருபோதும் சொல்லவில்லை. தன்னைச் சர்வதேசக் கட்டுப்பாட்டு மையமாக மற்ற தேசங்கள் அங்கீகரிக்கும் வரை, தன்னுடைய அணுகுண்டுப் பிரயோகத்தை

மாற்றிக் கொள்ளப் போவதில்லை என்று அண்டைத் தேசங்களைப் பயமுறுத்திக் கொண்டிருக்கிறது, அமெரிக்கா.

ஆக்கிரமிப்பு அல்லது பெரும் அச்சுறுத்தல் காரணங்களுக்காக, யுத்தத்தைத் தொடங்க மாட்டோம் என்று தன் நாட்டைப் பற்றி அமெரிக்கர்கள் உறுதியாக நம்பலாம். அதன் விளைவாகக் கூட, மீண்டும் நாங்கள் அணுகுண்டைப் பயன்படுத்த மாட்டோம் என்று பகிரங்கமாக அறிவிப்பது தேவையற்றது என்று அவர்கள் யோசிக்கலாம். ஆனால் அணுகுண்டுப் பிரயோகத்தைத் தாமாக முன்வந்து கைவிடவேண்டும் என்று அமெரிக்கர்களிடம் எதிர் பார்க்கப்பட்டிருக்கிறது. என்ன காரணத்தாலோ, சர்வதேச அதிகார விதிகளுக்கு மற்ற தேசங்கள் உடன்படாததால் அமெரிக்கா அந்த எண்ணத்தை விட்டொழித்தது.

இந்தக் கொள்கை தவறானது என்று நம்புகிறேன். அணுகுண்டு ஆயுதத்தைப் பயன்படுத்துவது, அமெரிக்கர்களின் இராணுவ பலத்தை வெளிக்காட்டிக்கொள்ளவே உதவும்; மற்ற தேசங்கள் அமெரிக்கா மீது படையெடுக்க அஞ்சும். இந்தக் கொள்கையால் சில பல எதிர்மறை விளைவுகளும் உண்டு.

சர்வதேச அதிகாரத்தால் அணு ஆற்றல் உற்பத்தியைக் குறைந்த அளவுக்குக் கட்டுப்படுத்தலாம். தற்போது அமெரிக்க அரசிடம் மட்டுமே அணுகுண்டுகள் இருப்பதால், இராணுவ ரீதியாக அமெரிக்காவிற்கு எவ்விதச் சிக்கலும் கிடையாது. ஒருவேளை மற்ற நாடுகளும் அணு ஆயுத உற்பத்தித் திறன் வாய்க்கப் பெற்றால், அமெரிக்காவிற்கு அதைவிடப் பெரிய அச்சுறுத்தல் இருக்க முடியாது. சர்வதேச ஒப்பந்தம் இல்லாவிடில், அணு ஆயுதச் சண்டை கேட்பாரற்று நடைபெறும். அமெரிக்காவின் முக்கிய நகரங்களும் தொழிற்சாலைகளும் தாக்கப்படலாம். அதன் அன்றாட இயங்குதன்மை கேள்விக்குள்ளாகும்.

தன்னிடம் மட்டும்தான் அணுகுண்டுகள் இருப்பு உள்ளன என்பதைத் தெரிந்தும், அதற்குத் தடைவிதிக்க மறுப்பதனால் அமெரிக்கா மேன்மேலும் ஒரு பிரச்சினையை உருவாக்குகிறது. அதன்மூலம் கடந்த யுத்தத்தின் முன்னால் உலக நாடுகள் வரையறுத்துக் கொண்ட தார்மீகப் போர் நெறிகளை அமெரிக்கா கடைப்பிடிக்கத் தவறுகிறது. ஜெர்மானியர்கள் அணுகுண்டு தயாரிப்பதை நிறுத்தும் பொருட்டுதான், அமெரிக்காவில் அணு ஆயுத ஆராய்ச்சியை ஆயத்தப்படுத்தினார்கள். முதன்முதலில் மக்கள் வசிக்கும் பகுதியில் ஜெர்மானியர்களால் குண்டு

வீசப்பட்டது. ஜப்பானியர்கள் அதை அப்படியே பின்பற்றத் தொடங்கினார்கள்.

நேச நாடுகளும் விதிவிலக்கில்லாமல் அப்படியே பதிலடி கொடுத்தனர். முன்னிருவரைக் காட்டிலும் ஒருபடி முன்னே சென்று வேலை செய்தனர். நேச நாடுகளிடம் தார்மீக ரீதியில் சரியான காரணம் இருந்தது. ஆனால் இப்போது எந்தக் காரணமும் இல்லாமல், அரசியல் நோக்கங்களுக்காகப் பழிவாங்கும் விரோதத்தில் அணுகுண்டைத் தடை செய்ய மறுப்பது மனிதமற்ற செயல். இதை ஒருபோதும் மன்னிக்க முடியாது.

அமெரிக்கத் தேசம் அணுகுண்டுகள் தயாரித்து அடுக்கி வைக்கக் கூடாது என்று நான் வாதாடவில்லை. அமெரிக்கா அணுகுண்டுகள் தயாரிக்கலாம். பிற தேசங்கள் அணுகுண்டு கொண்டு அமெரிக்காவை அச்சுறுத்துவதைப் பெரும்பாலும் இது கட்டுப்படுத்தும். ஆனால் தாக்குதலைத் தடுப்பதே முக்கியக் குறிக்கோளாக இருக்க வேண்டும். இது ஐக்கிய நாடுகள் சபைக்கும் பொருந்தும். ஒருவேளை ஐக்கிய நாடுகள் சபையிடம் ஆயுதங்களும் இராணுவப் படைகளும் இருந்தால், அவற்றைத் தற்காப்புப் பணிகளுக்கே பயன்படுத்த வேண்டும்.

ஐ.நா. சபையிடம் அணுகுண்டுகள் இருந்தால்கூட, அவை யுத்தத்தைத் தடுக்கும் பொருட்டுப் பயன்பட வேண்டுமென்று நான் சொல்வேன். அமெரிக்கா செய்ததைப் போன்று தாமாகச் சென்று ஒரு தேசத்தின் மேல் விரோதத்தைத் தீர்த்துக்கொள்ளப் பயன் படுத்தக் கூடாது. அணுகுண்டுகளைத் தேச விரோதத்திற்காகப் பயன்படுத்த மாட்டோம் என்று உறுதியளிக்காமல் ரகசியமாகப் பதுக்கி வைப்பது, அரசியல் நோக்கத்திற்காகச் செயல்படுவதன்றி வேறல்ல.

சோவியத் ஒன்றியத்திற்குப் பயங்காட்டி, அதன்மூலம் அணுசக்தி ஆற்றல் மீதான சர்வேதசக் கட்டுப்பாட்டைத் தன் கைக்குள் கொண்டுவருவதன் பொருட்டு அமெரிக்கா இதைச் செய்து கொண்டிருக்கலாம். ஆனால் இந்தப் பயம் மோதலை மேலும் மோசமாக்குகிறது. போர் மூளும் சூழலை இறுக்கமாக்குகிறது. அணுசக்தி ஆற்றலின் சர்வதேசக் கட்டுப்பாட்டை எதன் பொருட்டுப் பெற வேண்டும் என அமெரிக்கா துடிக்கிறதோ, அதன் மையத்திலிருந்து வெகுவாக விலகுகிறது.

நாம் இப்போதுதான் ஒரு யுத்தத்தை முடித்தோம். அதில் நம் எதிரியின் கீழ்த்தரமான நடத்தைகளை ஏற்றுக்கொண்டு சண்டை

செய்ய நிர்பந்திக்கப்பட்டோம். அது நம்மை எத்தனைத் தூரம் மோசமாக உணர வைத்தது என்று நமக்குத்தானே தெரியும்! ஆனால் அதில் கற்ற பாடங்களை வைத்து உயர்ந்த நெறிகளை வகுத்துக்கொள்ளாமல், அப்பாவி மக்களைப் பாதுகாக்காமல், மீண்டும் அதே கீழ்த்தரமான முறைகளைப் பின்பற்றுவோம் என்று சொன்னால் நாம் இன்னுமொரு யுத்தத்தை நோக்கி நகர்கிறோம் என்று பொருள். நமது ஒழுக்கத்தைச் சமரசம் செய்துகொண்டோம் என்று அர்த்தம்.

எதிர்வரும் யுத்தக் காலங்களில் அநேக எண்ணிக்கையிலான அணுகுண்டுகள் பயன்படுத்தப்படும் என்று மக்கள் ஒருவேளை தெரிந்துகொள்ளாமல் இருக்கலாம். இறுதி யுத்தத்தில் பயன்படுத்தப்பட்ட மூன்று குண்டுகளோடு ஒப்பிட்டு அதன் வீரியத்தைப் புரிந்து கொள்ளுங்கள். அத்தோடு பெருத்த சேதாரம் ஏற்படுத்த அணுகுண்டுகள்தான் மலிவான ஆயுதமென்று உங்களுக்குத் தெரியாமலிருக்கலாம். இப்போதாவது அதன் தீவிரத்தைப் புரிந்துகொள்ளுங்கள்.

வருங்காலத்தில் விலை மலிவான நிறையக் குண்டுகளை யுத்தத்தில் செலவு செய்வார்கள். அணுகுண்டுப் பிரயோகத்திற்குத் தடை விதிக்காதவரை, அதன் பயன்பாடு நம்மை மூச்சிரைக்க வைக்கும். தவிர்க்கமுடியாத சக்தியாய் உருபெறும். அணுகுண்டு வைத்திருப்பது ஒருபோதும் வலிமையைக் குறிக்காது, எளிதில் தாக்குதலுக்கு உட்படும் அதன் நொறுங்கு தன்மையைக் குறிக்குமென்று அமெரிக்க மக்களும் அதன் தலைவர்களும் உணர வேண்டும். சர்வதேச உறவுமுறைகளில் தெளிந்த புரிதல் ஏற்பட வேண்டுமானால் லேக் சக்சஸில் நடைபெறும் கூட்டத்தில் இதே கோணத்திலான கொள்கையை ஏற்கவேண்டும். ரஷ்யாவுடன் இதே முறையில் புரிந்துணர்வு மேற்கொள்ளவேண்டும்.

பழிவாங்கும் நோக்கத்திற்காக அமெரிக்கர்கள் அணுகுண்டுப் பிரயோகிப்பதைத் தடை விதிக்காதது மட்டுமே ரஷ்யர்கள் ஒப்பந்தத்திற்கு ஒத்துழைக்க மறுக்கும் காரணமல்ல. எவ்விதச் சர்வதேச அதிகார அமைப்பு அமைவதையும் தன் அதிகாரத்தைப் பயன்படுத்தித் தகர்த்தெறிய முயல்வதை ரஷ்யர்களே ஒப்புக்கொண்டுள்ளனர். அணுசக்தி ஆற்றல் விவகாரத்தில் மட்டுமல்ல, பொதுவாகவே சர்வதேச அரசு அமைவதில் அவர்களுக்கு உடன்பாடில்லை. வரையறுக்கப்பட்ட உலகளாவிய அரசாங்கம் அமைவதை, அவர்கள் எள்ளளவும் விரும்பவில்லை என்பது தெளிவாகிறது.

அமெரிக்க அணுசக்தி முன்மொழிவு பற்றித் திருவாளர் க்ருமீகோ மிகச் சரியாகச் சொன்னார். அணுசக்திக் காலத்தில், அமெரிக்காவின் முன்மொழிவு சொந்த நாட்டின் இறையாண்மைக்கே பங்கம் விளைவிப்பதாய் உள்ளது. சோவியத் ஒன்றியத்தால் இதற்கு ஒருபோதும் ஒப்புதல் அளிக்க முடியாது. அதற்கு அவர் சொல்லும் காரணங்கள் வெளிப்படை. அணுகுண்டுத் தடை பற்றிச் சோவியத் சொல்வதெல்லாம் வெறும் சாக்கு. சர்வதேசத் தலைமையை ஏற்க வேண்டியிருந்தால் சோவியத்தின் சமூகக் கட்டமைப்பு உடைந்து போகும் என்பதுதான் உண்மை. அதைத் தற்காத்துக் கொள்ளவே சோவியத் தலைவர்கள் ஒப்புதலளிக்க மறுக்கின்றனர்.

சோவியத் தலைவர்கள் அந்நாட்டின் சமூகக் கட்டமைப்பைப் பாதுகாப்பதில் பெரும் சிரத்தையோடு உழைக்கிறார்கள். சர்வதேச அதிகார மையமென்ற பெயரில் எதுவொன்று தோன்றி, அதன் இயங்குதன்மைக்குக் குந்தகம் விளைவித்தாலும் அதனை அடித்து நொறுக்குவதில் வினையே என்றிருப்பார்கள். அது அணுசக்தி விவகாரமாக இருந்தாலும் சரி.

தம் நாட்டின் சமூகக் கட்டமைப்பைக் காப்பாற்றுதவற்காக, சர்வதேச அதிகார மையம் அமையவிடாமல் சோவியத் முயல்வதில் ஓரளவு உண்மையும் இருக்கிறது. இருந்தாலும் உலகம் முழுக்க பொது விதிகளுக்குக் கட்டுப்பட்டு நடக்கையில், தான் மட்டும் தனித்து வாழும் அளவுக்கு இது ஒன்றும் அத்தனை மோசகரமான திட்டமில்லையென அவர்கள் போகிற போக்கில் புரிந்து கொள்வார்கள்.

சோவியத் ஒன்றியம் தற்போது பயத்தால் வழி நடத்தப்படுகிறது. இதற்கான ஏகப் பொறுப்பையும் அமெரிக்காதான் ஏற்றுக்கொள்ள வேண்டும். அணு ஆற்றல் மட்டுமே இதற்குக் காரணமென்று சொல்லவில்லை. பல காரணங்கள் உண்டு. பயமே உட்சபட்ச இராஜதந்திரக் கருவி என்று அறிந்தும், தனது முன்மொழிவில் ரஷ்யாவின் கொள்கைகளைக் தனக்கேற்ப அமெரிக்கா வரையறுத்துள்ளது.

அனைத்துத் தேசங்களையும் உட்படுத்திய சர்வதேச அதிகார மையம் அமைவதற்கு ரஷ்யா எதிர்ப்பு தெரிவிக்கிறது என்றால், வேறு சில நாடுகள் அத்தகைய மையம் அமைய முனைந்து வேலை செய்யக் கூடாது என்று எந்த விதியும் இல்லை. தான் ஒருமுறை வேண்டாம் என்று கருதிவிட்டால், தன்னிடம் உள்ள அனைத்து அதிகாரங் களையும் பயன்படுத்தி அந்தப் பணி நிறைவேற விடாமல் ரஷ்யா அதனை எதிர்க்கும் என்று சொல்வார்கள். ஒருவேளை அது

நிறைவேறிவிட்டால், அதற்கேற்ப தகவமைத்துக் கொண்டு அதனுள் இடம்பெறும் நெகிழ்வுத்தன்மையும் அதற்குண்டு.

எனவே வீட்டோ அதிகாரத்தைப் பயன்படுத்தி, அமையவிருக்கும் சர்வதேசச் சபையை ரஷ்யா தடுக்காமலிருக்க அமெரிக்காவும் பிற தேசங்களும் முயல வேண்டும். அதுவே சர்வதேச அமைதிக்கு வழிவகுக்கும். ரஷ்யர்களால் தடுக்க முடியவில்லை என்றால், தாமாக வந்து பின்னர் ஒட்டிக்கொள்வார்கள் என்ற தைரியத்தில் அமெரிக்கர்கள் முன்செல்லலாம்.

சோவியத்தின் பாதுகாப்பை உறுதி செய்யும் வகையில் இதுவரை அமெரிக்கா எந்தவொரு செயல்திட்டங்களும் முன்னெடுக்க வில்லை. தன் சொந்த நாட்டின் பாதுகாப்பைப் பலப்படுத்துவதில் தான் அமெரிக்கா கண்ணாக இருக்கிறது. இறையாண்மை கொண்ட நாடுகளுக்கு இடையிலான சண்டையில் அமெரிக்காவிடம் இதைத்தான் எதிர்பார்க்க முடியும். தற்போது முன்மொழியப் பட்டுள்ள ஏகத்துவ அதிகார விதிகளுக்கு மாற்றாக, நியாயமான சட்ட விதிகளை வரையறுக்கும்படி அமெரிக்க மக்கள் தங்கள் ஆட்சியாளர்களை நெருக்கிப் பிடித்தால், சோவியத்தின் பயம் என்னவாகும் என்று யாராலும் முன்கூட்டிச் சொல்லமுடியாது.

சட்டங்களை முறையாகப் பின்பற்ற நேர்ந்தால், ரஷ்யாவின் பாதுகாப்பைத் தாய்நாடுபோல் கண்ணும் கருத்துமாகப் பேண வேண்டும். அமெரிக்க மக்கள் இதற்கு முழுமையாக ஒத்துழைப்பு நல்கினால், ஜனநாயக ரீதியில் இதற்கு முழுச் சாத்தியங்கள் உண்டு. இதனால் ரஷ்யர்கள் ஓரளவு சாந்தப்படுவார்கள். ரஷ்யப் புரிதலை மாற்றியமைக்கும் ஒரு மாயச் சக்தியாக இது விளங்கக்கூடும்.

இராணுவப் படைபலங்களோடு எந்நேரமும் போருக்குத் தயாராய் இருக்கும் யோசனையில் அமெரிக்கா இத்திட்டத்தை முன் மொழிகிறது என்று நிரூபிக்கத் தற்சமயம் வரை ரஷ்யாவிடம் எந்தவொரு ஆதாரமும் இல்லை. வேண்டுமென்றே வம்புக்கு இழுக்கும் முயற்சி என்று ரஷ்யர்கள் இதனைக் கருதுகின்றனர்.

உலகளாவியச் சட்டங்கள் மூலம் அமைதியை நிலை நாட்ட அமெரிக்கா சிரத்தையெடுப்பதாய், உலகின் கண்களுக்கு வெளிக் காட்டிக்கொள்ள வேண்டும். தன் நாட்டுப் பாதுகாப்புக்கு அச்சுறுத்தலாய் விளங்கும் அமெரிக்கத் திட்டங்கள் பற்றி ரஷ்யா மாற்றுக் கோணத்தில் சிந்திக்க இதுவொன்றே வழி. நியாயமான தார்மீகச் சட்டங்களை சோவியத்தின் கைகளில் வழங்கி, அதற்கு அமெரிக்க ஆதரவும் வலுவாக இருந்தால் ரஷ்யா எங்ஙனம் எதிர்வினையாற்றும் என்று கணிக்க முடியும்.

ஆரம்பத்தில் எல்லோரும் சட்டங்களைப் புறக்கணிக்கவே செய்வார்கள். தான் இல்லாமலும் உலக நாடுகள் சட்டமியற்றி வேலை செய்கின்றன எனத் தெரிந்த பிறகு ரஷ்யா பாதுகாப்பாக உணரும். ரஷ்யர்கள் சாதகமாகச் சிந்திப்பார்கள். அமைதியை நிலைநாட்டவும் சமாதானத்தை ஏற்படுத்தவும் உலக அரசை நிர்மாணிப்பதற்கு, தனிப்பட்ட முறையில் நான் ரஷ்யாவிற்கு அழைப்பு விடுக்க விரும்புகிறேன். ஆனால் அவர்கள் அதை நிராகரித்தாலும்கூட, நாம் அதை எப்பாடுபட்டாவது நிறுவ வேண்டும். இதில் ஆபத்து இருப்பதையும் நான் எச்சரிக்கிறேன்.

உருவாகவிருக்கும் புதிய ஆட்சி எவ்விதத்திலும் ரஷ்யாவிற்கு எதிரான அதிகாரக் குவிப்புப் படையாக இருந்துவிடக்கூடாது என்பதில் தெளிவு அவசியம். போருக்கு எதிரான ஒருங்கிணைந்த எதிர்ப்புச் சக்தியாகவே அது விளங்கவேண்டும். அதன் ஆட்சிப் பரப்பு பரந்துபட்டதாய், சண்டை மூளும் சூழல்களைத் தற்காக்கும் இயல்பினதாய் இருக்க வேண்டும். தனிப்பட்ட எந்தவொரு தேசத்தைக் காட்டிலும் உலக அரசின் அதிகாரக் கரங்கள் வலிமை படைத்ததாய் இருக்க வேண்டும். அதன் அமைவிடத்தை அழிக்க முடியாத அளவுக்குப் பாதுகாப்புடனும், ஒடுக்க முடியாத அளவுக்கு இராணுவப் பலத்துடனும் தெம்பூட்ட வேண்டும். சர்வதேசப் பாதுகாப்புக்கு முக்கியத்துவம் அளித்து, மோதலுக்கு வழிவகுக்கும் ஓரவஞ்சனைகளை ஒழித்துக்கட்ட வேண்டும்.

ரஷ்யா இல்லாமல் உலகுதழுவிய அளவில் அதிகார அரசு அமையப்பெற்றால், அதன் பொதுநல நோக்கங்கள் நிறைவேற்று வதற்கு உறுப்பு நாடுகள் எப்படியெல்லாம் செயல்படுகின்றன, போர்ச் சூழலை எங்கனம் தவிர்க்கின்றன என்பதில்தான் அமைப்பின் வெற்றி இருக்கிறது. ரஷ்யத் தேசம் தன் அங்கத்தில் இணைய விரும்புவதை அவர்கள் எப்போதும் உணர்த்திக் கொண்டே இருக்கவேண்டும். அங்கத்தில் இணைய மறுக்கும் நாடுகளுக்கு எவ்விதத் தண்டனையும் எதிர்மறை அசம்பா விதங்களும் ஏற்படக்கூடாது என்பதில் இருசாரரும் உறுதி காக்க வேண்டும்.

ரஷ்யர்கள் உடனடியாக இசைவு தெரிவிக்கவில்லை என்றாலும், வேண்டும்போதெல்லாம் இணைந்து கொள்வதற்கான நெகிழ்வுத் தன்மை இருப்பதை அவசியம் அவர்களுக்குத் தெரிவிக்க வேண்டும். உலக அரசை நிர்மாணிக்கும் நபர்களுக்கு நான் ஒன்றை அறிவுறுத்துகிறேன். ரஷ்யத் தேசத்தை எப்படியேனும் அங்கத்தில் உறுப்பினராக்குவதே நம் அடிப்படை லட்சியம்.

இதுவரையிலும் நான் சொன்னவை மேலோட்டமான திட்டங்கள். ரஷ்யர்களின் மனங்கொள்ளும்படி வரையறுப்பது எளிய காரியமல்ல. ஆனால் இரண்டு விஷயங்களில் மட்டும் தெளிவு அவசியம்: புதிய அரசாங்கத்துக்கு எவ்வித ரகசிய ராணுவத் திட்டங்களும் இருக்கக்கூடாது. ஒவ்வொரு சட்டமியற்றும் கூட்டத்திலும் ரஷ்யப் பிரதிநிதிகள் கலந்துகொள்ள அனுமதிக்க வேண்டும். சந்தேகத்தில்தான் பெருந்தீ கொழுந்துவிட்டு எரியத் தொடங்குகிறது. எனவே அந்தரங்கச் சூழ்ச்சிகள் நடை பெறாமலிருக்க இவ்விதிகள் உதவக்கூடும்.

இராணுவ ரகசியத் திட்டங்களில் ஈடுபாடு உள்ளவர்களுக்கு, இந்த வெளிப்படையான இயங்கு சூழலில் உவப்பு உண்டாகாது. ரகசியங்களை அம்பலப்படுத்தினால், போர் விரும்பும் தேசங்கள் உலகைக் கைப்பற்றத் தொடங்கலாம் எனச் சிந்திப்பார்கள். (அணுக்குண்டு ரகசியத்தை ரஷ்யர்கள் தாமாகவே விரைவில் கண்டுபிடிப்பார்கள்.)

ரகசியங்கள் வெளிப்படுவதால் சிக்கல் இல்லாமல் இல்லை. கணிசமான தேசங்கள் அமைப்பில் கைகோத்தால், பயமின்றி இந்தத் திட்டத்தைச் செயல்படுத்தலாம். அவர்கள் பாதுகாப்பு உறுதிசெய்யப்படும். பிற தேசங்கள் மீது நம்பிக்கை ஏற்படுவதோடு, சந்தேகமும் பய உணர்ச்சியும் மட்டுப்படும்.

இறையாண்மை உணர்ச்சியால் தேசங்களுக்கு இடையே போர் உண்டாக்கும் சாத்தியப்பாடுகள், சமாதானத்தின் மீது அதிகரிக்கும் நம்பிக்கையால் காணாமல் போய்விடும். இவ்வேளையில் ரஷ்ய அதிகாரிகளும் அந்நாட்டு மக்களும் மேற்குலகம் பற்றி இளகிய பார்வை கொள்வர்.

உலக அரசின் உயர் மட்ட உறுப்பினர் நியமனங்களைக் கண்மூடித்தனமான ஜனநாயக முறைகளில் தேர்வு செய்யக்கூடாது. அதன் நிர்வாக மற்றும் ஆட்சிக் குழு அலுவலர்களை, உறுப்புக் குழு நாடுகள் ரகசிய வாக்குச் சீட்டு முறையில் தேர்ந்தெடுக்க வேண்டுமெனப் பலரும் விரும்புகின்றனர். தேர்ந்தெடுக்கும் பிரதிநிதிகள் அரசு சாராமல் மக்களின் சார்பாக இருந்ததால்தான் அமைப்பு சுமுகமாக இயங்கும்.

இதற்குமேல் ஜனநாயக முறைகளைப் பின்பற்றுவது சரியென்று நான் சொல்லமாட்டேன். வரலாற்று வெளியெங்கும் ஜனநாயகப் பண்புகள் வெற்றிபெற்ற தேசம் எதுவென்று பார்த்தால், ஜனநாயகம் பற்றிய குறைந்த புரிதல் கொண்ட நாடுகள்தான்.

எனவே விதிகள் கெடுபிடியானால், மேற்குலகுக்கும் சோவியத் நாடுகளுக்கும் இடையே கொள்கை வித்தியாசங்கள் அதிகரிக்கும்.

உலக நாடுகள் யுத்தம் நோக்கி நகர்வதற்குக் கொள்கை முரணே காரணம் என்று சொன்னால், அது எனக்கு ஏற்புடையதல்ல. உலக நாடுகள் எல்லாம் தங்கள் இறையாண்மையோடு கூடிய சோசலிசச் சித்தாந்தத்தைப் பின்பற்ற வேண்டும் என்று நிர்ப்பந்தித்தால், அது கிழக்கு மேற்குப் பூசலை மேலும் அதிகரிக்க செய்யும். இன்றைய பொருளாதாரக் கொள்கையில் தேசங்கள் வலுவான பிடிப்பு கொண்டிருக்கின்றன என்பது எனக்கு நியாயமாகத் தோன்ற வில்லை.

இப்போது உள்ளதுபோல் அமெரிக்காவின் பொருளாதாரம் ஒரு சிலரின் கட்டுப்பாட்டில் இயங்க வேண்டுமா அல்லது அமெரிக்க அரசின் கட்டுப்பாட்டின்கீழ் அவ்வொன்றிரண்டு நபர்கள் செயல்பட வேண்டுமா என்பது முக்கியத்துவம் வாய்ந்த கேள்வி. என்னவிருந் தாலும் இவ்வொற்றைக் கேள்வியால், அது ஏற்படுத்தும் உணர்ச்சிப்பூர்வத் தாக்கத்தை நியாயப்படுத்த முடியாது.

எல்லாத் தேசங்களும் ஒன்று சேர்ந்து உலகந்தழுவிய அரசாட்சியில் அங்கம் வகிப்பதை நான் காண விரும்புகிறேன். இராணுவப் படைகளை ஒன்றிணைத்து, தமக்கென உள்ளூர் காவல்படைகளை மட்டுமே வைத்துக் கொள்ளவேண்டும். ஒருங்கிணைந்த இராணுவப் படையினர் தமக்குள் பரவலாகி, பழங்கால ஆஸ்திரோ - அங்கேரியப் பேரரசின் படைகளைப் போல் செயல்பட வேண்டும்.

தங்கள் தேச எல்லைக்கு உட்பட்ட பகுதிகளில் மட்டும் அல்லாமல், அயல் தேசத்திலும் அதே கடமை உணர்ச்சியுடன் செயலூக்கம் கூடிப் பணிபுரிவார்கள் என்று நம்பலாம். ஆகவே உள்நாட்டு இனவாத அரசியலுக்கு உட்படாமல் நடுநாயகமான நடவடிக்கைகள் மேற்கொள்ளப்படும் எனத் தெம்பு பிறக்கிறது.

சர்வதேச அரசாங்கத்தின் அதிகாரத்தைப் பாதுகாப்புத்துறை போன்ற குறிப்பிட்ட இலக்காவிற்குள் சுருக்கிவிடுதல் நல்லது. ஆனால் அது ஒத்துவருமா என்று எனக்குத் தெரியாது. கடந்த கால வரலாற்று நிகழ்வுகளைப் பார்க்கையில், இந்த அமைப்பிற்குப் பொருளாதாரம் குறித்த அதிகாரத்தையும் வழங்கலாம் எனத் தோன்றுகிறது. ஏன் என்றால், நவீன உலகில் பொருளாதாரச் சிக்கல்களால் பேராபத்துகள் நிகழ்கின்றன. இரண்டு தேசங்களுக்கு இடையே போர் மூளும் அளவுக்குப் பொருளாதார முரண்கள் முக்கியத்துவம் பெற்றிருக்கின்றன.

ஆனால் இதைப் பாதுகாப்புத் துறையோடு நிறுத்திக் கொள்வதே சரியென்று சொல்வேன். ஐக்கிய நாடுகள் சபையைப் பலப் படுத்துவதன் மூலம் இந்த உலக அரசாங்க அமைப்பை நிறுவ வேண்டும். அவ்வகையில் உலக அமைதியை நோக்கி நாளும் நாம் முன்னேறிக் கொண்டிருப்பதை உறுதி செய்யலாம்.

ரஷ்யாவோடு தொடங்க வேண்டுமா அல்லது ரஷ்யாவைத் தவிர்த்துத் தொடங்க வேண்டுமா என்று உலக அரசாங்கம் தொடங்குவதில் இருக்கும் சிக்கலை நான் அறியாமலில்லை. இதிலுள்ள ஆபத்துக்கள் என்னவென்று அறிவேன். அமைப்பில் சேரும் எந்தவொரு நாடும் இதிலிருந்து பிரிந்து செல்வதை நான் விரும்பவில்லை. இதனால் யுத்தங்களே கூட நிகழலாம்.

ஆனால் அவ்வேளையில் உலக அரசாங்கம் செயல்பாட்டுக்கு வரும் என்று நம்புகிறேன். இத்தகு இடர்பாடுகளையெல்லாம் தாண்டி, நாம் எத்தனை ஆர்வத்தோடு இதனை எதிர்கொள்ளப்போகிறோம் என்பதுதான் கேள்வி.

ஏது நேரினும், மற்றொரு உலக யுத்தம் நிகழ்ந்தால்கூட உலக அரசாங்கம் ஏற்படத்தான் போகிறது. ஆனால் அந்த யுத்தத்தில் வெற்றி பெறுபவனே, உலக அரசாங்கத்தை நிர்மாணிப்பான். அவனது இராணுவ அராஜகத்துக்கு ஏற்ப நாம் ஆட்டுவிக்கப் படுவோம். எந்நேரமும் இராணுவ அவசரத்திற்கு உட்பட்ட இனமாக மனிதர்கள் மாறவிடுவார்கள்.

இதைப் பெரும் சிரமம் இல்லாமல், சமூகப் பேச்சுவார்த்தையின் மூலம் எளிதில் கொண்டு வருவதற்கான உபாயங்கள் உண்டு. ஆனால் அதைச் செயல்பாட்டிற்குக் கொண்டுவரக் காரணங் காரிய முறைகளைப் பின்பற்றினால் வேலைக்கு ஆகாது. கீழைத் தேய நாடுகளில் உள்ள கம்யூனிச அமைப்பு வலிமையாக இருக்கிறது. அதற்குக் காரணம் அதன் மதம் போன்ற தன்மை. மக்கள் மனத்தோடு உணர்ச்சிப் பூர்வ இயக்கமாக, மதங்களைப்போல் கம்யூனிச அமைப்பு வியாபித்திருக்கிறது.

மத உபசார வழிவகைகளில் உணர்ச்சிப் பெருக்குக் கூடி வருவதைப்போல், சமாதானத்தை நிலைநாட்டச் சட்டத்தைக் கையில் எடுத்து உணர்ச்சிப் பாங்கோடு இவ்வமைப்புச் செயல்படாவிடில் எளிதில் உடைந்துபோகும். மனிதக் குலத்திற்கு அறநெறிச் சாரம் போதிக்கக் கடமைப்பட்டவர்களுக்கு, இது மிகச் சரியான நேரம். தங்களது வாய்ப்பை நேர்த்தியாகப் பயன்படுத்திக் கொள்ளலாம்.

தங்களது வியாக்கியான வாதங்களால் அணு யுகத்தின் உண்மைகளை விளக்கிச் சொன்னாலும், அமெரிக்க மக்கள் துளியும் புரிந்து கொள்ளமாட்டார்கள் என அணு தொழில்நுட்பத்தோடு தொடர்புடைய விஞ்ஞானிகளுக்கு உரைத்துவிட்டது. மத நிறுவனங்களிடம் உள்ள அடிப்படை உணர்ச்சிப் பாங்கை நாம் இனிச் சேர்த்துக் கொள்ளவேண்டும்.

தேவாலயங்கள் மட்டுமன்றிப் பள்ளி, கல்லூரிகள் முதலான கல்விக்கூடங்களும், செல்வாக்கு பெற்ற இன்ன பிற ஊடகங்களும், இவ்விஷயத்தில் தங்கள் பொறுப்பை உணர்ந்து ஆவன செய்வார்கள் என்று நம்புவோம்.

Albert Einstein, ‘Atomic War or Peace’ (1945)
Essays in Humanism, Philosophical Library, N.Y.

நான் படிக்கக் கற்றுக்கொண்டேன்

மால்கம் எக்ஸ்

நான் எழுதிய கடிதங்கள்தான் என்னைத் தன்முனைப்பாகச் சொந்த முயற்சியில் படிக்கத் தூண்டின.

உணர்ச்சிப் பெருக்கில் நான் சொல்ல விரும்புவதை எல்லாம் அப்படியே கடிதங்களில் எழுத முடியவில்லையென்று, நாளும் என்மேல் வெறுப்புணர்வு கூடிக்கொண்டே வந்தது. குறிப்பாகத் திரு. எலிஜா முகமது அவர்களுக்கு எழுதும்போது அந்தப் போதாமை என்னை மேலும் உலுக்கியது. எங்கள் தெருவில் என் பேச்சுக்கு நல்ல மதிப்பு உண்டு. புரிதலுக்கு அரிதான விஷயங்களையும் சாமர்த்தியமாக, மனங்கொள்ளும்படிச் சொல்வதில் சமர்த்தன் என்று பெயரெடுத்திருந்தேன். நான் பேசத் தொடங்கினால் எல்லோரும் என்னை உற்றுக் கவனிப்பார்கள்.

ஆனால் இப்போது எளிய ஆங்கிலத்தில் எழுத முயன்றால்கூட, செய்திகளை வெளிப்படுத்த முடியாமல் திணறினேன்; என் எழுத்து நடையில் சரளமாக உரையாட முடியாமல் தவித்தேன். 'திருவாளர் எலிஜா, நீங்கள் என்னைப் பாராட்டும்படி நான் ஏதாவது செய்வேன்' என்று பேச்சுவழக்கில் சொல்வதை ஒலி மாறாமல் அப்படியே எழுதுவது எப்படி என்று திக்குத் தெரியாமல் குழம்பினேன்.

என்னைத் தொலைக்காட்சியில் காணும் சிலரும், நேரில் சந்திக்கும் அநேகரும்; என் எழுத்தை வாசிக்கும் பலரும், நான் எட்டாம் வகுப்பைத் தாண்டியவன் என்று நிச்சயம் கருதுவார்கள். ஆனால் இந்த முன்முடிவான கருத்துப் பதிவுக்கு என் சிறைவாசப் படிப்புதான் காரணம்.

சார்ல்ஸ்டவுன் சிறையில் இருந்தபோது, பிம்பியின் அசாதாரண அறிவுத்திறனைக் கண்டு பொறாமை கொண்டேன். அங்கிருந்து தான் எல்லாம் தொடங்கியது. எந்தவொரு உரையாடலையும் தன் அறிவுப் புலத்திற்குள் வைத்துக் கொள்ளும் சாமர்த்தியம் பிம்பியிடம் இருந்தது. நானும் அவரை அப்படியே பின்பற்றத் தொடங்கினேன். ஆனால் நான் கையிலெடுத்த எல்லாப் புத்தகங்களிலும், ஒன்றுக்கும் மேற்பட்ட வாக்கியங்கள் இருந்தன. இவையெல்லாம் உண்மையிலேயே சீன வார்த்தைகள் இல்லை என்பது மட்டும் எனக்குத் தெரிந்தது.

அவற்றைத் தவிர்த்து மிச்சமிருந்ததை வாசித்தால், அப்புத்தகத்தின் மையக் கருத்திலிருந்து மீச்சிறு விஷயத்தை மட்டுமே உள்வாங்க முடிந்தது. எனவே அங்கிருந்து நார்ஃபோக் சிறைச்சாலை வளாகத்திற்கு வந்தேன். அதன்பிறகும் புத்தக வாசிப்பிற்குள் முழுமையாக மனம் செல்லவில்லை. படிப்பதுபோல் பாவனை செய்தேன். இவ்வாறு செய்ததில் எனக்கு ஊக்கம் இல்லாமல் போயிருந்தால், அந்தப் பாவனைகளையும் என்றைக்கோ விட்டொழித்திருப்பேன்.

புதிய வார்த்தைகளைத் தெரிந்துகொள்ளவும் அவற்றை மனனம் செய்யவும் அகராதி ஒன்றை எந்நேரமும் கையில் வைத்திருந்தால் உபயோகமாக இருக்குமெனத் தோன்றியது. நல்லவேளையாக என் கையெழுத்தைச் சீர் செய்யவேண்டும் என்ற பிரக்ஞையும் எனக்கு உரைத்தது. உண்மையில் என் கையெழுத்து படுமோசமாக இருந்தது. காகிதத்தில் எழுதினால் கோணலாகச் செல்லும். இந்த இரண்டு திட்டங்களுக்கும் செயலுருவம் கொடுக்க, நார்ஃபோக் சிறைச்சாலை வளாகத்தின் பள்ளிக்கூடத்தில் ஓர் அகராதியோடு சில சிலேட்டுகளும் பென்சில்களும் வழங்கும்படி கோரிக்கை வைத்தேன்.

இரண்டு நாட்களுக்குத் தலைகால் புரியாமல் அகராதியின் பக்கங்களை முன்பின்னாகப் புரட்டிப் பார்த்தேன். உலகில் இத்தனை வார்த்தைகள் இருக்குமென்று அதுவரை எனக்குத் தெரியாது! எந்தெந்த வார்த்தைகளைப் படிக்கவேண்டும் என்று தெரியாமல் குழப்பம் அதிகரித்தது. இறுதியில் எதாவது ஒன்றைச் செய்யவேண்டுமே என்ற ஆசையில் அகராதியில் இருந்ததை அப்படியே எழுதத் தொடங்கினேன்.

நிதானமாக, அச்சுப்பிசகாமல், அகராதியின் முதல் பக்கத்தில் இருந்தவற்றை என் கோரமான கையெழுத்தில் அப்படியே சிலேட்டில் எழுதினேன். நிறுத்தற்குறிகளைக் கூடத் தவிர்க்காமல்

அப்படியே படியெடுத்தேன். இவ்வாறு எழுதுவதற்கு முழுமையாக ஒருநாள் பிடித்தது. பின் அவற்றை உரத்த குரலில் எனக்கு நானே வாசித்துப் பார்த்தேன். மீண்டும் மீண்டும் என் சொந்தக் கையெழுத்தால் சிலேட்டில் படியெடுத்தவற்றை, உரக்க வாசித்துக் காதுபட கேட்டேன்.

மறுநாள் காலையில் எழுந்ததும், எழுதிய வார்த்தைகளை மீண்டும் மனத்திலிருத்திப் பெருமைப்பட்டேன். ஒரேநாளில் இத்தனை வார்த்தைகளை எழுதியது மட்டுமல்லாது, இதுவரை அறிந்திராத பல வார்த்தைகளைத் தெரிந்துகொண்டதிலும் எனக்கு ஆச்சரியம் பீறிட்டது. கொஞ்சம் சிரமமெடுத்து வாசித்ததால், அவ்வார்த்தைகளுக்கான பொருளும் எனக்கு நினைவிருந்தன. பொருள் தெரியாத வார்த்தைகளை மீண்டும் அகராதியெடுத்துப் புரட்டிப் பார்த்தேன்.

உங்களுக்கு ஒரு வேடிக்கையான விஷயம் சொல்கிறேன். அகராதியைப் புரட்டினால் அதன் முதற்பக்கத்தில் தோன்றும் 'Aardvark' என்ற சொல் திடீரென எனக்கு ஞாபகம் வருகிறது. அதன் உருவப்படத்தையும் அங்குப் பார்த்திருக்கிறேன். ஆர்டுவார்க் என்பது ஆஃப்ரிக்கா பகுதியில் மண்ணுக்கடியில் வாழும் நீண்ட வாலும் காதுகளும் உடைய ஒரு பிராணி. எறும்புத்தின்னிகள் எறும்பை உண்ணுவதுபோல் தன் நீண்ட நாவால் கரையான்களை உண்ணும் ஜீவராசி இது.

எனக்கு ஆர்வம் தாளவில்லை. அகராதியின் அடுத்த பக்கத்தையும் படியெடுத்தேன். அதைப் படிக்கையிலும் அதே அனுபவம் நேரிட்டது. அடுத்தடுத்த பக்கங்களைக் கடக்கும்போது, வரலாற்றின் முக்கியத்துவம் வாய்ந்த மனிதர்களையும் இடங்களையும் நிகழ்வுகளையும் தெரிந்துகொண்டேன். அந்த அகராதி கிட்டத்தட்ட ஒரு குட்டிக் கலைக்களஞ்சியம் போன்றிருந்தது.

இறுதியில் அகராதியின் A வரிசை சொற்களை எல்லாம் படியெடுத்தப் பிறகு, B வரிசைக்குத் தாவினேன். இப்படித்தான் முழு அகராதியையும் என் சொந்தக் கையெழுத்தால் படியெடுத்தேன். சிரமங்களைத் தாண்டி எழுதிப் பழகியதால், சீராகவும் வேகமாகவும் கையெழுத்துக் கைகொடுத்தது. சிலேட்டில் படியெடுத்து எழுதியதற்கும் கடிதங்கள் எழுதியதற்கும் மத்தியில் சிறைக்குள் ஓய்வெடுக்கும் காலத்தில் குறைந்தது 10 லட்சம் வார்த்தைகளாவது எழுதியிருப்பேன்.

எனது சிந்தனைத் தொட்டியில் அதீதச் சொற்கள் சேகரமானதும், என்னால் எவ்விதச் சிரமமுமின்றிப் புத்தகங்களை வாசித்து அவை

கூறும் மையக் கருத்தைப் புரிந்துகொள்ள முடிந்தது. அதிகம் வாசிக்கும் ஒருவர், புதிய உலகிற்குப் பயணப்படுகிறார் என்பதை யாராலும் மறுக்க முடியாது. சிறைச்சாலையை விட்டு வெளியேறிய பிறகு, பொது நூலகங்களில் இல்லாவிட்டாலும் நான் எனது படுக்கையிலாவது புத்தகங்கள் படித்துக்கொண்டுதான் இருந்தேன். மரம் பிளக்கும் ஆப்பு வைத்துப் பெயர்த்தாலும், என்னையும் புத்தகங்களையும் பிரிக்க முடியாத அளவுக்கு நெருக்கமானேன். நான் சிறைச்சாலையில் அடைபட்டிருக்கிறேன் என்ற சுயநினைவே இல்லாமல் எலிஜாவிடம் பாடம் கேட்பது, கடிதங்கள் எழுதுவது, சந்திக்க வரும் எல்லா மற்றும் ரெஜினால்ட்டிடம் உரையாடுவது, புத்தகங்கள் படிப்பது என்று எந்நேரமும் பரபரப்பாக இருந்தேன். உண்மையிலேயே என் வாழ்வில் அத்தகைய சுதந்திரத்தை அதுவரை அனுபவித்தது இல்லை.

நார்ஃபோக் சிறைச்சாலையின் நூலக அரங்கம் பள்ளிக்கூட வளாகத்தில் அமைந்திருந்தது. ஹார்வார்ட் மற்றும் போஸ்டன் பல்கலைக்கழகத்தில் இருந்துவரும் எண்ணற்ற பயிற்றுநர்கள் விதவிதமான பாடப் பொருண்மையில் வகுப்பெடுப்பார்கள். சிறைவாசிகளுக்கான வாராந்திர விவாதங்களும் பள்ளி வளாகத்தில் நடைபெறுவது உண்டு. அங்கு விவாதத்திற்கு ஒதுக்கும் தலைப்புகளைக் கேட்டால் நீங்கள் ஆச்சரியப்படுவீர்கள். 'குழந்தை களுக்குத் தாய்ப்பால் அவசியமா?' போன்ற தலைப்புகளில் சிறைவாசிகளைப் பேசவைக்க என்னென்ன மெனக்கெட்டிருப் பார்கள் என்று ஆச்சரியப்படுகிறேன்.

சிறைச்சாலை நூலக அடுக்கில் எல்லாவிதப் பொதுத் தலைப்பிலுமான புத்தகங்கள் இருந்தன. பார்க்ஹர்ஸ்ட் விட்டுச் சென்ற ஆயிரக்கணக்கான பெருந்தொகுப்புகள் இன்னும் அட்டைப் பெட்டியில் உறங்கிக்கொண்டிருந்தன. அவற்றில் சில பழமை வாய்ந்தும், அட்டை மங்கியும், தோலினால் செய்யப்பட்ட பழம் புத்தகம் போன்றும் இருந்தன.

நான் முன்பு சொன்ன பார்க்ஹர்ஸ்ட் அவர்கள் வரலாற்றுத் துறையிலும் சமயத்திலும் ஆர்வம் கொண்டவர் போலத் தெரிகிறார். அவரிடம் பணப் பலம் இருந்ததால், பொது வாசிப்புக்கு உட்படாத பல அரிய புத்தகங்களைக் காசு கொடுத்து வாங்கியிருக்கிறார். அத்தகைய அரிய சேகரிப்பைச் சுவீகரித்துக் கொள்ள, எந்தவொரு கல்லூரி நிர்வாகமும் கொடுத்து வைத்திருக்க வேண்டும்.

சிறைவாசிகளின் வாழ்வை மேம்படுத்தத் துடிக்கும் சிறைச்சாலை ஒன்றில், சிறைக் கைதி ஒருவன் புத்தகங்கள் மீது அளவுகடந்த

ஆர்வம் கொண்டிருந்தால், சகவாசிகளும் அவனது ஆர்வத்தை இன்முகத்தோடு வரவேற்பார்கள். அங்கிருந்த நிறையப் பேர் படிப்பதில் ஆர்வம் கொண்டிருந்தனர். இன்னும் சிலர் நுட்பமாக விவாதிப்பதில் புகழ் பெற்றிருந்தனர். நடமாடும் கலைக்களஞ்சியம் எனச் சொல்லும் அளவுக்குத் திறனும் புகழும் பெற்ற பலரை நான் அங்குப் பார்த்தேன். எந்தவொரு பல்கலைக்கழகமும் இத்தனைப் பரந்துபட்ட இலக்கியங்களை விரிவாய் செரித்து உள்வாங்கச் சொல்லித் தரப்போவதில்லை என்று நான் இங்குப் படிக்கக் கற்றுக்கொண்டதும் தெரிந்துகொண்டேன்.

நூலகத்தில் படிப்பதைக் காட்டிலும் எனது அறையில் அதிகம் படித்தேன். சிறையிலிருந்த ஒருவர் அளவுக்கதிகமான புத்தகங்களை வாசிப்பதால், வழக்கத்தை மீறி அதிக எண்ணிக்கையிலான புத்தகங்களை இரவல் வாங்கும் வழக்கம் இருந்தது. எனது அறையின் ஒட்டுமொத்தத் தனிமையில் அமைதியாக வாசிக்க விரும்பினேன்.

நான் தீவிர வாசிப்பில் நுழைந்தபோது, இரவு பத்து மணிக்கு விளக்கை அணைக்கும்போது கோபத்தின் விளிம்பிற்கே சென்று விடுவேன். ஏதாவது சுவாரஸ்யமான செய்தியின் மையப் புள்ளியில் விளக்கு அணைவதே வாடிக்கையாக இருந்தது.

நல்லவேளையாக, எனது அறைக்கு வெளியே நடைபாதை விளக்கு இருந்தது சௌகரியமாகிப் போனது. அதன் ஒளிக்கதிர் ரேகையிலிருந்து சிறிதளவு எனது அறைக்கு வெளிச்சம் வாய்த்ததால், என்னால் கண்களைச் சரிசெய்துகொண்டு படிக்க முடிந்தது. எனவே விளக்கு அணைக்கும் சத்தம் கேட்ட மறுநொடி, தரையில் இறங்கிக் கதவு வழியாக ஒளிபடரவிட்டு உட்கார்ந்துவிடுவேன்.

ஒருமணி நேர இடைவெளியில் காவலர்கள் ரோந்து வருவது வழக்கம். அவர்கள் காலடிச் சத்தம் கேட்டால், குபீரென்று படுக்கையில் குதித்து உறங்குவதுபோல் பாசாங்கு செய்வேன். காவலர் சென்ற பிறகு மீண்டும் தரையில் குதித்து வெளிச்சம் படரவிட்டு, அடுத்த ஐம்பத்து எட்டு நிமிடங்களுக்கு மீண்டும் அவர் வரும்வரை படித்துக் கொண்டிருப்பேன். ஒவ்வொரு நாளும் அதிகாலை மூன்று, நான்கு மணிவரை இந்தச் சம்பவம் அரங்கேறும். ஒருநாளைக்கு மூன்று அல்லது நான்கு மணிநேர உறக்கம் எனக்குப் போதுமானதாக இருந்தது. தெருவில் படுத்துறங்கிய காலத்தில், இதைவிடக் குறைந்தபட்சத் தூக்கங்களை நான் பார்த்திருக்கிறேன்.

வரலாற்று நெடுக கறுப்பர்களை ஒதுக்கிவைத்து, வெள்ளையர்கள் எழுதிய வரலாற்றுப் புத்தகங்கள் எத்தனை மடங்கு 'வெள்ளையடிக்கப்பட்டிருக்கிறது' என்று திரு. எலிஜா முகமுதின் போதனைகளின் மூலம் அழுத்தந் திருத்தமாகத் தெரிந்து கொண்டேன். என்னைக் கடுமையாகப் பாதிக்கும் எதையும் அவர் சொல்லியிருக்க முடியாது. மேசானில் உள்ள பள்ளிக்கூடத்தில் வெள்ளையர்களுடன் நான் ஏழாவது படிக்கும்போது, அமெரிக்க வரலாற்றுப் பாடத்தில் கறுப்பர்கள் பற்றி ஒற்றைப் பத்தியில் மட்டுமே செய்தியிருந்ததும், அதைப் படித்துக் காட்டுகையில், 'நீக்ரோக்களின் கால் அகலமானது. அவர்கள் தெருவில் நடந்து சென்றால், குழி விழும்' என்று சொல்லிச் சத்தமாகச் சிரித்த ஆசிரியரையும் நான் இன்னும் மறக்கவில்லை.

அமெரிக்கவாழ் நீக்ரோக்கள் திரு. எலிஜா முகமதைப் பின்பற்று கிறார்களோ இல்லையோ, அவரின் போதனைகள் எட்டுத்திக்கும் பரவுவதற்கு இதுதான் காரணம். அவர் சொல்பவை எல்லாம் உண்மையாகத் தெரிந்தன. அமெரிக்க வரலாற்றுப் புத்தகங்களில் குறிப்பிடும் கறுப்பர்களின் வாழ்வே உண்மையானது என்று சொல்லும் ஒரேயொரு கறுப்பரையோ வெள்ளையரையோ கூட உங்களால் அடையாளம் காட்ட முடியாது. 'கறுப்பர்களின் கண்ணியமிக்க வரலாற்றை' அறிந்த பிறகு, அவர்கள் பற்றித் தெரிந்துகொள்ளக் கைகால் நோகப் புத்தகங்களைத் தேடி நூலகத்தில் அலைந்திருக்கிறேன்.

அதில் முதல் தொகுப்பு என்னை உண்மையிலேயே ஆச்சரியப் படுத்தியது. அந்தப் புத்தகங்களைச் சொந்தமாக வாங்கி, என் குழந்தைகள் வளர்ந்த பிற்பாடு படிக்க ஏதுவாக வீட்டில் வைத்திருக்கிறேன். அப்புத்தகத்தின் பெயர் 'வொண்டர்ஸ் ஆஃப் தி வேர்ல்ட்'. ஐரோப்பியரல்லாத மக்கள் சார்ந்த தொல்லியல் கண்டு பிடிப்புகளும் சிலைகளும் உருவப்படங்களும் அதில் அதிகம் இருந்தன.

வில் டியூரண்ட் எழுதிய 'ஸ்டோரி ஆஃப் சிவிலைசெஷன்' போன்ற புத்தகங்களைக் கண்டடைந்தேன். ஹெச்.ஜி. வெல்ஸின் 'அவுட்லைன் ஆஃப் ஹிஸ்டரி' நூலை வாசித்தேன். டபிள்யூ. இ. பி. டுபோய்ஸ் எழுதிய 'சோல்ஸ் ஆஃப் பிளேக் ஃபோக்' என்ற நூல் இந்நகரத்தை அடைவதற்கு முன்பு வாழ்ந்த கறுப்பர்களின் வாழ்வியலைப் பற்றி மேலோட்டமான பார்வையைக் கொடுத்தது. கார்டர் ஜி.வுட்சன் எழுதிய 'நீக்ரோ ஹிஸ்டரி' புத்தகம் கண்திறப்பாக

இருந்தது. கறுப்பின அடிமைகள் அமெரிக்காவிற்கு வரவழைக்கப்பட்டதற்கு முன்பிருந்த கறுப்பர்களின் சாம்ராஜ்யம் பற்றியும், தொடக்ககால நீக்ரோ விடுதலைப் போராட்டங்கள் பற்றியும் அதில் அதிகம் தெரிந்து கொண்டேன்.

ஜே. எ. ரோஜர்ஸின் 'செக்ஸ் அண்ட் ரேஸ்' நூலின் மூன்று தொகுதிகளும் கிறிஸ்துப் பிறப்பிற்கு முன்பு ஏற்பட்ட இனக்கலப்பு பற்றிப் பேசுகின்றன. நீதிக் கதைகள் சொன்ன ஈசாப்பு ஓர் கறுப்பினத்தவர் என்றும் அந்நூலில் ரோஜர்ஸ் எழுதியிருக்கிறார். எகிப்தியப் பாரோக்கள், மாபெரும் காப்டிக் கிறிஸ்தவப் பேரரசுகள், உலகின் பழமையான நாகரிகம் சீன நாகரிகம் என்றால், பழமையான கறுப்பர் நாகரிகம் எத்தியோப்பிய நாகரிகம் என்று அரிதான பல விஷயங்களை அந்நூலில் பார்க்கலாம்.

வெள்ளையர்கள் எப்படித் தோன்றினார்கள் என்று திரு. எலிஜா உரையாடியதில் இருந்து, கிரிகோர் மெண்டல் எழுதிய 'ஃபைண்டிங்ஸ் இன் ஜெனிடிக்ஸ்' நூலைத் தேடி வாசிக்கத் தொடங்கினேன். (அகராதியின் G வரிசையில் ஏற்கெனவே ஜெனிடிக்ஸின் பொருளைப் படித்திருந்தேன்). ஆஸ்திரியத் துறவி எழுதிய இப்புத்தகத்தை உண்மையாகவே வாசித்தேன்.

மீண்டும் மீண்டும் படித்ததால், ஒரு சில பகுதிகள் துலக்கம் பெற்றன. கறுப்பின மனிதரிடம் இருந்ததுதான் வெள்ளையினத்தவர் தோன்றமுடியும் என நான் புரிந்துகொண்டேன். வெள்ளையினத்தவரால் ஒருபோதும் கறுப்பரைப் பெற்றெடுக்க முடியாது. ஏனென்றால் வெள்ளை மரபணு பின்னடையும் இயல்பு உடையது. எனவே ஒருவர்தான் முதல் மனிதராக இருக்கமுடியும் என்பதை எல்லோரும் நிச்சயமாக ஒப்புக்கொள்வதால், யார் முதலாமவர் என்பதில் முடிவு தெளிவாக உள்ளது.

சென்ற ஆண்டு 'நியூ யார்க் டைம்ஸ்' பத்திரிகையில் தான் எழுதிய கட்டுரை ஒன்றில், வெள்ளையர்கள் 'சலவைச் செய்யப் பட்டவர்கள்' என்று அர்னால்ட் டாய்ன்பி குறிப்பிட்டார். (அவர் வார்த்தைகளில் சொல்வதானால்: வட ஐரோப்பாவில் தோன்றிய வெள்ளையர்கள், அதாவது, சலவை செய்யப்பட்டவர்கள்...) மேலும் ஐரோப்பிய நிலவியலைப் பார்த்துவிட்டு, அது ஆசியக் கண்டத்தின் தீபகற்பம் என்றார். அவரைப் பொறுத்தவரை ஐரோப்பா என்றொரு கண்டமே கிடையாது.

ஆனால் பூகோள உருண்டையை எடுத்துப் பார்த்தால், அமெரிக்காதான் ஆசியாவின் நீட்சி என்பது நம் எல்லோருக்கும்

கண்கூடாகத் தெரியும். (வரலாற்றை வெள்ளையடித்தவர்களுக்கு ஆதரவாக டாய்ன்பி பேசினார். ஆப்ரிக்கக் கண்டத்திற்கு மட்டும்தான் வரலாறு என்பதே கிடையாது என்றும் எழுதத் துணிந்தார். ஆனால் இனி அவ்வாறு எழுத முடியாது. ஒவ்வொரு நாளும் உண்மை வெளிச்சத்திற்கு வந்து கொண்டிருக்கிறது.)

அடிமை முறையின் ஒட்டுமொத்த வரலாற்றையும் படித்தப் பிறகு, நான் அடைந்த அதிர்ச்சியை ஒருபோதும் மறக்க மாட்டேன். பின்னாளில் திரு. முகமதின் ஆசிபெற்ற மறை பரப்புநராக மாறியபோதும், என்னில் இவை ஆழ்ந்த தாக்கம் செலுத்தின. உலகின் மிகக் கொடூரமான குற்றங்கள் இழைக்கும் வெள்ளைக் காரனின் பாவம் படிந்த கரங்களும், இரத்தக் கறை படிந்த வாழ்வும் கிட்டத்தட்ட நம்பமுடியாத அளவுக்கு வஞ்சனை நிறைந்ததாய் இருக்கிறது.

ஆப்ரிக்க அடிமைகள் அமெரிக்க மண்ணில் தரையிறங்கியதிலிருந்து என்னென்ன கொடுமைகள் அனுபவித்தார்கள் என்று தெரிந்து கொள்வதற்குப் பிரெட்ரிக் ஓம்ஸ்டெட் எழுதிய புத்தகங்கள் கண்திறப்பாக இருந்தன. ஐரோப்பியப் பெண்மணி ஃபேனி கிம்பால் தென்னகத்து அடிமை முதலாளியை மணந்துகொண்ட பிறகு, அங்கிருந்த மனிதர்கள் எத்தனைத்தரம் தாழ்த்தி நடத்தப்பட்டார்கள் எனத் தன் நூலில் விவரித்துள்ளார். இந்தச் சமயத்தில் ‘அங்கிள் டாம்’ஸ் கேபின்’ என்ற நாவலை வாசித்து முடித்தேன். தீவிர வாசிப்பைத் தொடங்கிய பிறகு, நான் வாசித்த ஒரே நாவல் இதுவாகத்தான் இருக்கும் என்று நம்புகிறேன்.

பார்க்ஹர்ஸ்ட்’ன் சேகரத்தில் புதிய இங்கிலாந்தின் அடிமைத்தன ஒழிப்புச் சங்கத்தின் சில கெட்டிப் பிரசுரங்கள் இருந்தன. அதில் வெள்ளையர்கள் செய்யும் அட்டூழியங்களை விவரமாகப் படித்தேன். கறுப்பினப் பெண்மணியின் கை, கால்களைக் கட்டி வைத்து சாட்டையால் அடிக்கும் முதலாளிகள், தங்கள் குழந்தைகள் பறித்துச் செல்லப்படுவதைச் சோகமாகப் பார்க்கும் கறுப்பினத் தாய்மார்கள், மீண்டும் தன் பெற்றோரைக் காண முடியாத துக்கத்தைத் தொண்டையில் அடைந்திருக்கும் குழந்தைகள், நாய்களுக்கு அடுத்தபடியான அடிமைகள், வில்லங்கமான வெள்ளையர்கள் சாட்டை, சங்கிலி, துப்பாக்கிகளுடன் அடிமைகளைத் துரத்தும் காட்சியென்று மேற்சொன்ன எல்லா உருவங்களும் அந்தத் துண்டுப் பிரசுரத்தில் தெரிந்தன.

நட் டர்னர் என்றொரு அடிமைப் போதகர் பற்றி நான் படித்திருக்கிறேன். வெள்ளையின அடிமை முதலாளிகளுக்குக்

கடவுள் பயத்தைக் கண்முன் கொண்டு வந்தவர். நட் டர்னர் அமைதியைப் போதித்தவர் அல்ல. கறுப்பின மக்களின் விடுதலைக்கு வன்முறையே வழியென்று சொன்னவர். 1831ஆம் ஆண்டு விர்ஜீனியா நகரின் ஒரு ராத்திரி நேரத்தில், நட் டர்னரும் அவரது ஏழு அடிமை நண்பர்களும், தங்கள் முதலாளி பண்ணையிலிருந்து ஒவ்வொரு பண்ணையாக முன்னேறி, விடிவதற்குள் 57 வெள்ளையின முதலாளிகளைக் கொலை செய்திருந்தனர். விடிந்தபிறகு டர்னரின் பின்னிருந்த ஏழு பேர், எழுபது பேராக உயர்ந்தனர். உயிரைக் காப்பாற்றிக் கொள்ள விரைந்த வெள்ளையர்கள் தங்கள் வீட்டை விட்டுத் தப்பியோடியும், பொதுக் கட்டடங்களில் மறைந்து கொண்டும், காட்டிற்குள் பதுங்கியும், ஊரைவிட்டே காலிசெய்தும் மறைமுகமாக வாழ்ந்தனர்.

சிறிய அளவிலான இராணுவக் குழு ஒன்று, நட் டர்னரை இரண்டு மாதக் காலமாகத் தேடிப் பிடித்துத் தூக்கில் போட்டது. நட் டர்னரின் இந்தச் செயலால் உந்தப்பட்ட ஜான் பிரௌன், சுமார் முப்பது வருடங்களுக்குப் பிறகு பதிமூன்று வெள்ளையர்கள் மற்றும் ஐந்து கறுப்பின நண்பர்களோடு கூட்டுச் சேர்ந்து விர்ஜீனியாவில் உள்ள ஹார்பர் ஃபெர்ரியைத் தாக்கினார் என்று எங்கோ படித்திருக்கிறேன்.

'வரலாற்றின் தந்தை' என்றழைக்கப்படும் எரோடோட்டஸ் பற்றிப் படித்தேன். கொஞ்சம் கொஞ்சமாகப் பிற நாடுகளின் வரலாற்றைத் தெரிந்துகொண்டேன். அவை எனக்குப் பெரும் கண்திறப்பாக இருந்தன. உலக வரலாற்றைத் தெரிந்துகொண்ட பின்னர்தான், ஒட்டுமொத்த உலகிலும் உள்ள வெள்ளையர்கள் எத்தனைக் காட்டுமிராண்டித்தனமாக உள்ளனர் எனத் தெரிந்தது. உலகில் உள்ள அனைத்துமட்டக் கறுப்பின மக்கள் மீதும் கொலை, கொள்ளை, கற்பழிப்பு என இரத்தவெறித் தாக்குதல் நடத்தியுள்ளனர். வில் டூரண்ட்'ன் ஓரியண்டல் சிவிலைசெஷன் பற்றிய புத்தகங்களும், பிரிட்டிஷார்களை இந்தியாவிட்டு விரட்டியடித்த மகாத்மா காந்தியின் போராட்ட முறைச் சிந்தனை பற்றிய புத்தகங்களும் எனக்கு இப்போது நினைவிற்கு வருகின்றன.

புத்தகம் மாற்றிப் புத்தகமாகக் கையிலெடுக்கும் ஒவ்வொரு பிரதியிலும் உலகில் வாழும் கறுப்பு, பழுப்பு, சிகப்பு, மஞ்சள் என வெவ்வேறு இனத்தவரை வெள்ளையர்கள் சுரண்டிக் கொழுத்த கதைகள் மலைபோல் விரிந்தன. 'கிறிஸ்தவ வியாபாரிகள்' என்றழைக்கப்படும் வெள்ளையர்கள், ஆசியா, ஆஃப்ரிக்கப் பேரரசின் செல்வ வளங்களையும் அதிகாரத்தையும்

கொள்ளையடிக்கும் பொருட்டுப் பதினாறாம் நூற்றாண்டிலிருந்து பேராசையோடு கடலில் அலைந்ததைத் தெரிந்துகொண்டேன். இயேசுநாதர் சொல்லித்தந்ததைப்போல் அன்பு - பரிவு - பாசம் போன்ற பண்புகளை, வெள்ளையர் அல்லாத ஒருவரிடம் அவர்கள் ஒருபோதும் வெளிக்காட்டியது இல்லை.

நாடு பிடிக்கும் ஆசையில் தந்திரமான கடல் கொள்ளையர்களைப்போல் வெள்ளையர்கள் நடந்துகொள்கிறார்கள் என்று நான் படித்து உள்வாங்கியதிலிருந்து தெரிந்துகொண்டேன்.

'கிறிஸ்தவத்தை' ஒரு பகடைக் காயாகப் பயன்படுத்திக் கொண்டு, வேற்று நாட்டில் கால்பதிக்கின்றனர். பின்னர் வழக்கம்போல், வெள்ளையர் அல்லாதவர்களை 'புறசமயத்தான்' அல்லது 'பாகால்' என்று சொல்லி மாற்றுச் சமய முத்திரையிட்டு அவர்கள் கலாசாரத்தையும் நாகரிகத்தையும் மோசமாகச் சித்திரிக்கின்றனர். பின்னர் திட்டமிட்டதுபோல், யுத்தம் என்னும் ஆயுதத்தால் அவர்களைப் பழிவாங்குகின்றனர்.

ஐந்து லட்சத்திற்கும் அதிகமான பழுப்பு நிற மக்கள் வசிக்கும் சமயப்பற்றுள்ள இந்தியத் தேசத்தில், 1759ஆம் ஆண்டு சத்தியத்தின் பெயரால் சூழ்ச்சி வலைபின்னியும் கையாடல் செய்தும் கிழக்கிந்தியக் கம்பெனி என்ற போர்வையில் பிரிட்டிஷார் நுழைந்தது பற்றி நான் படித்திருக்கிறேன். ஓர் ஒட்டுண்ணியைப் போல், துணைக்கண்டத்தின் பாதிப் பகுதியைப் பிரிட்டிஷ் நிர்வாகம் பிடித்துக்கொண்டது.

பிரிட்டிஷ் அதிகாரத்திற்கு எதிராகக் கிளர்ச்சியடைந்த உள்நாட்டு மக்கள் கூட்டம் 1857ஆம் ஆண்டில் மாபெரும் கலகம் செய்தது. ஆப்ரிக்க அடிமைக் கலாச்சாரத்திற்குப் பிறகு, நான் கேள்விப்பட்ட மிக மிருகத்தனமான செயல் என்றால் இந்தியர்களை எதிர்த்து பிரிட்டிஷார் மேற்கொண்ட இம்மனிதத் தன்மையற்ற தாக்குதல் என்பேன்.

1930களில் அமெரிக்காவின் ஒட்டுமொத்த மக்கட்தொகையை ஈடுசெய்யும்படி 115 மில்லியனுக்கும் அதிகமான ஆப்ரிக்க மக்கள் கொலை செய்யப்பட்டோ, அடிமை வியாபாரத்தில் விலைக்கு விற்கப்பட்டோ இருக்கலாம் என்று ஒரு புள்ளிவிவரம் சொல்கிறது. அடிமைச் சந்தையில் அளவுக்கு அதிகமான நபர்கள் விற்கப்படும் அதே சமயத்தில், ஆப்ரிக்காவின் முக்கியப் பகுதிகள் ஐரோப்பாவின் வெள்ளையதிகார நாடுகளின் காலனித்துவ ஆட்சியின் கைப் பிடிக்குள் சென்றன. ஐரோப்பிய நாடுகள் தன் இரும்புக்கரத்தால்,

இந்தச் சாதகமானசச சூழலைப் புரிந்துகொண்டு தென்னமெரிக்காவின் ஹார்ன் முனையிலிருந்து எகிப்து நாட்டின் கெய்ரோ நகரம் வரை அதற்கு அடுத்த நூற்றாண்டில் சுரண்டிக் கொழுத்தன.

பத்துக் காவலர்களும் ஒரு காப்பாளரும் சேர்ந்து முயன்றால்கூட என்னை ஒருபோதும் புத்தகங்களிடம் இருந்து பிரிக்க முடியாது. வரலாற்று நெடுக ஒட்டுமொத்த வெள்ளையர்களும் கறுப்பின மக்கள் மீது அநீதி இழைத்த கதையை எலிஜா முகமதால் கூட, புத்தகங்கள் சொல்வதுபோல் விவரணையோடு சொல்ல முடியாது. ரேடியோ, தொலைக்காட்சி, செய்தித்தாள் என்று செய்தி நுகரும் ஒவ்வொரு மூலங்களிலும், சீனா பற்றி வெள்ளையின மக்களின் கூட்டுப் பயத்தையும் பதற்றத்தையும் உணர்கிறேன். சீனர்கள் ஏன் நம் மீது இத்தனைப் பொல்லாப்புடன் இருக்கின்றனர் என வெள்ளையர்கள் அப்பாவித்தனமாய் கேள்வியெழுப்புவதைப் பார்க்கிறேன். சிறையில் நான் படித்த செய்தி ஒன்று நினைவிற்கு வருகிறது. முன்னொரு காலத்தில் சீனத் தேசம் நலிவடைந்து, நம்பிக்கைக்குப் பாத்திரமாய் ஆங்கிலேயர்களிடம் கைநீட்டி நின்றபோது, வெள்ளையர்களின் மூதாதையர்கள் அடித்துத் துவம்சம் செய்தார்களாம்.

உண்மையான 'கிறிஸ்தவ வியாபாரிகள்' லட்சக்கணக்கான எடை மதிப்பில் அபினி வஸ்துவைச் சீனாவிற்குள் சந்தைப்படுத்தினர். 1839ஆம் ஆண்டுவாக்கில் பல சீனர்கள் அபினிக்கு அடிமையானதை அறிந்து அதிர்ச்சியடைந்த சீன அரசு, இருபதாயிரம் அபினி கிடங்குகளை இழுத்து மூடியது. முதல் அபினிப் போரை ஆங்கிலேயர்கள் வெளிப்படையாக அறிவித்தனர். போதைப் பொருள் பயன்பாட்டை எதிர்க்கும் ஒருவர் மீது போர்த்தாக்குதல் செய்வதை உங்களால் நினைத்துப் பார்க்க முடிகிறதா? இப்போரில் சீனர்கள் கண்டுபிடித்த வெடி மருந்துகளாலேயே, சீனத் தேசத்திற்குப் பலத்த காயம் உண்டானது.

நாஞ்சிங் உடன்படிக்கைப்படி சீன அரசாங்கத்தால் இழப்பு ஏற்பட்ட அபினிக்கு மாறான பணத்தைத் தண்டம் கட்டச்சொல்லி பிரிட்டிஷார் நிர்ப்பந்தித்தனர்; சீனாவின் முக்கியத் துறை முகங்களைப் பிரிட்டிஷாருக்குத் திறந்துவிடச் செய்தனர். ஹாங்காங் நகர் கைவிட்டுப் போனது. இறக்குமதி வரியைக் குறைத்து, தன் நாட்டுப் பண்டங்களால் சீனாவைப் பிரிட்டன் திணறடித்தது. ஒட்டுமொத்தமாகச் சொன்னால் சீனாவின் தொழில் வளர்ச்சி முடங்கிப்போனது.

இரண்டாம் அபினிப் போருக்குப் பிறகு, தியான்ஜின் உடன் படிக்கைப்படி அபினி வர்த்தகம் சட்டப்பூர்வமாக அங்கீகரிக்கப் பட்டது. சீனாவின் சுங்க அதிகாரத்தைப் பிரிட்டிஷ் - பிரெஞ்சு - அமெரிக்கா ஆகிய மூன்று தேசங்களும் பங்குபோட்டுக் கொண்டன. சீனா இவ்வுடன்படிக்கைக்கான ஒப்புதல் வழங்கத் தாமதித்ததால், பீக்கிங் நகரம் சூறையாடப்பட்டுத் தீக்கிரையானது.

1901இல் நிகழ்ந்த பாக்சர் புரட்சியில், 'வெளிநாட்டு வெள்ளைச் சாத்தானைக் கொல்லுங்கள்' என்பதுதான் சீன மக்களின் கோஷமாக இருந்தது. ஆனால் மீண்டும் தோல்வியுற்றதால், பீக்கிங் நகரிலிருந்து தூக்கியெறியப்பட்டனர். வீம்பு மிக்க பிரிட்டிஷார்கள் விரோத மனப்பான்மையுடன், 'சீனர்களுக்கும் நாய்களுக்கும் அனுமதி கிடையாது' என்ற தம் புகழ்பெற்ற வசையை முன்வைத்தனர்.

இரண்டாம் உலகப் போருக்குப் பிந்தைய சிகப்புச் சீனாவில் மேற்கத்திய வெள்ளையர்களுக்கு அனுமதி மறுக்கப்பட்டது. லைஃப் இதழ் சமீபத்தில் பதிப்பித்த நூலொன்றில், சீனாவின் அசாத்திய வேளாண்மைச் சாதனைகளும், அறிவியல் கண்டு பிடிப்புகளும், தொழிற்சாலை எத்தனங்களும் விவரிக்கப் பட்டுள்ளன. சிகப்புச் சீன வாசிகள் சிலரின் கணிப்புப்படி, உலகில் இதுவரை வெள்ளை எதிர்ப்பு பிரச்சாரங்கள் இத்தனை மட்டத்தில் தீவிரமாக நிகழ்ந்தது கிடையாது. சீனாவின் குழந்தைப் பிறப்பு விகிதத்தைக் கணக்கெடுத்துப் பார்த்தால், அடுத்த ஐம்பது ஆண்டிற்குள் உலகின் சரிபாதி மக்கட்தொகையில் சீனர்கள் இருப்பார்கள். சீனாவின் சமீபத்திய அணுகுண்டுப் பரிசோதனை வெற்றியடைந்திருப்பதைப் பார்த்தால், ஏதும் பதில் அதிர்வுகள் ஏற்பட வாய்ப்பு உண்டு எனத் தெரிகிறது.

சரி, நாம் நடைமுறைக்கு வருவோம். வெள்ளையர்கள் அல்லாத தேசங்களை ஒருங்கிணைத்து, ஒரு புதிய உலக ஆணையை அமல்படுத்தும் நோக்கில் ஐக்கிய நாடுகள் சபை காய்நகர்த்தி வருகிறது. சில நாட்களுக்கு முன்பு ஐக்கிய நாடுகள் சபைக்கான அமெரிக்க தூதர் அட்லாய் ஸ்டீவன்சன் என்பவர், 'ஏய்த்துப் பறிக்கும் விளையாட்டு' நடைபெறுவதாகப் புகார் எழுப்பியுள்ளார். அவர் சொல்வது சரி. நடைமுறையை எதிர்கொண்டுள்ளார்.

'ஏய்த்துப் பறிக்கும் விளையாட்டு' நடைபெற்றுக்கொண்டுதான் இருக்கிறது. ஆனால் தூதர் சொல்லும் குற்றச்சாட்டு ஜெஸ்ஸி ஜேம்ஸ்போல் துப்பாக்கி ஏந்தியிருக்கும் மார்ஷல் மீது சுமத்தப்பட்டது. வெள்ளையர்கள்போல் 'ஏய்த்துப் பறிக்கும்'

ஆட்டத்தைச் சாமர்த்தியமாக விளையாடும் நபர் யாரேனும் உலகில் உண்டா?

எலிஜா முகம்மதின் போதனைகளைப் புத்தகமாக ஆவணப் படுத்துவதன் மூலம் என் வெளியுலகம் மேலும் விசாலமாகி யிருப்பதை, நான் அன்றாடம் கடிதம் எழுதும் அவருக்குமே தெரிந்திருக்க வாய்ப்பில்லை.

தத்துவம் பற்றித் தெரிந்துகொள்ள ஆரம்பித்ததும், தத்துவ வளர்ச்சியின் முக்கியக் காலகட்டங்களைத் தேடிப் படிக்க முயற்சித்தேன். படிப்படியாக மேலை மற்றும் கீழை நாட்டுப் பழம் அறிஞர்கள் ஒவ்வொருவராக வாசித்து முடித்தேன். தனிப்பட்ட முறையில் கீழைத்தேயத் தத்துவங்கள் எனக்குப் பிடித்துப் போனது. மேலை நாட்டுத் தத்துவங்கள் பெரும்பாலும், கீழைத் தத்துவங்களிலிருந்து கடன் வாங்கப்பட்டவை என்பது என் கொள்கை. உதாரணமாக, சாக்ரடீஸ் எகிப்து நாட்டிற்குப் பயணப் பட்டிருக்கிறார். அங்கு அவர் எகிப்திய ரகசியங்களைக் கற்றுக் கொண்டதாகச் சிலர் சொல்வர். அவ்வாறே அங்கு அவர் கீழைத் தேய ஞான மரபில் உதித்த தத்துவ அறிஞர்களின் கருத்துக்களை உள்வாங்கியிருக்க வேண்டும்.

வாசிப்பினால் நான் கண்ட புதிய காட்சிகளை அவ்வப்போது பிரதிபலித்திருக்கிறேன். சிறைவாசக் காலத்தில் நான் படிக்கத் தொடங்கியதும், அங்கிருந்து என் வாழ்க்கையே வேறு கோணத்தில் மடைமாறியது. அப்போது படிக்கத் தொடங்கிய பிறகு, நான் முடங்கிப்போயிருந்த காலத்திலேயே என்னுள் படிக்க வேண்டும் என்ற ஆர்வம் நீண்ட காலமாக இருந்து வந்திருப்பதை உணர்ந்தேன். கல்லூரிகள் மாணவர்களைக் கௌரவிப்பது போல் நிச்சயமாக நான் எவ்விதப் பட்டங்களுக்கும் ஆசைப்படவில்லை.

நான் வீட்டளவில் படிக்கும் ஒவ்வொரு புத்தகமும், அதில் தெரிந்துகொள்ளும் ஒவ்வொரு துணுக்குச் செய்தியும் அமெரிக்க வாழ் கறுப்பின மக்களின் வாழ்வை அல்லல்படுத்தும் குருட்டுத்தனத்தையும் ஊமைத்தனத்தையும் காதுகேளாமையையும் குணப்படுத்தும். சில நாட்களுக்கு முன்பு, இலண்டனிலிருந்து தொலைபேசியில் அழைத்த ஆங்கிலேய எழுத்தாளர் ஒருவர், 'நீங்கள் எந்த நிறுவனத்தில் கல்வி பயின்றீர்கள்?' எனக் கேட்டார். நான் அவரிடம், 'புத்தகங்களிடம் இருந்து பயின்றேன்' எனப் பதில் சொன்னேன். ஒரு பதினைந்து நிமிடங்களுக்குப் புத்தகங்கள் இல்லாமல் நீங்கள் என்னை வெட்டியாகப் பார்க்க முடியாது. அந்த ஒவ்வொரு நிமிடமும் கறுப்பின மக்களுக்கு உதவக்கூடிய ஏதேனும்

சமாச்சாரத்தைப் படிக்கப் பயனுள்ளதாக இருக்குமே என உணர்வேன்.

நேற்று நான் இலண்டனில் உரையாற்றினேன். பயணத்தில் அட்லாண்டிக்கைத் தாண்டிச் செல்லும் இருவழிச் செலவிலும், நான் ஓர் ஆவணத்தைப் படித்துக் கொண்டிருந்தேன். உலகளவில் நசுக்கப்படும் சிறுபான்மையினரின் மனித உரிமைகளை மீட்டுக் கொணரும் வழிவகைகளாக ஐக்கிய நாடுகள் சபை முன்வைத்த கோரிக்கைகள் அவை. அமெரிக்கவாழ் கறுப்பின மக்கள்போல் அதிகமாக நசுக்கப்படும் சிறுபான்மையினரை நீங்கள் பார்க்க முடியாது. 'குடிசார் உரிமை' என்று சுலபமான இரண்டு வார்த்தைகளை முன்னிறுத்திப் போராடுவதால், இது ஓர் உள்நாட்டுக் கலகம் என நினைத்துக்கொள்கின்றனர். ஆனால் 'மனித உரிமைகளை' வென்றெடுக்காமல் அமெரிக்கவாழ் கறுப்பின மக்களுக்கு 'குடிசார் உரிமைகள்' கிடைப்பது எங்கனம்?

அமெரிக்கவாழ் கறுப்பின மக்கள், மனித உரிமைகள் பற்றிச் சிந்திக்கத் தொடங்கி, உலக மக்கள் தொகையில் தானும் ஒருவன் என அடையாளப்படுத்திக் கொண்டால், உலக அரங்கில் ஐக்கிய நாடுகள் சபையின் மூலம் தீர்த்துவைக்கப்பட வேண்டிய முக்கிய வழக்கு ஒன்றை அவர்கள் தாக்கல் செய்யலாம்.

இதைக் காட்டிலும் சிறந்த வழக்கை என்னால் சுட்டிக் காட்ட முடியாது. நானூறு ஆண்டுக் காலமாகக் கறுப்பின மக்கள் தங்கள் வியர்வையும் ரத்தமும் சிந்தி அமெரிக்காவிற்காக உழைத்துள்ளனர். அப்படியிருந்தும் கப்பல் ஏறி இறங்கும் அயல்நாட்டுக்காரர்களுக்கு நொடிப்பொழுதில் கிடைக்கும் சலுகைகள், இங்குக் கறுப்பின மக்கள் வெள்ளையர்களிடம் மடியேந்திப் பிச்சையெடுத்தால் மட்டுமே வாய்க்கும் சூழல் நிலவுகிறது.

பேசவந்த கருத்திலிருந்து திசைமாறிப் போகிறேன். நான் அந்த ஆங்கிலேயரிடம் புத்தகங்கள் நிரம்பிய ஒரு நல்ல நூலகமே நான் படித்த நிறுவனம் என்று சொன்னேன். ஒவ்வொரு முறையும் விமானம் ஏறும்போது, நான் வாசிக்கும் புத்தகத்தை மறவாமல் எடுத்துக் கொள்வேன் - இப்போது பல புத்தகங்கள் சுமந்து செல்கிறேன். நான் அனுதினமும் வெள்ளையர்களுடன் சமர் செய்துகொண்டு போராடாமல் போயிருந்தால், ஆர்வத்திற்குத் தீனி போடும் வகையில் என் வாழ்க்கை முழுவதையும் புத்தகங்கள் படிக்கச் செலவிட்டிருப்பேன். ஏனெனில் நான் எந்த விஷயத்தில் ஆர்வப்பட்டவன் என்று உங்களால் எளிதில் சொல்ல முடியாது.

என்னைக் காட்டிலும் அதிகப் பலனுடன் சிறைச் சென்று வந்தவன் எவனும் இருக்க முடியாது என நம்புகிறேன். ஒருவேளை சிறைக்குச் செல்லாமல் என் வாழ்க்கை வேறு மாதிரி அமைந்திருந்தாலோ, கல்லூரிக்குப் போய் பாடம் கேட்டிருந்தாலோ இத்தனைத் தீவிரமான படிப்பை நான் கைக்கொண்டிருப்பேனா என்றால் சந்தேகம்தான். விஷேச விருந்துகள், நண்பர் பட்டாளம், கும்மாளம் எனக் கல்லூரிப் படிப்பைத் திசைதிருப்பப் பல அம்சங்கள் இருப்பதாய் நான் யோசிக்கிறேன். நான் எனது அறியாமையை உணர்ந்துகொண்டு, சில சமயங்களில் நாள் ஒன்றுக்கு பதினைந்து மணிநேரம் கூடப் படிக்க உகந்த இடமாகச் சிறைச்சாலை அன்றி வேறு எவ்விடம் இருக்க முடியும்?

Malcom X, 'Learning to Read' (1965)
The Autobiography of Malcom X, Malcom X & Alex Haley, Grove Press.

திருமணமானவர்களின் நடத்தை குறித்து ஒரு தனியனின் குற்றச்சாட்டு

சார்ல்ஸ் லேம்ப்

திருமணமாகாத ஒரு தனியனாக, மணம் புரிந்தவர்கள் எதிர்கொள்ளும் சிக்கல்களை வேடிக்கை பார்ப்பதில் நான் அதிக நேரம் செலவிடுகிறேன். திருமணமாவதால் இன்னின்ன சுகபோகங்களை அனுபவிக்கலாம் என்று அவர்கள் சொல்வதை மீறி, ஒரு தனியனாக அவர்கள் அவஸ்தைப்படுவதைக் கண்டு அந்த இல்லாமையை நிரப்பிக்கொள்கிறேன்.

கணவன் - மனைவி சண்டைகள் பற்றி நான் அதிகம் அலட்டிக் கொள்வதில்லை. இந்தவொரு காரணத்தால்தான் சமூகத்தில் அதிகம் நெருங்கிப் பழகக் கூடாது எனும் ஒரு விசித்திரப் பழக்கத்தை நான் கைக்கொண்டேன் என்றும் சொல்ல முடியாது. பல ஆண்டுகளுக்கு முன்பு ஒரு சில முக்கியக் காரணங்களுக்காக நான் இந்த முடிவைத் தீர்மானித்தேன். உண்மையில் என்னை அடிக்கடி உலுக்கும் சிக்கல் என்னவென்றால், திருமணமானவர்களின் வீட்டுக்குச் செல்லும் போதெல்லாம் அவர்கள் பரிமாறிக் கொள்ளும், அளவுக்கு மீறிய அன்பும் அரவணைப்பும்தான்.

உண்மையில் அளவு மீறிய அன்புதான் பிரச்சனையா என்றால், அதுவுமல்ல. அது என் பக்க நியாயத்தைக் குறைத்து மதிப்பிடுகிறது. அவர்கள் பிரியமாக இருப்பதைக் கண்டு நான் ஏன் வருத்தப்பட வேண்டும்? ஒட்டுமொத்த உலகத்திடம் இருந்து தனித்துவந்து, இருவராகச் சேர்ந்து பிறிதொருவரின் அன்புக்குப் பாத்திரமாகி, மாறிமாறி அன்புப் பொழிவதால் வேறு யாரையும்விடத்

தம்மைத்தான் அதிக நேசிக்கிறார் என்று தம் இணையருக்கு நிரூபிக்கும் செயலாகவே நான் இதைப் பார்க்கிறேன்.

எனக்கு வருத்தம் என்னவென்றால், அவர்கள் தம் ஒருதலைப்பற்றை வெளிப்படையாகக் காட்டுகிறார்கள். துளியும் வெட்கமின்றி நம்மைப் போன்ற தனியர்களிடம் அப்பட்டமாக நடந்து கொள்கிறார்கள். நாம் அவர்களின் விருப்பத்திற்குரியவர் அல்ல என்பதைத் தொடர்ச்சியாகக் குறியீடுகளின் மூலமும், வெளிப் படையாகவும் சொல்ல முயற்சிக்கிறார்கள். இத்தகைய சூழலில் அவர்களுடன் ஒருசில பொழுது செலவிடுவதே நரகமாகிவிடும்.

சில விஷயங்கள் யாரையும் காயப்படுத்தாது என்று நாம் எதார்த்தமாய் யோசித்துவிட்டுக் கடந்து போகிறோம். ஆனால் அவை வெளிப்படையாக நிகழ்ந்து விட்டால் பெரும்பாடு. எடுத்துக்காட்டாக நான் ஒரு சம்பவம் சொல்கிறேன்.

மனங்கொள்ளும் அழகோ, கண்கவர் ஆடைகளோ அணியாத பெண்ணொருத்தியிடம் சென்று, 'நீ என்னை மணம் புரியும் அளவுக்கு அழகோ செல்வமோ பெற்றவள் இல்லை' என்று முகத்துக்கு நேராக ஒருவன் சொன்னால், அது மூர்க்கமாக இருக்கும். அவனைத் தண்டித்தாலும் தகும். நீ என்னை மணம் புரிய சம்மதிப்பாயா என்று கேட்பதிலும் எதிர்மறைக் கருத்தாக்கங்கள் இல்லாமல் இல்லை. ஆனால் அதை அவன் சொல்லாமல் சொல்லி விட்டான்.

வெளிப்படையாகச் சொல்லாவிட்டாலும் அதை அந்தப் பெண் உணர்ந்துகொண்டாள். ஆனால் இதன் பொருட்டு அவளால் சண்டையிட முடியாது.

அதேபோல், திருமணமானவர்களும் என்னால் தங்களுக்கு உவப்பில்லை என்பதை ஒவ்வொரு கணமும் குறிப்புப் பொருளிலும் வெளிப்படைப் பொருளிலும் உணர்த்தியாக வேண்டும் என்று எவ்விதக் கட்டாயமும் இல்லை. அவர்கள் அன்புக்குப் பாத்திரமானவன் நான் இல்லை என்பது எனக்கு மட்டுமே தெரிந்திருத்தல் போதுமானது. எல்லாமுறையும் நினைவூட்ட வேண்டும் என்ற அவசியம் இல்லை.

உங்களிடம் உள்ள பணத்தையும் அறிவையும் பகட்டாக வெளிக்காட்டுவது சங்கடமாக இருக்கலாம். ஆனால், அதில் பிறருக்கு ஏற்படும் காயங்களைக் குறைந்தபட்சமாகக் குறைக்க வழிகள் உண்டு. மக்கள் தங்கள் அறிவை வெளிக்காட்டி என்னைக் காயப்படுத்த முயன்றால், நான் அவர்களிடம் இருந்து

அறிவுப்பூர்வமான விஷயங்களைக் கற்றுக்கொள்ள உபாயம் உண்டு. பணம் படைத்த செல்வந்தர்கள் தங்கள் வீடு, தோட்டம் மற்றும் கலைச்சொத்துகளைக் காட்டி என்னைத் தாழ்வாகச் சிந்திக்கும்படி செய்தால்கூட, நான் அவர்களின் உடமைகளைத் தற்காலிகமாக அனுபவிக்கும் நிலையை எண்ணிப் பார்ப்பேன். ஆனால் மக்கள் தன் மகிழ்ச்சியான திருமண உறவை வெளிக்காட்டும் போது, நான் தேற்றமுடியாத துன்பத்திற்கு ஆளாகிறேன். என்னை எவ்வழியிலும் ஆற்றுப்படுத்த முடியாத, ஈடில்லாத அவமதிப்பு என்று உணர்கிறேன்.

திருமணம் எனும் பந்தம் பெயருக்கேற்றபடி பிரத்தியேக உரிமைகள் கொண்டது. ஆனால் பிரத்தியேக உரிமைகளை அனுபவிக்கும் ஒருவன், அதன் அருமை பெருமைகளை எவரொருவருக்கும் தெரியாமல் ரகசியமாய் மறைத்து வைப்பதுதான் வழக்கம். பிறரின் கேள்விகளுக்கு ஆளாகாமல் தப்பிப்பதற்கு அதுவொன்றே வழி. ஆனால் இந்தத் திருமணம் புரிந்தவர்கள், அதன் பிரத்தியேக அனுகூலங்களைத் தனியர்களின் காதுபடவே பேசுகின்றனர்.

புதுமணத் தம்பதிகளின் முகத்திரையில் பளிச்சிடும் பிரகாசத்தை என்னால் கண்கொடுத்துப் பார்க்கமுடியாது. குறிப்பாக மணப்பெண்ணின் முகத்தில் பீறிடும் பூரணத்துவத்தைப் பார்க்க வேண்டுமே! வாழ்வின் மகிழ்ச்சிப் பாணத்தைக் கண்டடைந்த சந்தோஷம். அவளுக்கு இனி நம்மால் ஆகவேண்டியது எதுவுமில்லை. அவள் நிமித்தம் நாம் கொண்டுள்ள ஆசைகளையும் கனவுகளையும் இத்தோடு கரைத்துக் கொள்ள வேண்டும். வெளிப்படையாகச் சொல்லாவிடினும் உண்மை இதுதான்.

திருமணம் ஆகாத தனியர்களைக் காட்டிலும் தங்களுக்கு நிறையத் தெரியும் என்று நம்புவதால், உயர்வாகவும் வலிமையாகவும் அவர்கள் நடந்துகொள்கின்றனர். இந்த நம்பிக்கை கேலிக்குரியதாக இல்லாவிட்டால், நாம் மேலும் எரிச்சலடைந்திருப்போம். நம்மைக் காட்டிலும் அவர்களுக்கே அறிவு உசத்தி என்று நாங்கள் ஒப்புக்கொள்கிறோம். ஆனால் அவர்கள் ஆணவத்திற்கு அத்தோடு ஒரு முடிவு வேண்டும். மணமானவர்கள் மத்தியில் ஒரு தனியன் தன் அபிப்பிராயத்தை முன்வைக்க முயன்றால், அதைப் பற்றி யாதொன்றும் அவனுக்குத் தெரியாததுபோல் தகுதியற்றவன் என்று கூறி அவனை அப்படியே ஊமையாக்கி விடுகின்றனர்.

இல்லை, நான் பொழுதுபோக்கிற்காகச் சொல்லவில்லை. திருமணமான இளம் பெண்மணி ஒருவரை எனக்கு நன்குத் தெரியும். இலண்டன் சந்தையில் சிப்பிகளை விற்பனை செய்யச் சரியான வழி

எதுவென்று எங்களுக்குள் ஒரு சிறிய முரண்பாடு ஏற்பட்டது. அந்தச் சண்டையில், 'சிப்பி விவசாயம் பற்றி உன்னைப் போன்ற முதும் தனியனுக்கு எங்கே தெரியப்போகிறது?' என்று திடீரெனப் பரிகாசமாகச் சொல்லிவிட்டார். பதினைந்து நாட்களுக்கு மேலாகியும் அப்பெண்மணி தன் கருத்தை மாற்றிக்கொள்ளவில்லை.

நான் இந்த ஜீவராசிகள் பற்றி இதுவரை பேசியதெல்லாம் குறைவு. குழந்தைகள் பிறந்த பிறகு இவர்கள் போடும் ஆட்டம் அதிரிபுதிரியாக இருக்கும். ஒவ்வொரு மூலை முடுக்கிலும் இருள் படிந்த தெருக்களிலும் சுற்றித் திரியும் சிறிய குழந்தைகளைப் பார்க்கிறேன். ஏழை எளியோர்களால் இத்தனைக் குழந்தைகள் எங்கனம் பெற்றெடுக்க முடிகிறது என்று ஆச்சரியப்படுகிறேன். ஒருசில திருமணங்களில்தான் ஒற்றைக் குழந்தையோடு நிறுத்திக் கொள்கின்றனர். குழந்தைகளைப் பெற்றெடுப்பதில் பெற்றோருக்கு அத்தனைக் கர்வம் பிடிக்க என்ன இருக்கிறதென்று இதுவரை எனக்குத் தெரியவில்லை.

குறிப்பாக எல்லாக் குழந்தைகளும் சீரிய உடல்நலத்தில், வற்றாத ஆரோக்கியத்துடன் வளர்வதில்லை. பெற்றோருக்குத் தொல்லை யாகவும் துன்பம் தருபவர்களாகவும் இருக்கின்றனர். ஆண்டுக்கொரு முறை பிறக்கும் புராணகால ஃபீனிக்ஸ் பறவை போன்ற அதிசயமான அரிய பிறவியைப் பெற்றெடுக்கிறோம் என்று நினைக்கிறார்களா எனத் தெரியவில்லை. எங்கும் எல்லா விடத்திலும் சூழ்ந்திருக்கும் குழந்தைகளைப் பெற்றெடுப்பதில் என்ன பெருமை வேண்டியிருக்கிறது?

இம்மாதிரிச் சூழல்களில் தன் கணவன்மார்களுடன் இருக்கும் போது, மகளிர் வெளிப்படுத்தும் முரட்டு நம்பிக்கையைப் பற்றி நான் இன்னும் பேசவில்லை. அதையெல்லாம் அவர்களே பேசிக் கொள்ளட்டும். இயற்கையிலேயே நம்மீது விருப்பம் இல்லாதவர் களுக்கு நாம் ஏன் மசாலா, போளம், ஊதுபத்தி போன்ற நறுமணப் பொருட்களைப் பரிசாகக் கொண்டு செல்ல வேண்டும் என்று எனக்குப் புரியவில்லை.

பேராற்றல் வாய்ந்த ராட்சசனின் கையில் புரளும் வில் அம்புகளைப்போலான சிறிய குழந்தைகளை யோசித்துப் பாருங்கள். அதிகக் குழந்தைகளைப் பெற்றுக் கொள்வது நல்லதுதான், அதேசமயம் குழந்தைகள் இல்லாதவர்களையும் காயப்படுத்தாமல் நடந்துகொள்வது முக்கியமாகிறது. குழந்தைகள் காயமூட்டும் அம்புகள் அல்ல, மகிழ்ச்சி தரும் அம்புகளாக இருக்க வேண்டும்.

அம்புகளுக்கு இருமுனை இருப்பதுபோல திருமணமானவர் களுக்கும் உங்களைப் பற்றி இருவேறு கருத்தோட்டங்கள் இருப்பதை நான் பார்த்திருக்கிறேன். குழந்தைகள் நிரம்பிய ஒரு வீட்டிற்கு நீங்கள் செல்வதாக உத்தேசித்துக் கொள்ளுங்கள். அங்கிருக்கும் குழந்தைகளின் அட்டகாசங்களுக்குச் செவி மடுக்காமல் வேறு எதையோ சிந்தித்துக் கொண்டிருப்பீர் களேயானால், அவர்களின் நட்புப் பூர்வமான உரையாடல்களுக்குப் பதில் சொல்லாமல் வேறொன்றைப் பேசுவீர்களேயானால், நீங்கள் ஓர் அன்பு பாராட்டாத கோபமுகம் கொண்ட மனிதர் என்று கட்டம் கட்டுவார்கள். குழந்தைகளை உள்ளே அனுப்புவார்கள்.

ஒருவேளை குழந்தைகளின் படுசமத்தான விளையாட்டில் ஒன்றிப்போய் அவர்களோடு இரண்டறக் கலந்துவிட்டால், அப்போதும் வேறொரு காரணம் சொல்லி குழந்தைகளை அனுப்பிவிடுவார்கள். அவர்கள் எழுப்பும் சத்தம் தாளவில்லை, இன்னாருக்கு குழந்தைகள் என்றாலே பிடிக்காது என்று ஏதேதோ சொல்வார்கள். இரண்டு சந்தர்ப்பங்களிலும் உங்களைப் பற்றிக் குறைசொல்ல ஏதோவொன்று அவர்களிடம் இருக்கிறது.

வருத்தமோ பொறாமையோ, பெற்றோருக்கு ஏற்படும் விசித்திர உணர்வை நான் புரிந்துகொள்கிறேன். அவர்தம் குழந்தைகளை மகிழ்வூட்டி விளையாடுவதில் எனக்கு எவ்வித காய்தலும் இல்லை. ஆனால் எட்டு, ஒன்பது, பத்து என்று வரன்முறையே இல்லாமல் நீண்டுச் செல்லும் அவர்தம் குழந்தைகள் எல்லோரையும் எவ்விதக் காரணமும் இன்றி அன்புப் பாராட்ட வேண்டும் என்பதில் ஓரளவேனும் நியாயம் வேண்டாமா? குழந்தைகள் என்றாலே அழகானவர்கள் என்ற காரணத்தால் அன்பு பாராட்ட வேண்டுமா என்ன?

'நீ என்னை நேசிக்கிறாய் என்றால், என் வீட்டு நாயையும் நேசிக்க வேண்டும்' என்றொரு பழமொழி இருப்பதை நான் அறிகிறேன். ஆனால் அது எல்லா நேரங்களிலும் சாத்தியப்படாது. குறிப்பாக அந்நாய் உங்களைத் தொல்லை செய்தாலோ, விளையாட்டாக ஒரு செல்லக் கடி கடித்தாலோ உறுதியாக நீங்கள் அந்த உடன் படிக்கையை மீறவேண்டி வரும்.

அதற்கு மாறாக உங்கள் நண்பர் பரிசளித்த ஒரு ஞாபகார்த்தப் பொருள், ஒரு கைக்கடிகாரம், மோதிரம், மரம், இருவரும் கடைசியாகச் சந்தித்து அன்பைப் பரிமாறிக் கொண்ட பொன்னான இடம் போன்றவற்றை எளிதில் நேசிக்கலாம். அது நம் நண்பரின் ஞாபகத்தை நினைவூட்டிக் கொண்டே இருக்கும். அவ்வகையில்

குழந்தைகளை நாம் வேறுமாதிரி கையாளவேண்டும். அவர்களுக்கென்று தனித்த குணாதிசயங்கள் உண்டு. நான் அவர்களை நேசிக்க வேண்டுமா, வெறுப்பு பாராட்ட வேண்டுமா என்பதெல்லாம் அவர்களின் தனித்தனிக் குணாதிசய நலன்களைப் பொறுத்தே அமையும்.

குழந்தைகள் வெறும் பரிசளிக்கும் அலங்காரப் பொருட்கள் அல்ல. பெரியவர்களைப் போலவே முக்கியத்துவம் பெறவேண்டிய தனி நபர் என்பதை நாம் மறந்துவிடக் கூடாது. குழந்தைப் பிராயம் என்பது அன்பும் அழகும் நிறைந்தோடும் பருவம் எனச் சிலர் சொல்கின்றனர். ஆனால் அந்தவொரு காரணத்தையொட்டித்தான் குழந்தைகளிடம் நான் இத்தனை நயமாக நடந்துகொள்கிறேன் எனப் புரிந்துகொள்ளுங்கள்.

அழகு பொருந்திய சின்னஞ் சிறுக் குழந்தைகளைவிட இவ்வுலகில் வேறெதுவும் இனிமையானது அல்ல என்று எனக்குத் தெரியும். அக்குழந்தைகளை ஈன்றெடுத்த நம் அன்புக்குரியவர்களைக் காட்டிலும் அவர்களே மேலானவர்கள் என்றும் அறிவேன். சில விஷயங்கள் பார்ப்பதற்கு இனிமையாக இருந்தாலும், அது அதன் தனித்தன்மைகளின் நேர்த்தியைப் பொறுத்து மேலும் மெருகாகத் தெரிவது உண்டு. எல்லா நிற டெய்சி மலர்களும் வனப்புப் பொருந்தியாக இருந்தாலும், ஊதா நிற டெய்சி மலருக்கென்று பிரத்தியேக நிறமும் மணமும் இருப்பது வெளிப்படையாகத் தெரியும். குழந்தைகள் மற்றும் பெண்கள் விஷயத்தில் யார் எப்படி என்று எடைபோடுவதில் நான் எப்போதும் குழம்பிப் போகிறேன்.

இதைக் காட்டிலும் மோசமான நிலைமைகள் உண்டு: திருமணமானவர்கள் தனியர்களுக்கு முக்கியத்துவம் அளிக்க வில்லை எனக் குற்றஞ்சாட்டுவதற்கு முன்பு, நீங்கள் அவர்களின் நண்பராகப் பழகியிருக்க வேண்டும். நேரில் சந்தித்து, உங்கள் மதிப்புக்குரிய நேரத்தை அவர்கள் நிமித்தம் செலவு செய்திருக்க வேண்டும். திருமணத்திற்கு முன்பு உங்கள் நண்பரிடம் நெருங்கிய உறவு இருந்து, அதை உங்கள் நண்பரின் மனைவியிடம் நீட்டிக்க முடியாது போனால், திருமணத்திற்கு முந்தி அவரோடு எத்தனைக்காலம் நட்பு பாராட்டியிருந்தாலும் இனி நீங்கள் எச்சரிக்கையாக இருக்கவேண்டும். உங்கள் நட்புறவு விரைவில் முறிந்துபோகலாம். அடுத்த ஒரு வருடத்திற்குள் தூரம் அதிகரிக்கும். உங்கள் நண்பர் விநோதமாய் நடந்துகொள்ளத் தொடங்குவார். முத்தாய்ப்பாக உங்கள் நட்புக்கு மூடுவிழா நிகழ்த்தவும் எத்தனிப்பார்கள்.

திருமணத்திற்குப் பிறகும் மனதார என் நம்பிக்கைக்கு உரிய நண்பராகத் திகழ்பவர் என்றால், மிகச் சிலரைத் தவிர என்னால் வேறு எவரையும் குறிப்பிட்டுச் சொல்ல முடியாது. பெரும்பாலும் திருமணத்திற்குப் பிந்தைய நட்புறவுகளே அதிகம் என்பேன். சிலர் அதை வரன்முறைக்கு உட்பட்டு நீர்த்துப்போகாமல் பாதுகாக்கின்றனர்.

ஆனால், திருமணப் பந்தத்தில், யாரேனும் ஒருவர் மற்றொருவரின் அனுமதி கோராமல் வேறொரு அந்நியருடன் நட்பு பாராட்டினால் அவர்தம் இணையருக்குப் பொறுத்துக்கொள்ள முடியாத கோபம் வரும். குறிப்பாக, திருமணத்திற்கு முன்பு உருவான சிநேகம் என்றால், சந்தேகமே வேண்டாம்.

ஒவ்வொரு நெருங்கிய உறவும், நீண்ட காலத்துச் சிநேகமும் தத்தம் இணையரின் ஒப்புதலுக்கு உட்பட்டுத் தொடர வேண்டும் என்பதில் இருவரும் குறியாய் இருப்பர். கிட்டத்தட்ட இது புதிதாய் ஆட்சிக்கு வரும் ஒரு மன்னரின் செயலை ஒத்தது. தான் ஆட்சிக்கட்டில் ஏறுவதற்கு முன்புவரை புழக்கத்தில் இருந்த பழைய நாணயங்களைத் திரும்பப் பெற்றுக்கொண்டு, அதிலிருக்கும் பழைய முத்திரைகளுக்குப் பதில் புதிய முத்திரை பதிக்கும் நடைமுறைகளைக் காட்சி மாறாமல் அப்படியே அரங்கேற்று வார்கள். புதிய முத்திரைக்காகக் காத்திருக்கும் துருப்பிடித்த பழைய நாணயத்தின் உருவமைவில் நீங்கள் என்னை எங்ஙனம் பொருத்திப் பார்க்கலாம் எனக் கற்பனை செய்யுங்கள்.

உங்கள் மீதுள்ள நம்பிக்கையை எப்படித் தீர்த்துக்கட்டினால், தாமாக மனம் வெறுத்து உங்கள் நண்பர் அவநம்பிக்கை கொள்வார் எனத் சமயோசிதமாகத் திட்டம் தீட்டி பலவகைகளில் அவர் மனைவி உங்களுக்கு அவமானம் உண்டாக்குவார். இதைச் சீர் செய்ய ஒருவழி உண்டு. அவர்கள் என்ன சொன்னாலும் எல்லாம் நன்மைக்கே என்று நூதனமாக நடந்துகொள்ளுங்கள். இதற்கு அவர்கள் விசித்திரமானப் பார்வையைப் பரிசளிப்பார்கள்.

ஒருவழியாக உங்கள் நண்பர் உங்கள் கருத்துக்கு மதிப்பளித்து, விஷேச நடத்தைகளை அவதானித்து, உண்மையிலேயே நீங்கள் ஒரு ஜோக்கர் என முடிவுகட்டத் தொடங்குவார். தனியனாக ஊர்ச் சுற்றும் நாட்களில் ஜோடியாகச் சேர்த்துக் கொள்ள மட்டுமே இவன் லாயக்கு, பெண்களிடம் பேசுவதற்கெல்லாம் இவன் ஒத்துவர மாட்டான் எனப் புரிந்துகொள்வார். அந்தப் பார்வையில் வெறித்துப்போன அயர்ச்சி தென்படும். பெரும்பாலும் என்னை அப்படித்தான் பார்க்கிறார்கள்.

நண்பர்களுக்கிடையில் பிளவு உண்டாக்க ‘மிகைப்படுத்தல் அல்லது முரண் அடுக்கு’ என மற்றொரு உபாயம் உண்டு. அதன்வழி உங்கள் மீது மிக உயர்ந்த அபிப்பிராயம் தோன்றுமாறு ஆகச்சிறந்த மிகையூட்டுகளைத் தம் கணவரின் காதில் வாரியிறைப்பார்கள். நண்பருக்கும் உங்களுக்கும் இடையில் பெயர்க்கமுடியாத பந்தம் உருவாகும். நீங்கள் வாய்திறந்து ஏதும் சொன்னால், பொன்னாக, பூவாகப் பல மடங்கு மெருகேற்றி உயர்வு நவிற்சிபட உங்கள் நண்பரிடம் ஏற்றிச் சொல்வார்கள்.

ஒரு கட்டத்தில் இவை வெறும் முகஸ்துதி என உங்களுக்குத் தெரிந்துவிடும். காது கொடுத்துக் கேட்கமுடியாத சூழலுக்கு உந்தப்படுவீர்கள். முன்னெப்போதையும் விடப் பரபரப்பு அடங்கும். போற்றுதலும் வியப்பும் மிதமாகும். எனவே போலியான நடிப்புக்கு அப்பாற்பட்டு, உண்மையாகவே அவரின் மனைவிக்கு உங்களைப் பிடித்துப்போய்விடும்.

குட்டையைக் குழப்ப அவர்கள் கையாளும் மற்றொரு உபாயத்தைச் சொல்கிறேன். (தான் விரும்பியதை நிறைவேற்ற, அவர்களுக்கு எண்ணிலடங்காத வழிகள் உண்டு.) உங்களிடம் நண்பருக்குப் பிடித்துப்போன விஷயத்தின்மேல், துளியும் அலட்டல் இன்றி அப்பாவித்தனமான எளிமையோடு அவரின் மனைவி தொடர்ச்சியாகக் கல்லெறிந்து கொண்டே இருப்பார்.

உதாரணமாக, உங்கள் நன்னடத்தைமேல் நண்பருக்கு நல்ல அபிப்பிராயம் கூடியிருந்தால், அவர் மனைவி உங்கள் பேச்சில் சலிப்புத் தட்டுவதாய் உணர்த்துவார். இன்னுமொருபடிச் சென்று, ‘அன்பே, உங்கள் நண்பர் திரு. சுசுசு மிகச் சிறந்த புத்திமான் என்றல்லவா சொன்னீர்கள்’ என்பார்.

ஒருவேளை உங்கள் பேச்சு அவருக்குப் பிடித்துப்போயிருந்து, உங்கள் நடத்தைமேல் குற்றச்சாட்டுகள் எழுப்ப விரும்பினால், ‘ஓ, இதுதான் உங்கள் ஆஹா ஓஹோ நண்பரா’ எனச் சிறிய குற்றங்களுக்குப் பெரிய பூதக்கண்ணாடி மாட்டுவார்.

நண்பர் ஒருவரின் மனைவியை ஒருமுறை சந்திக்க நேர்ந்தது. நான் அவர் கணவரின் நெடுங்காலத்து நண்பன் என்ற வகையில் பலவிதச் சலுகைகளும் மரியாதைகளும் எதிர்பார்த்திருந்தேன். ஆனால் ஒன்றும் கிடைத்தபாடில்லை. திருமணத்திற்கு முன்பே, நண்பர் அவரிடம் என்னைப் பற்றி நிறைய சொல்லியதாகச் சொன்னார். என்னை நேரில் சந்திக்கவும் ஆசையோடு இருந்தாராம். ஆனால் நேரில் பார்த்த பிறகு, நண்பரின் மனைவிக்கு மிகப்பெரிய

ஏமாற்றம். நண்பர் சொன்னதை வைத்து நானொரு வாட்ட சாட்டமான, (அவரது வார்த்தையில் சொல்வதானால்) ஆபீசர் போன்ற மிடுக்கில் இருப்பவன் என்று கற்பனை தீட்டி வைத்திருந்திருக்கிறார். ஆனால் நிஜத்தில் நான் அப்படிப்பட்டவன் அல்ல. என் நண்பரும் என்னைப் போலவே அதே உயரம், மிடுக்கில்லாத தோற்றம் கொண்டவராக இருக்கும்போது, ஏன் என்னை மட்டும் அந்நியமாகக் கற்பனை செய்து பார்த்தீர்கள் என்று நான் கேட்டிருக்கலாம், ஆனால் கேட்கவில்லை.

திருமணமானவர்கள் வீட்டுக்குச் செல்லும்போது பல சங்கடமான சம்பவங்கள் எனக்கு ஏற்பட்டது உண்டு. அவற்றை விரித்தால் வீடு தாங்காது என்பதால், திருமணமான பெண்கள் வழக்கமாகத் தவறிழைக்கும் ஒரேயொரு விஷயத்தை மட்டும் சொல்லிக் கொள்கிறேன். சில நேரங்களில் தம் கணவரை நண்பர் போலவும், நம்மை அவர்தன் கணவர் போலவும் நடத்துகின்றனர். அதாவது, சில சமயங்களில் நம்மைப் பழக்கப்பட்டவர் போன்றும், தம் கணவரை விருந்தினர் போன்றும் உபசரிக்கின்றனர்.

ஒருமுறை நண்பர் வீட்டு விருந்துக்குச் சென்றபோது, வழக்கமாக நான் உணவருந்தும் நேரத்தைத் தாண்டி இரண்டு, மூன்று மணிநேரங்களுக்குப் பிறகும் நண்பர் தலைகாட்டவில்லை. அவரின் வருகைக்காகக் காத்திருந்த மனைவி, எனக்கும் உணவு பரிமாறாமல்; உணவுச் சிப்பிகளையும் வீணாக விட்டதுதான் மிச்சம்.

இது நிச்சயமாக நல்ல பழக்கம் இல்லை. கண்ணியம் என்பது தன் வாழ்வில் முன் பின் தொடர்பில்லாத நபருக்கும், அவரின் அசௌகரியத்தைக் குறைக்கும் போக்கில் செயல்படும் ஒரு சிறிய உதவி. அவருக்குச் சாதகமாய் பெரிய காரியங்கள் செய்ய முடியா விட்டாலும், சிநேகமான வழியில் சிறிய உதவிகள் செய்யலாம். அந்தச் சிப்பிகளைத் தன் கணவருக்குப் பாதுகாப்பதன் பேரில் வீணாக்கியதற்குப் பதில், எனக்குப் பரிமாறியிருந்தால் ஆசார விதிகளை ஒழுங்காகக் கடைப்பிடிப்பவர் எனச் சொல்லியிருப்பேன்.

கணவர்களிடம் அடக்கத்தோடும், கண்ணியத்தோடும் நடந்து கொள்வதைத் தாண்டி மனைவிக்கு வேறு எவ்விதச் சிறப்பு விதிகளும் இருக்காது என்று நினைக்கிறேன். எனவே, செரெசியாவின் நடத்தைப் பற்றியும் இங்குச் சொல்லிவிடுதல் சிறப்பு. நான் ஆசையாசையாகச் சாப்பிடலாம் என்றிருந்த அடர் செர்ரிப் பழங்களை, மேஜையின் எனது மூலையிலிருந்து தன்

கணவர் அமர்ந்திருக்கும் மறு மூலைக்கு எடுத்துப் போய்விட்டார். அதற்குப்பதில் மலை நெல்லிக்காயைச் சாப்பிடுங்கள் என்று பரிமாறினார். நான் இந்த அவமரியாதையை ஒருபோதும் மறக்க மாட்டேன்.

இத்தகு பெண்மணிகளின் ரோமன் அடையாளப் பெயரைக் குறிப்பிடும் அளவுக்கு எனக்குச் சக்தியில்லை. நான் சோர்ந்து போய்விட்டேன். ஆனால் இனிவரும் காலத்திலும் அவர்கள் நடத்தையில் மாற்றம் ஏற்படாவிட்டால், ஊரறியும் வண்ணம் வெளிப்படையாக அவர்கள் பெயரை முழுமுதல் ஆங்கிலத்தில் எழுதி அப்பட்டமாக்கிவிடுவேன். விதி மீறுபவர்களுக்கு இது ஓர் எச்சரிக்கையாக இருக்கட்டும்.

Charles Lamb, 'A Bachelor's Complaint of the Behaviour of Married People' (1823)
The Essays of Elia and Eliana, G.Bell and Sons Ltd.

ஒரு கதையைச் சொல்லும் விதம்

❀

மார்க் டுவெய்ன்

நான் ஒரு தலைசிறந்த கதைசொல்லி எனச் சொல்லிக் கொள்ளமாட்டேன். ஆனால் ஒரு கதையை எங்ஙனம் சொல்ல வேண்டும் என்று எனக்கு நன்றாகத் தெரியும். ஏனெனில் ஆண்டுக்கணக்காகச் சிறந்த கதைசொல்லிகளோடு அன்றாடம் பழகிய அனுபவம் எனக்கு இருக்கிறது.

கதைகளில் பலவகை உண்டு. அதில் நகைச்சுவைக் கதைகள்தான் மிகச் சிரமமானவை. அவ்வகை நகைச்சுவைக் கதைகளைத்தான் இங்குப் பேசப்போகிறேன். நகைச்சுவைக் கதைகள் அமெரிக்காவிற்கும்; கேலிக் கதைகள் இங்கிலாந்திற்கும்; விகடக் கதைகள் பிரெஞ்சு நாட்டிற்கும் உரியன. இவற்றுள் கேலிக் கதைகளும் விகடக் கதைகளும், கதையின் உள்ளடக்கத்தைக் கொண்டு நகர்பவை. ஆனால் நகைச்சுவைக் கதைகள் இதற்கு மாறானவை. கதையின் உள்ளடக்கத்தையும் தாண்டி, அவை சொல்லப்படும் விதத்தால் அதற்குரிய அங்கீகாரத்தைக் கவர்ந்திழுக்கும் கடமை அதற்கு உண்டு.

நகைச்சுவைக் கதைகளுக்கு இதுதான் எல்லையென்றில்லாமல், வரன்முறைத் தாண்டி எங்கு வேண்டுமானாலும் கதையை நகர்த்திக் கொண்டு செல்லலாம். அதற்கு மையப்புள்ளி என்று எதுவும் தேவையில்லை. ஆனால் கேலிக் கதைகளும் விகடக் கதைகளும் சுருங்கச் சொல்லி விளங்க வைக்கவேண்டிய பொறுப்போடு, குபீர் என்ற சிரிப்பையும் இறுதிப் பத்தியில் உறுதிசெய்ய வேண்டும். நகைச்சுவைக் கதைகள் சின்னச் சின்னதாய் குமிழிகள் தோற்றி நடை

பழகினால், மீதமிரண்டு கதைகளும் சடாரென்று வெடித்துச் சிதறி ஓட்டம் போட வேண்டும்.

நகைச்சுவைக் கதை என்பது ஒரு கலை வடிவம். திறமை வாய்ந்த கலைஞனால் மட்டுமே அதை மேம்படச் சொல்ல முடியும். ஆனால் கேலி மற்றும் விகடக் கதைகளுக்குப் பெரிய உழைப்பு தேவைப்படாது. யார் வேண்டுமானாலும் எளிதில் உருவாக்கலாம். நகைச்சுவைக் கதைகள் உருவாக்கும் விஷேசக் கலை, குறிப்பாக எழுதுவதைத் தாண்டி கேலியாகவே அதைச் சொல்லும் திறன் அமெரிக்காவில் தோன்றி, அமெரிக்காவிலேயே கிளை பரப்பி நின்றுபோனது.

நகைச்சுவைக் கதையைச் சொல்லும் ஒருவர், அந்தக் கதையில் உண்மையிலேயே சிரிப்புக்கு இடமுள்ளதா என்பதுபோல் கதையை உள்ளார்ந்து சந்தேகித்து, தாமாகச் சிரிப்பை வெளிப்படுத்தாமல் தீவிரமாகச் சொல்லுவார். ஆனால் கேலிக் கதைசொல்லி, தொடங்கும் முன்பே இதுபோன்றதொரு சிரிப்பூட்டும் கதையைத் தான் கேட்டதில்லை என அறிவித்துவிடுவார். ஆர்வ மிகுதியில் கதைச் சொல்லலுக்கு இடையிலும், இறுதியிலும் வெடித்துச் சிரிப்பார். கூட்டத்தில் முதல் ஆளாகச் சிரிப்பவரும் அவராகத்தான் இருப்பார். சிலசமயம் கதையின் நகைச்சுவைப் பகுதி எடுபடாமல் போனால், மீண்டும் அந்தப் பகுதியை மகிழ்ச்சியோடு கூறி பார்வையாளர்களின் கைத்தட்டல்களை எதிர்பார்ப்பார். இதைப் பார்க்கப் பரிதாபமாக இருக்கும்.

சிலசமயம் நகைச்சுவைக் கதைகளில், நோக்கமின்றிச் சுற்றிவளைக்கும் பேச்சுகள் அதிகம் இருக்கலாம். கதையின் ஓட்டத்தை அவை அங்குமிங்கும் அலைக்கழிக்கலாம். ஆனால் ஆச்சரியமூட்டும் திருப்பமும், வேடிக்கையான முடிவும் இறுதியில் அமையும். நீங்கள் அதைக் கவனமாகக் காதுகொடுத்துக் கேட்கவேண்டும். நகைச்சுவைக் கதைசொல்லி அதையொரு பொருட்டாகக் கொள்ளாமல், திருப்பங்களை வாரிப் போட்டுக்கொண்டு அவர் போக்கில் செல்வார்.

ஆர்ட்டிமஸ் வார்ட் இந்த யுத்தியை அடிக்கடிப் பிரயோகிப்பார். சிறு மௌனத்திற்குப் பிறகு, நகைச்சுவையைப் புரிந்துகொண்ட பார்வையாளர்கள் கண்மண் தெரியாமல் விழுந்துச் சிரிப்பார்கள். ஆனால் அந்தச் சிரிப்புக்குக் காரணம் தெரியாதவர்போல், அவர்களை விசித்திரமாகப் பார்ப்பார். அவருக்கு முன்பே டேன் செக்சில் இந்த யுத்தியைப் பயன்படுத்தியிருந்தார். இன்றைக்கும் நய் மற்றும் ரிலே போன்றோர் இந்தப் பாணியைப் பின்பற்றுகின்றனர்.

ஆனால் கேலிக் கதைகளைச் சொல்பவர் இதுபோன்று மென்மையாகக் கடந்துபோகமாட்டார். குறிப்பிட்ட நகைச்சுவைப் பகுதியை மேலும் அழுத்தமாக, திரும்பத் திரும்ப உரக்கச் சொல்வார். இங்கிலாந்து, பிரான்ஸ், ஜெர்மனி மற்றும் இத்தாலி போன்ற நாடுகளில் இக்கதைகளை அச்சில் கொண்டு வருகையில், மற்றுமொரு வேடிக்கையான சம்பவம் நிகழ்வதுண்டு. நகைச்சுவைப் பகுதிகளைச் சாய்வுச் சொற்களில் அச்சிட்டு, பற்பல ஆச்சரியக்குறிகளை இறுதித் தொடரில் சேர்த்து விடுகின்றனர். சில நேரங்களில் இதுதான் நகைச்சுவை என்று அடைப்புக் குறியில் விவரமாக எழுதித் தீட்டுகின்றனர். இவற்றையெல்லாம் பார்த்தால், இனியும் எனக்கு நகைச்சுவை வேண்டாம், ஆளைவிடுங்கள் என்று உதறித்தள்ளிவிட்டு நான் என் வாழ்க்கையை மகிழ்ச்சியாய் வாழத் தொடங்குகிறேன் என்று ஒருவரை நிர்ப்பந்திக்க வைக்கிறது.

இந்த உத்திமுறை எப்படிக் கையாளப்படுகிறது என்று ஓர் உதாரணம் சொல்கிறேன். ஆயிரத்து இருநூறில் இருந்து ஆயிரத்து ஐநூறு ஆண்டுகள் வரை பழைமையான நகைச்சுவைக் கதை ஒன்றைக் கேலிக்கதையின் அச்சு வடிவுக்குப் பொருத்தி, இதை எளிதில் புரிந்துகொள்ளலாம். அக்கதை பின்வருமாறு...

காயம்பட்ட வீரன்

முன்பொரு காலத்தில், போர்க்கள யுத்தத்தில் சமரிட்டுக் கொண்டிருக்கையில் வீரன் ஒருவன், துப்பாக்கி குண்டடிபட்டு தன் காலை இழந்தான். உடனிருந்த சக வீரனை அழைத்து, ‘என் காலில் குண்டடிபட்டுள்ளது. என்னைப் போர்க்களத்தின் பின்பகுதிக்கு அழைத்துச் செல்வாயா?’ என்று தனக்கு ஏற்பட்ட இழப்பைச் சொல்லி அவசரப்படுத்தினான். பெருந்தன்மை மிக்க அவ்வீரனும் உடனே சரியென்று சொல்லி, அவனைத் தன் தோளில் போட்டுக்கொண்டு களத்தின் பிற்பகுதிக்கு விரைந்தான். கண்ணில் படும் இடமெல்லாம் தோட்டாக்களும் பீரங்கிக் குண்டுகளும் காதைப் பிளக்கும் சத்தத்துடன் டமார் டமார் என்று விழுந்தன.

அதிலொரு குண்டு, காயம்பட்ட வீரனின் கழுத்தைப் பதம் பார்த்தது. ஆச்சரியம் என்னவென்றால், சுமந்து சென்றவனுக்கு இது தெரியாது. சிறிது நேரத்தில், வழியில் எதிர்ப்பட்ட அதிகாரி ஒருவர் வீரனிடம் கேட்கிறார்:

‘இந்தச் சவத்தை எங்குக் கொண்டு போகிறாய்?’

‘இவன் ஒரு காலை இழந்துவிட்டான். எனவே பின்புறம் தூக்கிச் செல்கிறேன்’ என்றான் அந்த வீரன்.

‘என்ன, காலா’ என்று ஆச்சரியப்பட்ட அதிகாரி, ‘அட புத்தி கெட்டவனே, தலை என்று சொல்’ என்றார்.

பின்னர் அந்த வீரன் உடலைக் கீழே வைத்துவிட்டு, பெரும் குழப்பத்துடன் மேலும் கீழுமாகப் பார்த்தான். இறுதியில், ‘நீங்கள் சொன்னது சரிதான் சார்’ என்றான். சிறிது நேர மௌனத்திற்குப் பிறகு, ‘ஆனால் அவன் என்னிடம் கால் என்றுதான் சொன்னான்!!!!!!’

இங்கு இந்தக் கதைசொல்லி, சத்தமாக வாய்விட்டுச் சிரிக்கத் தொடங்குகிறார். மூச்சுவிட நேரம் கிடைக்கும்போதெல்லாம் நகைச்சுவைத் தோன்றும் குறும்பகுதியைத் திரும்பத் திரும்பப் பலமுறை சொல்கிறார்.

வெறும் ஒன்றரை நிமிடத்தில், இதனைக் கேலிக்கதை வடிவில் சொல்லிவிடலாம். ஆனால் பெரிதாகச் சிரிப்பு மத்தாப்பு வெடிக்காது. ஒருவேளை இதனை நகைச்சுவைக் கதையாகப் புனைந்து கொண்டுவந்தால், குறைந்தது பத்து நிமிடம் தாக்குப்பிடிக்கும். ஜேம்ஸ் விட்கோம் ரிலே போன்றோர் இதனைக் கதையாடினால், நான் கேட்கும் ஆகச் சிறந்த நகைச்சுவையாக மாறிப்போகும் .

தன்னையொரு வயது முதிர்ந்த விவசாயியாகப் பாவித்துக் கொண்டு, இந்தக் கதையை முதல்முறையாகக் கேட்டுக் குதூகலிப்பதுபோல் அவர் சொல்லத் தொடங்குவார். வயது முதிர்ந்தவர் என்பதால், கதை அவருக்குத் தெளிவாக நினைவில் இருக்காது. முழுவதும் குழம்பிப்போய், மீண்டும் மீண்டும் கதைக்குத் தேவையில்லாத செய்திகளை கதாபாத்திரங்களின்மேல் அடுக்குவார்; கதையின் வேகத்தை மட்டுப்படுத்துவார்; தேவையில்லாத விஷயங்களை இடையில் சொருகுவார், தேவையானவற்றை வேண்டுமென்றே நீக்குவார்; பின்னர் ஏன் அதனை நீக்கினேன் என்று விளக்கம் கொடுப்பார். சில சந்தர்ப்பங்களில் குறிப்பிட மறந்த செய்திகளையும் கதையின் ஓட்டத்தில் முன்சென்று பதிவுசெய்து வருவார். கதையின் முக்கியக் கதாபாத்திரமான அடிப்பட்ட போர் வீரனின் பெயரை உண்மையிலேயே மறந்துபோய் சிந்திப்பதாகச் சொல்லி வெகுநேரம் எடுத்துக் கொள்வார். பின்னர் அது தேவையில்லாத வஸ்து என்று ஓரங்கட்டுவார். இதுமாதிரி முன்னும் பின்னும் கதையை வளர்த்துக் கொண்டே செல்வார்.

கதை சொல்பவர் எப்போதும் ஒரு வேடிக்கைச் செயல்புரிந்த குழந்தையைப் போல், சிரிப்பை அடக்கமுடியாமல் திணறுவார்.

சத்தமாக வாய்விட்டுச் சிரித்துவிடக்கூடாது என்று எத்தனைப் போராடினாலும், அவர்களால் ஒன்றும் செய்ய முடியாது. அடக்க முடியாத சிரிப்பால், ஜெல்லியைப் போல் அவர் உடல் குலுங்கும். பத்து நிமிடங்களுக்குப் பிறகு, பார்வையாளர்கள் எல்லாரும் சிரித்துக் களைத்த அயர்ச்சியில், கன்னத்தில் ஆனந்தக் கண்ணீர் வழிய உட்கார்ந்திருப்பார்கள்.

வயது முதிர்ந்த விவசாயிபோல் எளிமையும் அப்பாவித்தனமும் நிறைந்த நேர்மையான முகஜாடையை மனத்திலிறுத்தி, தான் இங்கு நகைச்சுவை செய்ய வந்திருக்கிறோம் என்பதையே மறந்து நடிப்பார். அவரின் கதையைக் கொண்டாட்டத்திற்குரியதாய் மக்கள் போற்றி விரும்புவதற்கும் அதுதான் காரணம். கிட்டத்தட்ட இது ஒரு கலைநயம் மிக்க தொழில். தேர்ந்த கலைஞனால் மட்டுமே இதனைத் திறம்படச் செய்ய முடியும். மற்றக் கதைகளை எல்லாம், வெற்று இயந்திரங்களேகூட சொல்லலாம்.

கலைநயமிக்க அமெரிக்கப் பாணியைப் பின்பற்றுவது என்பது அறிவற்ற செயல்களும் விசித்திரமான செயல்களும் சேர்த்துக் குழைத்து, இறுதியில் எல்லாம் ஒத்துவரும் என்பதுபோல் கபடமாய் நடித்து, எந்தவொரு செயல்திட்டமும் இல்லாமல் சீரற்று நகர்வதில்தான் உள்ளது. இது அதனிலொரு பகுதி. இரண்டாம் பகுதி என்னவென்றால், கருப்பொருளை வெளிப்படையாகச் சொல்லாமை. தானாகப் பேசிக்கொள்வதுபோல் அரிய பெரிய செய்திகளைப் போகிற போக்கில் மேம்போக்காகத் தூக்கி வீசுவது மூன்றாம் பகுதி. இறுதிப் பகுதி, முக்கியமான இடங்களில் மௌனத்தைக் கடைப்பிடித்து பார்வையாளருக்கு நகைச் சுவையைக் கடத்துவது.

ஆர்ட்டிமஸ் வார்ட் மூன்று மற்றும் நான்காம் பகுதிகளில் சிறந்து விளங்கக் கூடியவர். மிகுந்த ஆரவாரத்துடன் ஒரு கதையைச் சொல்லத் தொடங்குவார். பின்னர் அதில் ஏனோ ஸ்திரத்தன்மை கெட்டுப்போய், தமக்குத் தாமே பேசுவதைப் போல் வேறொன்றைச் சொல்லி, பின்னர் சிறுபான்மையாகச் சொல்ல வந்த விஷயத்தின் மூலம் மக்களைச் சிரிப்பலையில் கிடத்திவிடுவது அவர் வழக்கம்.

நான் ஓர் உதாரணம் சொல்கிறேன். மிகுந்த உற்சாகத்துடன், ‘நியூசிலாந்தில் எனக்கு ஒரு நபரைத் தெரியும். ஆனால் அவருக்கு வாயில் பற்களே கிடையாது,’ என ஒரு கதையைப் பிரமாதமாகத் தொடங்குவார். சில கணம் எதையோ யோசித்தவர்போல அமைதியாக நிற்பார். பின்னர் திடுக்கென, ‘ஆனால் உங்களுக்குத்

தெரியுமா, அவர் மிக நன்றாக டிரம்ஸ் வாசிப்பார்' என முடித்து எல்லோரையும் சிரிக்க வைப்பார்.

அனைத்துவகைக் கதைகளிலும் மௌனத்தைக் கையாள்வது முக்கிய அங்கமாக விளங்குகிறது. எனவே அதை அடிக்கடி கையாள்கின்றனர். அது ஒரு சிறிய, உடைபடக்கூடிய, விநோத யுக்தி. மிகச் சரியான சந்தர்ப்பத்தில் தேவைக்கு ஏற்ப மிகுதியோ, குறைவோ இல்லாமல் தேவையான அளவில் பிரயோகிக்க வேண்டும். ஒருவேளை அது மிகக் குறைந்த இடைவெளியாக இருந்தால், நீங்கள் சிறப்பிக்க விரும்பும் கணம் சீரழிந்துவிடும். நமக்கு ஏதோ ஆச்சரியம் காத்திருக்கிறது என்று பார்வையாளர்கள் மோப்பம் பிடித்து விடுவார்கள். ஆகவே அது ஒருபோதும் ஆச்சரியமூட்டாது.

நான் மேடையில் சொல்லும் ஒரு கறுப்பின பேய்க் கதையில், கதையோட்டத்தின் முக்கியப் பகுதியில் சிறிய இடைவெளி விட்டுக் காத்திருப்பேன். ஒட்டுமொத்தக் கதையிலும் அதுவொரு முக்கியக் கரு. அந்த இடைவெளியை மிகச் சரியான அளவுக்குக் கையாண்டிருந்தால், என்னால் ஒரு பெண்ணைச் சிரித்துச் சிரித்தே நாற்காலியில் இருந்து எகிறிக் குதிக்கச் செய்ய முடியும். இதுவே என் பிரதான நோக்கம். அந்தக் கதையின் பெயர் 'பொற்கரம்'. கீழ்வரும் மாதிரியில் அதனைச் சொல்வார்கள்.

நீங்களும் உங்கள் விஷேச உத்திகளைப் பயன்படுத்திச் சரியான இடத்தில் இடைவெளிவிட்டு, மௌனம் காக்க முடிகிறதா என்று பரிசோதித்துப் பாருங்கள்.

பொற்கரம்

முன்பொரு காலத்தில், ஒரு மோசமான மனிதர் தன் மனைவியோடு தனியாளாகப் பெரும் நிலப்பரப்பில் வசித்து வந்தார். அவர் மனைவி திடீரென இறந்துவிட, அம்மனிதர் தன் மனைவியின் உடலைச் சுமந்துகொண்டு போய் அந்த வெற்று நிலத்தில் குழிதோண்டிப் புதைத்தார். அப்பெண்மணியின் கரம் ஒன்று பொன்னால் செய்யப்பட்டிருந்தது. அவர் மிக மிக மோசமான மனிதர். அன்றிரவு, அந்தப் பொற்கரத்தை நினைத்து அவரால் நிம்மதியாகத் தூங்க முடியாமல் போனது.

நடுராத்திரி இருக்கும். அவர் முழுமையாக நிம்மதி இழந்திருந்தார். உடனே படுக்கையில் இருந்து, லாந்தர் விளக்கை எடுத்துக்கொண்டு புயலைக் கண்டும் அஞ்சாமல், அந்தப் பொற்கரத்தைத் தோண்டும்

முயற்சியில் இறங்கினார். காற்றைக் கண்டு சிரம் தாழ்த்தி, பனிப்பொழிவையும் பொருட்படுத்தாமல் தோண்டிக்கொண்டே இருந்தார். ஒருகணம் திடீரென உறைந்துபோனார். (ஏதும் சொல்லாமல் மௌனமாகி, ஆச்சரியப்படுவது போல் உற்றுநோக்க வேண்டும். பின்னர் கவனமாகச் சொல்லுங்கள்) 'அடக் கடவுளே, அது என்ன சத்தம்' என்றார்.

அவர் எதையோ கவனமாகப் பார்த்தார். காற்றில் கலந்து வரும் தொலைதூர அழுகைக் குரலும், 'ப்பபஸ்' என்ற மூச்சுத்திணறல் சத்தமும் அவருக்குக் காதில் கேட்டது. (நீங்கள் இதைச் சொல்லும்போது அப்படியே நடித்துக் காட்ட வேண்டும்). காற்றொலியிருந்து அழுகுரல் சத்தத்தைப் பெயர்த்தெடுப்பது சிரமமாக இருந்தது. ஆனாலும் அந்தக் குரல் அவர் காதில் ஒலித்தது. 'ப்பபஸ்ஸ்.. எ-ன-து-பொ-ற்-க-ர-த்-தை-எ-டு-த்-த-து-யா-ர்?' (நீங்கள் இப்போது வெடவெடுத்து நடுங்க வேண்டும்).

அந்த நபர் உடல் நடுங்கி, தள்ளாடிப் போய், , 'அட..! அடக் கடவுளே!' என்று சொன்னார். லாந்தர் ஒளியைக் காற்று அணைத்து விட்டது. கொட்டும் பனி அவர் முகத்தில் அப்பியதால், மூச்சு விடச் சிரமப்பட்டார். முழங்கால் உயரப் பனியில் சாவுப் பயத்தில், தப்பித்தோம் பிழைத்தோம் என்று முண்டியடித்துக் கொண்டு வீட்டை நோக்கி விரைந்தார். சிறிது நேரத்தில், மீண்டும் அந்தச் சந்தம் கேட்டது. (சிறு மௌனத்திற்குப் பிறகு) அது அவரைப் பின்தொடர்ந்து 'ப்பபஸ்ஸ்.. எ-ன-து-பொ-ற்-க-ர-த்-தை-எ-டு-த்-த-து-யா-ர்?' என மீண்டும் கேட்டது.

அவர் அங்கிருந்து மேய்ச்சல் நிலத்திற்கு ஓடினார். அங்கும் அந்தக் குரல் விடாமல் பின்தொடர்ந்தது. இருளிலும் புயலிலும் அவரை நெருங்கி வந்தது. (காற்றின் சத்தத்தையும், பின்தொடரும் குரலையும் இங்குத் திரும்பத் திரும்பச் சொல்லுங்கள்) வீட்டை அடைந்ததும், மாடிப் படிக்கட்டில் வேகமாக ஏறிப் படுக்கையில் குதித்து தலையும் காதும் வெளியே தெரியாதபடி போர்த்திக் கொண்டார். தூரத்திலிருந்து மீண்டும் அந்தக் குரல் அவரை நெருங்குவதுபோல் தெரிந்தது. இறுதியில், 'பட்-பட்-பட்' என்ற சத்தத்துடன் படி ஏறி மேலே வந்தது. அதற்குப்பின் தாழ்ப்பாள் திறக்கும் சத்தம். அந்தக் குரல் தன் அறைக்குள் நுழைந்ததை அவர் உணர்ந்தார்.

படுக்கைக்கு மிகச் சமீபத்தில் வந்துவிட்டது. அது தன்னை நோக்கிச் சாய்ந்து நிற்பது அவருக்குப் புலனானது. மிகுந்த சிரமத்திற்கு

இடையில் மூச்சைக் கட்டுப்படுத்திக் கொண்டிருந்தார். பின் - பின்னர் - அவர் குளிர்ச்சியாக உணர்ந்தார். அவர் தலைப்பகுதி குளிர்ச்சியாக இருந்தது.

அவர் காதை நெருங்கி, 'எ-ன-து-பொ-ற்-க-ர-த்-தை-எ-டு-த்-த-து-யா-ர்?' என்றந்தக் குரல் மீண்டும் கேட்டது. (சோகம் கலந்து, குற்றஞ் சுமத்தும் தொனியில் இப்போது உங்கள் குரல் அமையட்டும். கதையில் மூழ்கித் திளைக்கும் பார்வையாளர் ஒருவரைக் கண்டுபிடியுங்கள். அவர் ஒரு பெண்ணாக இருந்தால் நல்லது. சத்தமில்லாமல் மெல்ல பற்றியெரியும் பயம் கலந்த ஆச்சரியத்திற்கு, இடம் கொடுங்கள். மிகச் சரியான இடைவெளியில் மௌனம் காத்த பிறகு, அந்தப் பெண்ணைப் பார்த்து, 'நீ கண்டுபிடித்துவிட்டாய்!' என்று கத்துங்கள்.)

நீங்கள் மிகச் சரியான காலமுறைமையைப் பின்பற்றியிருந்தால், அந்தப் பெண் தானும் ஆச்சரியமடைந்து துள்ளலாக எகிறிக் குதிப்பார். ஆனால் மிகச் சரியான இடைவெளியைக் கண்டு பிடிப்பதுதான் மிக நுட்பமான, தலையைப் பிய்த்துக் கொள்ளும், உறுதியற்ற முயற்சி வேண்டும் வேலையாய் இருக்கும். நீங்கள் இதுவரை செய்து பார்த்திடாத உழைப்பை எதிர்பார்க்கும்.

Mark Twain, 'How to tell a story?' (1897)
The Complete Essays of Mark Twain, Charles Neider (Ed.), Garden City.

ஓர் எளிய திட்டம்

ஜோனத்தன் ஸ்விஃப்ட்

டப்ளின் நகரின் கடைவீதிகளைக் கடந்து செல்லும்போதோ, கிராமப்புறம் வழியாகப் பயணம் மேற்கொள்ளும்போதோ மனதை உருக்குலைக்கும் காட்சிகளை அங்கு ஒருவர் காணலாம். அவ்வூரின் தெருக்கள், சாலைகள், வாயிற்படிகளில் பணம், காசு இல்லாத பல ஏழைப் பெண்கள் வீற்றிருப்பார்கள். அவர்களைத் தொடர்ந்தே மூன்று, நான்கு, ஆறு என்கிற எண்ணிக்கையிலான கிழிந்த ஆடை உடுத்திய குழந்தைகள் யாசகம் ஏந்தி பாதசாரிகளை இடைமறிப்பர்.

நேர்மையாகச் சம்பாதித்து வாழ்க்கையை நகர்த்துவதற்குத் திறனில்லாத தாய்மார்கள், தங்கள் நேரம் முழுவதையும் தம் குழந்தைகளுக்காக யாசகம் கேட்பதிலேயே செலவழிப்பர். இங்ஙனம் வளர்க்கப்படும் குழந்தைகளும், சில ஆண்டுகளுக்குப் பிறகு வேலையில்லாத காரணத்தால் திருட்டுத் தொழிலில் ஈடுபடவோ, தன் நேசத்திற்குரிய நாட்டைப் பிரிந்து ஸ்பெயின் புரட்சியில் கலந்துகொள்ளவோ விழைவர். இவ்விரண்டும் இல்லாவிட்டால் பார்படோஸ் தீவில் அடிமை வேலைக்குச் செல்வர்.

இப்போதிருக்கும் மோசமான சூழலில், பெற்றோரின் அரவணைப்பில் அவர்களுக்குச் சுமையாக இருக்கும் குழந்தைகளை என்ன செய்யப் போகிறோம் என்பதுதான் பெரும் பிரச்சனையாக இருக்குமென்பதை எல்லோரும் ஒப்புக்கொள்வர் என்று நினைக்கிறேன். ஆக, யாரேனும் ஒருவர் இக்குழந்தைகளை ஆரோக்கியமாக நாட்டுக்குச் சேவகம் செய்யும்படி வளம்

பொருந்தியவர்களாக உருமாற்ற எளிய யோசனையைக் கொண்டு வருவார்களானால், அவர் இந்நாட்டை முன்னேற்றப் பாதையில் கொண்டு சேர்த்ததற்கான கௌரவத்தைப் பெறுவார்.

இதுவொன்றும் பிச்சைக்காரர்களின் புதல்வர்கள் மட்டும் பலனடையும் குறுகிய யோசனை அல்ல. எனது உள்நோக்கம் பன்மடங்கு பெரியது. பெற்றோரின் முறையான அரவணைப்புக்கு உட்படாத எல்லாக் குழந்தைகளும், வீதியில் கையேந்தி உதவி கேட்கும் எல்லாச் சிறுவர்களும் உபாயம் பெறவேண்டும் என்றே அக்கறை செலுத்துகிறேன்.

இந்த அதிமுக்கியமான விஷயத்தில் நான் பல ஆண்டுகளாகச் சிந்தை செலுத்தி வருகிறேன். தீவிரக் கண்காணிப்புக்குப் பிறகு, பிறரின் யோசனையில் உள்ள அபத்தங்களை என்னால் சுட்டிக்காட்ட முடிகிறது. தாயின் பனிக்குடத்திலிருந்து பிறந்தது முதல் ஓராண்டுவரை, தாய்ப்பால் மட்டுமே குடித்து ஒரு குழந்தையால் உயிர் வாழமுடியும். இரண்டு ஷில்லிங் சம்பாதித்தால் போதும், மேலதிக உணவுகள் கொடுத்து போஷாக்காக வளர்த்துவிடலாம். அதையும் அத்தாய்மாரால் வெகு சாமர்த்தியமாக யாசகம் பெற்றுச் சேர்த்துவிட முடியும்.

ஆனால், ஓராண்டுக்குப் பிறகும் தம் பெற்றோருக்கும் சமூகத்துக்கும் சுமையில்லாதவர்களாய் இவர்கள் திகழ வழிவகை செய்ய வேண்டும் என்றே நான் விரும்புகிறேன். வாழ்க்கை முழுவதும் இவர்களுக்கு உணவும் உடையும் தங்குதடையின்றிக் கிடைத்து விட்டால், வசதி வாய்க்காத ஆயிரக்கணக்கான நபர்களுக்கு இவ்விரண்டும் கொடுத்து அரவணைப்பார்கள்.

இத்திட்டத்தால் மற்றொரு அனுகூலம் உண்டு. இன்றைக்குப் பெருமளவில் தன்னார்வக் கருக்கலைப்புகள் நடைபெறுகின்றன. முறைதவறிப் பிறந்த குழந்தைகளைப் பிஞ்சிலேயே கொலை செய்யும் வழக்கம் இருக்கிறது. இவ்விரண்டு நடைமுறைகளும் இத்திட்டத்தைப் பின்பற்றினால் பெரும்பாலும் குறையும். மனதைப் பதைபதைக்கும் இக்கொடூரச் சம்பவம் மானநஷ்டம் கருதி நடைபெறாமல், பொருளாதார நஷ்டத்தால் நடைபெறுகிறது என்பதைக் கேட்டால் கருங்கல் மனமும் கண்ணீர்விட்டு இரக்கம் சிந்தும்.

இந்நாட்டில் 15 லட்சம் பேர் வசிப்பதாய் வைத்துக்கொள்வோம். அதில் இரண்டு லட்சம் ஜோடிகளுக்கே குழந்தைப் பாக்கியம் உண்டு. அதிலொரு 30,000 ஜோடிகள், தாமாக தம் குழந்தைகளைப்

பேணி வளர்க்கும் ஆற்றல் உடையவர்கள் என்று ஒதுக்கலாம். ஆனால் தற்போதைய சூழலில் இத்தனைப் பேர் இந்தச் சுமையைத் தாங்கிக் கொண்டிருக்கிறார்களா என்று சந்தேகம் வலுக்கிறது.

இவையொருபுறமிருக்க, மீதமுள்ள 1,70,000 ஜோடிகள் இனப்பெருக்க ஆற்றலுடன் இந்நாட்டில் உள்ளனர். அதில் ஒரு ஐம்பதாயிரம் பெண்கள் கருச்சிதைவு, எதிர்பாரா விபத்து, நோய்த் தாக்கம் போன்ற காரணிகளால் குழந்தைகளை இழக்கின்றனர். ஆக, அவர்களையும் கழித்தால் மிச்சமிருப்பது 1,20,000 குழந்தைகள். ஒவ்வொரு ஆண்டும் ஏழைப் பெற்றோருக்கு மகவாகத் தோன்றும் இக்குழந்தைகளை எங்ஙனம் பராமரிக்கப் போகிறோம் என்பதுதான் பெரும் கேள்வி.

பரீட்சார்த்த முறையில் நாம் பிரயோகித்த எந்த வழிமுறையும் இதுவரையில் கைகொடுக்கவில்லை. இக்குழந்தைகளை வைத்து கைவினைகளோ, விவசாய வேலையோ வாங்கமுடியாது. நாட்டுப் புறத்தில் வீடு கட்டவும், நிலத்தைச் சீர் செய்யவும்கூட லாயக்கு அற்றவர்கள் இவர்கள். ஆறு வயதுவரை திருட்டுத் தொழில் செய்யவும் இவர்களுக்கு அனுபவம் பத்தாது. அடிப்படையான விஷயங்களை இளமையிலேயே கற்றுக்கொள்ளத் தொடங்கு கின்றனர். அதுவரை கத்துக்குட்டிதான். கேவன் மாகாணத்தைச் சார்ந்த ஒரு கணவான் சொன்னதுபோல், எதையும் சாமர்த்தியமாகச் சுலபத்தில் கற்றுக்கொள்ளும் குழந்தைகள் உள்ள அவர் மாவட்டத்தில்கூட, ஆறு வயதுக்குக் குறைவான திறம் பெற்ற குழந்தைகளைக் காண்பது அரிது.

பன்னிரண்டு வயதுக்கு உட்பட்ட ஆணோ, பெண்ணோ விற்பனைக்கு உகந்தவர் அல்ல என்று வணிகர்கள் சொல்லி நான் கேட்டிருக்கிறேன். அவ்வயதை அடைந்தாலும், மூன்று பவுண்ட் களுக்கு மேல் அவர்களால் சம்பாதிக்க முடியாது. ஒருவேளை கூடுதலாகச் சம்பாதித்தாலும், அவை உணவு உடைக்குப் போதுமானதாய் இருக்காது. அதற்கின்னும் நான்கு மடங்கு சம்பாதிக்க வேண்டியிருக்கும். ஆகவே பெற்றோருக்கும் சமூகத்திற்கும் இதுவொரு நல்ல திட்டமாக இருக்க முடியாது.

யாதொரு பிரச்சனையும் இல்லாத, சுமூகமான யோசனையென்று நான் நம்புவதை இனிச் சொல்லத் தொடங்குகிறேன்.

லண்டனில் வசிக்கும் எனது அறிவார்ந்த அமெரிக்க நண்பர் ஒருவர், ‘நன்கு வளர்த்தெடுக்கப்பட்ட ஒரு வயதுக் குழந்தைக் கறியின் ருசி பிரமாதமாக இருக்கும்’ என்று ஒருமுறை சொன்னார். அதை நீங்கள்

மிதமான சூட்டில் வேக வைத்தாலும், நெருப்பில் வாட்டினாலும், தீயில் உலர வைத்தாலும், தண்ணீர் விட்டுக் காய்ச்சினாலும் சுவை குன்றாது. ஃப்ரிக்காசி அல்லது ரேக்அவுட்டுடன் சேர்த்துச் சாப்பிடத் தரமான உணவாக இருக்கும்.

1,20,000 குழந்தைகளில் 20,000 நபர்களை இனப்பெருக்கச் சுழற்சிக்கு என்றே தனியாக ஒதுக்கிவிடுவோம். அதில் கால்பங்கு மட்டும் ஆண்களாய் இருந்தால் போதும். ஆடு, மாடு, பன்றி போன்ற விலங்கினங்களில் கால் பங்குக்கும் குறைவான ஆண் பாலர் களைத்தான் இனப்பெருக்கச் சுழற்சிக்கு ஒதுக்குவார்கள். இவர்கள் எல்லோரும் திருமணம் எனும் பந்தத்தில் பிறந்தவர்கள் கிடையாது. காட்டுமிராண்டித்தனமான உள்ளூர் மக்களிடம் இதுவொரு சாதாரண வழக்கம். எனவே நான்கு பெண்களுக்கு ஓர் ஆண் என்ற விகிதத்தில் இருந்தாலே போதுமானது.

மிச்சமுள்ள 1,00,000 குழந்தைகளையும் நாட்டின் செல்வ வளம் படைத்த பெரு முதலாளிகளுக்கு ஓராண்டு பூர்த்தியானதும் அனுப்பி வைக்கலாம். விற்பனைக்கு முந்தைய மாதத்தில், தாய்மார்கள் மிகக் கண்டிப்பாகக் கவனம் செலுத்தி குழந்தை ஊட்டத்துடன் இருப்பதை உறுதி செய்ய வேண்டும். கறி கொழுத்துப் போய், சுவையாக இருப்பது அவசியம். ஒரு பிள்ளைக் கறியை இரண்டு வேளைகள் வைத்துச் சாப்பிடலாம். முதல் வேளையாக நண்பர்களுடன் விருந்துண்ணும்போது, கால் பங்குக் கறியை மட்டும் பரிமாறிக் கொண்டால் போதும். மீதக் கறியை உப்பு மிளகுத்தூள் சேர்த்து, மிதமாகச் சூடுபடுத்தி நான்காம் நாள் சாப்பிட்டால் சுவை வேறுமாதிரி இருக்கும். குறிப்பாகக் குளிர் காலத்தில் இதுவோர் உகந்த உணவு.

பிறந்த குழந்தை 12 பவுண்ட் வரை எடை மதிப்பில் இருக்கும். நன்கு பராமரித்து வேளாவேளைக்கு உணவுகொடுத்துப் போஷாக்காகப் பார்த்துக்கொண்டால், ஓராண்டுக்குப் பிறகு 28 பவுண்ட் வரை தேற்றலாம்.

இந்த உணவு கொஞ்சம் விலைகூடியதாக இருந்தாலும், பெரும் நிலப்பிரபுக்களின் அன்புக்குரிய பதார்த்தமாய் இருக்குமென்பதை நான் சொல்லிக்கொள்கிறேன். ஏற்கெனவே பெற்றோர்களிடம் இருந்து சகலத்தையும் உறிந்துகொண்ட பிரபுக்களுக்கு, அவர்தம் குழந்தைக் கறியை உண்பதற்கு எல்லா உரிமையும் இருக்கிறது.

வருடத்தின் அனைத்து நாட்களிலும் தங்குதடையின்றிப் பிள்ளைக் கறி கிடைக்கும். அதிலும் மார்ச் மாதம் ஒட்டிய நாட்களில், கறியின்

அளவு ஏகபோகமாக இருப்பதில் வியப்பில்லை. ஒரு பிரெஞ்சு மருத்துவர் சொன்னதுபோல, 'கத்தோலிக்கக் கிறிஸ்தவர்கள் தங்கள் தவக் காலத்திற்குப் பிறகு, நீண்ட நாள் விரதத்தின் விளைவால் அதிகக் குழந்தைகளைப் பெற்றுக் கொள்வர்'. எனவே சராசரியாக, தவக் காலம் முடிந்த அடுத்த 9ஆம் மாதத்தில் கத்தோலிக்கக் கிறிஸ்தவர்கள் வசிக்கும் நாட்டில் அதிகக் குழந்தைகள் பிறக்கும். எனவே தவக் காலம் நிறைந்த ஓராண்டுக்குப் பிறகு, நாட்டில் வழக்கத்திற்கு மீறிய எண்ணிக்கையில் அதிகமான குழந்தைகளைக் காணலாம்.

இதில் மற்றொரு நன்மையும் உண்டு. தற்போது வரை மூன்று கத்தோலிக்கக் குழந்தைக்கு, ஒரு கத்தோலிக்கர் அல்லாத குழந்தை என்ற வீதம் நாட்டின் மக்கள்தொகை இருந்து வருகிறது. இந்நிலை இனி மாறும்.

நான் முன்பே சொன்னதுபோல், ஒரு குழந்தையின் ஓராண்டுக்கான பராமரிப்புச் செலவு இரண்டு ஷில்லிங். அதற்குள் உணவு, உடை எல்லாம் அடக்கம். பெரும் நிலப்பிரபுக்கள் ஆரோக்கியமான, கொழுத்த குழந்தைக்குப் பத்து ஷில்லிங் வரை யோசிக்காமல் விலைகொடுத்து வாங்குவர். முன்பு பார்த்ததுபோல், ஒரு பிள்ளைக் கறியை நான்கு நாள் வரை கூறுபோட்டு பிரித்து உண்ணலாம். நண்பர்களுடன் கூடிய தனிப்பட்ட விருந்திலும், குடும்ப உறுப்பினர்களுடன் சேர்ந்த பொது விருந்திலும் ஆரோக்கியமான, சுவைமிக்க உணவாய் விளங்கும்.

இவ்வகையில் குடியானவர்களிடத்து, தன் நற்பெயரைத் தக்கவைத்துக் கொள்ளப் பல முயற்சிகளில் பிரபுக்கள் ஈடுபடலாம். தாய்மார்களுக்கு எட்டு ஷில்லிங் வரை லாபம் கிடைக்கும். அடுத்த குழந்தை பெற்று, அவர்களை வளர்க்கும் வரையில் இந்தத் தொகை கைச்செலவாகப் பயன்படுத்திக் கொள்ளலாம்.

இன்னும் பணத்தில் குறியாய் இருப்பவர்கள் (இதுபோன்ற காலகட்டத்தில் மிகவும் அவசியம்) குழந்தையின் தோலை விற்று அதைப் பணம் செய்து லாபம் பார்க்கலாம். குழந்தையின் தோலைச் சரியாகப் பதப்படுத்தி, பெண்களுக்குத் தேவையான கையுறை களும், ஆண்களுக்குத் தேவையான வெயில் காலப் பூட்ஸ்களும் உற்பத்தி செய்யலாம்.

டப்ளின் நகரில் இதற்கென்றே, சந்தை மாதிரியான பிரத்தியேக இடங்களை நிர்மாணிக்கலாம். போதுமான அளவில் கசாப்புக் காரர்களும் வேலைக்கு வருவார்கள். வறுத்த பன்றிகளை

வாங்குவதுபோல், பிள்ளைக் கறிகளையும் உயிரோடு அல்லது மிதமான வறுவலில் வாங்கினால் நன்றாக இருக்கும்.

இந்நாட்டை ஆத்மார்த்தமாக நேசிக்கும் பெரும் அன்புக்குரிய முக்கிய நபர் ஒருவர், 'இந்நாட்டில் அளவுக்கதிகமாய் வேட்டையாடியதால், மான்களின் எண்ணிக்கை கிட்டத்தட்ட அழிவுக்கு வந்துவிட்டது. எனவே மான் கறிக்கு மாற்றாகப் பன்னிரண்டு - பதினான்கு வயதுக்கு உட்பட்ட இளம் சிறார்களின் கறியை விநியோகிக்கலாம்' என்றார். ஒவ்வொரு நாட்டிலும் வேலை கிடைக்காமல், உணவுப் பஞ்சத்தில் வாடும் பல இளைஞர்களைக் காண்கிறோம். அப்பேர்ப்பட்டவர்களை அவர்தம் உறவினர்களும், பெற்றோர்களும் மாமிச நோக்கத்திற்காகப் பெரும் பிரபுக்களுக்கு விற்றுவிடலாம் என்றார்.

நான் அந்த அமெரிக்க நண்பரைப் பெருமளவு நேசிக்கிறேன் என்றாலும், அவர் சொன்ன யோசனையில் எனக்கு முழு அபிப்பிராயம் கிடையாது. அவர் சொல்வதுபோல் இளைஞர்களின் கறி ஒன்றும் அத்தனைச் சிறப்பாக இருக்காது. சோனனாக இருக்கும் இளைஞர்களைச் சோபிக்க வைத்துப் புஷ்டியாக்க, பெரும் பணம் செலவாகும்.

சிறுமிகள் விஷயத்தில் இது இன்னுமே மோசமான திட்டம். தாய்மைப் பருவத்தை விரைவில் அடைந்துவிடக்கூடிய தகுதி படைத்தவர்களை, தேவையில்லாமல் இத்திட்டத்திற்குள் கொண்டு வந்தால் சமூக நடுநிலைத்தன்மை பாதிப்படையும்.

மேலும் இதுபோன்ற திட்டங்களுக்கு வலுவான கண்டனங்கள் எழக்கூடும். அவற்றால் அடையப் பெறும் நன்மைகள் ஏராளம் இருப்பினும், இதுபோன்ற திட்டங்களை நான் ஆட்சேபணை தெரிவித்து மறுப்பதற்கு இதுவொன்றே காரணம் என்று அறிக.

ஃபார்மோசா தீவைச் சார்ந்த சல்மனசார் என்பவர் மூலம் இந்த யோசனையைத் தாம் பெற்றதாக, என் நண்பர் சொன்னார். சல்மனசார் இருபது ஆண்டுகளுக்கு முன்பு இலண்டன் வந்திருக்கிறார். அப்போது என் நண்பரிடம் இந்த விசித்திரப் பழக்கம் பற்றி அவர் சொல்லியிருக்கக் கூடும். அவர் நாட்டில் கொலை செய்யப்பட்ட இளைஞர்களின் உடலை, பெரும் பணக்காரர்களுக்கு விலைமதிப்பற்ற விஷேச உணவாகக் கொலை செய்தவர்கள் விற்றுவிடுவார்களாம்.

சல்மனசார் அங்கிருந்தபொழுது, 15 வயது பருமனான இளம்பெண் ஒருத்தி மன்னருக்கு விஷம் கலந்த உணவைக் கொடுத்ததால்

சிலுவையில் அறைந்து கொலை செய்த கணமே, அவள் உடலைத் துண்டுத் துண்டாக வெட்டி பேரரசின் முக்கிய மந்திரிகள் முதல் அவையின் காரியதரிசி வரை பலருக்கும் 400 பிரிட்டன் நாணயங் களுக்கு விற்பனை செய்த சம்பவம் அங்கு நிகழ்ந்திருக்கிறது.

தம்மிடம் போதுமான பணம் இல்லாவிட்டாலும், அழகு நயமிக்க ஆடைகளை உடுத்திக் கொண்டு தனக்கு ஒப்பில்லா விருந்து உபசார நிகழ்ச்சிகளில் கலந்துகொள்ளும் நம் நாட்டுச் சதைப்பிடிப்புள்ள இளம் பெண்களையும் இதுபோல் செய்வதால், பேரரசுக்கு யாதொரு இழப்பும் நேராது என்பதை நான் இங்கு ஒப்புக்கொள்ள வேண்டும்.

வயதாகி, நோய் பீடித்து, உடல் காயப்பட்டுக் கிடக்கும் எண்ணிலடங்காத பல ஏழைகளின் மோசமான சூழலைக் கண்டு பலரும் வருந்துகின்றனர். இந்தச் சோகச் சுமையை இறக்கி வைப்பதற்கு உபாயம் உண்டா? நாட்டின் தலையாயப் பிரச்சினையை முடித்துவைப்பதற்கு வழியேதும் இருக்கிறதா என்று என்னைக் கேள்வியால் துளைக்கின்றனர். ஆனால் ஒருபோதும் நான் இவற்றைக் கண்டு கவலைப்படுவதில்லை. குளிர், பசி, தூசி, விஷப்பூச்சி என்று நாளும் ஒவ்வொரு காரணத்தால் மடிந்துபோகும் இவர்களை எண்ணி வருத்தப்பட எண்ண இருக்கிறது? நாம் நினைப்பதைக் காட்டிலும் வெகு சீக்கிரத்தில் இவர்கள் இறந்துபோகிறார்கள்.

இளம் தொழிலாளிகளின் நிலை இதைக் காட்டிலும் பரிதாபமானது. வேலை இல்லாக் காரணத்தால் போதுமான உணவின்றி, நாளும் துரும்பாய் இளைத்து ஓடாய் தேய்ந்து வருகின்றனர். இறுதியில் நல்ல சம்பாத்தியத்திற்கு ஏற்ற வேலை கிடைத்தாலும், அதைத் தக்கவைத்துக் கொள்ளும் அளவு உடம்பில் வலுவிருக்காது. ஆக நாடும் நலிந்தோரும், எதிர்காலத் துன்பத்திற்கு ஆட்படாமல் விரைவில் மடிந்துபோவதே இவர்களுக்கு உசிதமாக இருக்கும்.

மற்ற விஷயங்களைப் பற்றி நான் அதிகம் பேசிவிட்டேன். முடிந்தவரை தெளிவுபடுத்திய நம்பிக்கையில், நான் இப்பொழுது மையப்புள்ளிக்கு வருகிறேன். என் திட்டத்தின் முக்கியத்துவத்தை நன்கு புரிந்திருப்பீர்கள் என்று எண்ணுகிறேன்.

முதலில், நம் நாட்டில் பிரவேசிக்கும் கத்தோலிக்கர்களின் எண்ணிக்கையை இது பெருமளவு குறைக்கும். புற்றீசல்போல் அவர்கள் பெற்றுப்போடும் குழந்தைகள் நமக்குப் பெரும் அச்சுறுத்தலாக இருக்கின்றனர். ஸ்பெயின் நாட்டுப்

புரட்சியாளர்களோடு சேர்ந்து, புரட்டஸ்தாந்து சமயத்தினர் வெளி செல்லும் சரியான நேரத்தை எதிர்பார்த்துக்கொண்டு, நம் ஆட்சியைக் கவிழ்க்க காத்திருக்கின்றனர்.

இரண்டாவது யோசனை. ஏழைக் குடியானவர்களிடம் விலை மலிந்த பொக்கிஷமென்று ஏதேனும் ஒன்று இருக்கும். வாடகைச் செலுத்தாத குடியானவர்களிடம் நாம் அதைக் கண்டுபிடித்து பறிமுதல் செய்ய வேண்டும். ஏற்கெனவே வாடகைப் பாக்கி வைத்தவர்களிடம் கால்நடை மற்றும் தீவனங்களைப் பறிமுதல் செய்த பிறகு நாம் இந்த உபயத்தைக் கையிலெடுக்கலாம்.

மூன்றாவது யோசனை. இரண்டு வயதுக்கு மேற்பட்ட 1,00,000 குழந்தைகளைப் பராமரிப்பதால், ஒரு குழந்தைக்குப் பத்து ஷில்லிங் வீதம் ஒவ்வொரு ஆண்டும் நிறையப் பணம் செலவு செய்யவேண்டி இருக்கும். ஆனால் இத்திட்டத்தைப் பிரயோகிப்பதன் மூலம் ஆண்டொன்றுக்கு 50,000 பவுண்ட் வரை நாட்டிற்கு இலாபம் உண்டாகும். கூடுதலாக வசதி படைத்தோர் உண்ணும் ருசிகர உணவும் கைமேல் கிடைக்கும். இதனால் தனித்த இலாபமுண்டு. குழந்தைக் கறி முழுவதும் சொந்த நாட்டிற்குள்ளேயே விற்பனை செய்வதால், இலாபமான பணமும் நாட்டிற்குள்ளேயே சுழற்சி முறையில் இயங்கிக்கொண்டிருக்கும். உணவுக்கு உணவும், இலாபத்திற்கு இலாபமும் இரட்டை வசூல்!

நான்காவது யோசனை. தொடர்ச்சியாகக் கருத்தரிப்பவர்கள் குழந்தை விற்பதால் பணம் சம்பாதிப்பதைத் தாண்டி, ஓராண்டுக்குமேல் குழந்தையின் பராமரிப்புச் செலவு இல்லாத காரணத்தால் சம்பாதித்த பணத்தைச் சேமிக்கத் தொடங்குவர்.

ஐந்தாவது யோசனை. இந்த விஷேச மாமிசத்தால் உணவகங்கள் கொள்ளை இலாபம் சம்பாதிக்கப் போகின்றன. இதை மேலும் சுவையூட்ட, வெவ்வேறு பதார்த்தங்கள் கொண்டு பரிசோதனை முறையில் சிறந்த செய்முறையைக் கற்றுக்கொள்ள உணவக உரிமையாளர்கள் அலைமோதுவர். நல்ல உணவைத்தேடி உண்ணும் விஷேச விரும்பிகள், இத்தகைய உணவகங்களை நாடி வருவர். திறமைவாய்ந்த சமையல்காரர்களும் நாடி வரும் மக்களுக்கு நுனி நாக்கில் நிற்கக்கூடிய சுவையான உணவை அரிதின் முயன்று சமைத்துக் கொடுப்பர்.

ஆறாவது யோசனை. பல அறிவார்ந்த நாடுகள் சட்டத்தின் வாயிலாகவும், பரிசுகளின் வாயிலாகவும் திருமணத்தை ஊக்குவிக்கும் இக்காலத்தில், நான் முன்மொழியும் திட்டத்தால்

பலரும் திருமண செய்துகொள்ள ஆர்வத்தோடு முன்வருவர். தன் குழந்தைகளால் ஒவ்வொரு ஆண்டும் அரசின் நிதித்திட்ட உதவி பெறும் தாய்மார்கள், அளவுக்கு விஞ்சிய நேயத்துடன் குழந்தைகளைப் பார்த்துக்கொள்ளத் தொடங்குவர். குழந்தை வளர்ப்பு செலவினச் செயல் என்றிருந்தவர்கள், இனி அதை இலாபகரச் செயலாகப் பார்க்கத் தொடங்குவர்.

யார் குழந்தை ஆரோக்கியமானது என்று திருமணமானவர்கள் இடையே போட்டியிட்டு குழந்தை வளர்க்கும் சூழல் உருவாகும். குதிரை, பசு, பன்றி போன்ற விலங்குகளை அதனதன் கர்ப்பக் காலத்தில் ஜாக்கிரதையாகப் பார்த்துக்கொள்வதுபோல், பணம் கொப்பளிக்கும் குழந்தைகளைப் பெற்றெடுக்கப்போகும் தன் மனைவிமாரையும் அன்பு கலந்த பாதுகாப்பு உணர்வுடன் ஆண்கள் பார்த்துக்கொள்வர்.

இத்திட்டத்தால் இன்னும் பல அனுகூலங்கள் உண்டு. நாம் ஏற்கெனவே ஏற்றுமதி செய்யும் மாட்டிறைச்சியோடு இன்னும் ஆயிரக்கணக்கான குழந்தைக் கறியை ஏற்றுமதி செய்தால் நல்ல இலாபம் சம்பாதிக்கலாம். கூடவே பன்றிகளைச் சரியான பருவம்வரை பராமரித்து, ஏற்ற நேரத்தில் கறியாக்கி சுவையான பன்றிக்கறிகளைப் பரிமாறலாம். மிகுதியாகப் பன்றி இறைச்சி உண்ணும் நம் நாட்டில் இதற்கு நல்ல வரவேற்பு உண்டு. இவை என் திட்டத்தின் ஒன்றிரண்டு பலன்கள்தான். நீள அகலம் கருதி நான் அவற்றைச் சுருக்கமாக முடித்துக்கொள்கிறேன்.

விருந்து நிகழ்ச்சி, திருமணம், சமய நிகழ்வு போன்ற வெவ்வேறு தறுவாயில் இந்த டப்ளின் நகரில் மட்டும் சுமார் 1000 குடும்பங்கள் தொடர்ச்சியாகக் குழந்தைக் கறி வாங்குவதாய் வைத்துக் கொள்வோம். அப்படியானால் இந்த நகரத்தில் மட்டும் சுமார் 20,000 குழந்தை உடல்கள் ஓராண்டில் விற்றுப்போகும். நாட்டின் பிற பகுதிகளில் விலை சற்றுக் குறைவாக இருப்பதால், மீதமுள்ள 80,000 குழந்தைகளும் எளிதில் விற்றுப்போவார்கள்.

இத்திட்டத்தால் நாட்டின் பெரும்பான்மை மக்கள்தொகை குறைந்துபோகும் எனக் குறைசொல்பவர்களைத் தாண்டி இதை வேண்டாமென்று வெறுத்து ஒதுக்குபவர்கள் யாரும் இருக்க முடியாது என்று எண்ணுகிறேன். நான் இந்தத் திட்டத்தை முன்மொழியும் முக்கியக் காரணமே, அந்தவொரு அம்சம்தான். இந்தத் திட்டம் அயர்லாந்துக்கு மட்டுமே பொருந்தும் என்பதை நான் தெளிவுபடுத்துகிறேன். உலகில் வேறெந்த நாட்டிற்கும் இதைப் பொறுத்திப் பார்க்கக்கூடாது.

எனவே இங்கு இல்லாத பணக்காரர்களுக்கு வரி விதிக்கச் சொல்வது, சொந்த நாட்டுப் பொருட்களை மட்டுமே உபயோகிக்க வற்புறுத்துவது, அந்நிய நாட்டுப் பொருட்களுக்குத் தடை விதிப்பது, நம் நாட்டுப் பெண்களின் செலவினத்தைக் குறைப்பது போன்ற பிற யோசனைகளைப் பரிந்துரைக்க வேண்டாம்.

நம் பணத்தில் கறாராக இருப்பது, சொந்த நாட்டை நேசிப்பது, தங்கள் நாட்டைப் பிறிதொருவர் கைப்பற்றிய பிறகு சண்டையிட்ட யூதர்களைப்போல் வாக்குவாதத்தில் ஈடுபடுவது, நமது நம்பிக்கைக்காக நாட்டை அடமானம் வைப்பது, நிலப்பிரபுக்கள் குடியானவர்களை நேசமாகப் பார்த்துக்கொள்வது, நம் நாட்டு வியாபாரிகளுக்கு நியாயமாக நடந்துகொள்ளச் சொல்லித்தருவது போன்ற யோசனைகளை அறவே விட்டுவிடுங்கள்.

அயர்லாந்தில் உற்பத்தியாகும் சொந்த நாட்டுப் பொருட்களைத்தான் வாங்கவேண்டும் என்றால், வியாபாரிகள் விலை அதிகம் வைத்து தரத்தில் சமரசம் செய்துவிடுவர். நாம் பலமுறை கேட்டுக்கொண்ட பிறகும், ஒரு நியாயமான ஒப்பந்தத்திற்கு வருவதில் அவர் களிடையே தயக்கம் நீடிக்கிறது.

இத்திட்டங்களை உறுதியாகவே ஒருவரால் செய்துகாட்ட முடியும் என உங்களுக்கு நம்பிக்கைத் தோன்றும்வரை, இதுபோன்ற திட்டங்களை என்னிடம் கொண்டுவராதீர்கள்.

நான்கூட பயனற்ற பல திட்டங்களையும், இயல்புக்கு மாறான பல யோசனைகளையும் சொல்லிச் சொல்லிப் பல ஆண்டுகள் வீணே கழித்துவிட்டேன். எல்லாவற்றிலும் நம்பிக்கைபோனது. அதிர்ஷ்ட வசமாக நான் இந்தத் திட்டத்தை இறுதியில் கண்டடைந்தேன். நடைமுறைச் சாத்தியத்திற்கு உட்பட்ட, அதிகப் பணத் தேவையில்லாத, சுலபமான, முற்றிலும் நம் கைப்பிடிக்குள் அடங்கக்கூடிய நூதனத் திட்டம் இது. கூடவே இத்திட்டம் எவ்வகையிலும் இங்கிலாந்து தேசத்தை வருத்தமூட்டாது.

இவ்வகை மாமிசங்கள் நீண்ட காலம் உப்பில் இருந்தால், அதன் மென்மைப்பதம் நீர்த்துப்போய்விடும். ஆக இதனை ஏற்றுமதி செய்ய முடியாது. இருப்பினும் அதே தன்மையில் அதை அப்படியே உட்கோள்ளும் ஒரு நாடு நிச்சயம் இருக்கும்.

நான் என் தீர்க்கமான முடிவிலிருந்து சிறிது வளைந்து கொடுக்கிறேன். அறிவுத்திறன் வாய்ந்தவர்கள் சொல்லும் பாதுகாப்பான, எளிய, பயன்தரவல்ல மாற்றங்களை நான் அப்படியே ஏற்றுக்கொள்ளத் தயாராக உள்ளேன். ஆனால் என் திட்டத்தை மறுத்து, அதைக் காட்டிலும் சிறந்த மாற்றங்களை

முன்மொழிபவர்கள், இரண்டு விஷயங்களில் கவனம் செலுத்த வேண்டும்.

ஒன்று. பெரிதாகச் சம்பாத்தியப் பலமில்லாத 1,00,000 பேருக்கு உணவும் உடையும் கிடைக்க இவர்களிடம் வேறு என்ன யோசனை இருக்கிறது?

இரண்டு. இந்நாட்டில் பத்து இலட்சம் மக்கள் வசிக்கின்றனர். அவர்கள் எல்லோர் பேரிலும் சுமார் 20 இலட்சம் பவுண்ட் கடன் இருக்கிறது. இதில் பிச்சைக்காரர்கள், குறுநில விவசாயிகள், குடிசைவாழ் ஏழைகள், தொழிலாளிகள், அவர்தம் குடும்பம் என்று போராடி வாழ்க்கை நடத்தும் எல்லோரும் அடக்கம். இவர்கள் அனைவரின் பெற்றோரிடமும் சென்று, குழந்தையாக இருந்த போதே உங்களைப் பணத்திற்கு விற்றிருந்தால் மகிழ்ச்சியாக இருந்திருப்பீர்களா என்று என்னிடம் சூசனை சொல்பவர்கள் கேட்க வேண்டும்.

அவ்வாறு விற்றிருந்தால் தொடர்ச்சியாக உழைத்து கொட்டி, பொல்லாத நிலப்பிரபுக்களிடம் சமர்செய்து, வாடகைச் செலுத்த முடியாமல், உண்பதற்கு ஏதுமின்றி, உடை, இருப்பிடம் போன்ற அடிப்படைத் தேவைகள் மறுக்கப்பட்டு, அதைத் தம் குழந்தையின் தலைமுறைக்கும் கடத்தும் பாவப்பட்ட வாழ்க்கை வாழ்ந்திருக்க மாட்டார்கள்.

நான் இத்திட்டத்தை எவ்வகையிலும் தனிப்பட்ட சுயநலத்திற்காக முன்மொழியவில்லை என்று உங்களிடம் இதயப்பூர்வமாக உறுதியளிக்கிறேன். நம் நாட்டுப் பொருளாதாரத்தைப் பெருக்க வேண்டும், குழந்தைகளை நன்முறையில் பராமரிக்க வேண்டும், ஏழைகளுக்கு உதவி செய்யவேண்டும், செல்வந்தர்களுக்குப் பூரிப்பு உண்டாக்க வேண்டும் என்பதுதான் என் ஒரே குறிக்கோள். என் கடைசிக் குழந்தைக்கு ஒன்பது வயது ஆகிறது. என் மனைவியும் கருத்தரிக்கும் தகுதியை இழந்துவிட்டார். எனவே நான் முன்மொழியும் இத்திட்டத்தால் ஒற்றைப் பென்னிகூட என்னால் பலனடைய முடியாது.

Jonathan Swift, 'A Modest Proposal for Preventing the Children of Poor People from being a Burthen to their Parents or Country, and for Making them Beneficial to the Public' (1729)
A Modest Proposal and Other Writings, Carole Fabricant (Ed.), Penguin Classics.

பல்கலைக்கழக நாட்கள்

ஜேம்ஸ் தர்பர்

பல்கலைக்கழகத்தில் எனக்கிருந்த மற்றெல்லாப் பாடங்களிலும் தேர்ச்சி பெற்றேன். ஆனால் தாவரவியல் மட்டும் தொடர் தொல்லையாக இருந்தது. தாவரவியல் மாணவர்கள் ஒரு வாரத்தில் குறிப்பிட்ட மணிநேரத்தை ஆய்வுக் கூடத்தில் செலவழிக்க வேண்டும் என்றொரு விதி உண்டு. நுண்ணோக்கியின் உதவிக் கொண்டு தாவரங்களின் நுண் அமைப்புகளைப் பார்வையிட வேண்டும். ஆனால் என் பார்வைக்கு ஒன்றுமே புலப்படாது. நுண்ணோக்கி மூலம் ஒருபோதும் நான் தாவரச் செல்களைப் பார்த்தது இல்லை. அது என் ஆசிரியரைக் கோபமூட்டும்.

வழக்கம்போல் நுண்ணோக்கி உதவியால் தாவரச் செல்களைப் பார்வையிடும் மாணவர்கள், நான் கேள்விப்பட்டதுபோலான அதன் சிக்கல் வாய்ந்த அமைப்பினைத் தெள்ளத் தெளிவாகக் காகிதத்தில் பிரதி எடுப்பார்கள். ஆய்வகத்தைச் சுற்றி வரும் ஆசிரியர் முகத்தில் அத்தனை மகிழ்ச்சி இருக்கும். ஆனால் என்னை நெருங்க நெருங்க அவர் முகத்தில் மாற்றம் தென்படும். நான் வெறுமனே நின்று கொண்டு, 'எனக்கு எதுவும் தெரியவில்லை' எனச் சொல்வேன்.

மற்றெல்லோரும் அமைதியாக அவரவர் நுண்ணோக்கியில் செல் அமைப்புகளைப் பார்வையிட்டு வரைபடம் எழுதும்போது, உனக்கு மட்டும் என்ன சிக்கல் என்று பொறுமையாகத் தொடங்குவார். 'உன்னால் நுண்ணோக்கியில் பார்க்கமுடிந்தும், முடியாததுபோல் நடிக்கிறாய்' எனச் சொல்லி கோபத்தின் உச்சியில் சத்தகமாகக் கத்துவதைத் தன் வாடிக்கையாக வைத்திருந்தார்.

'மலர்களின் அழகை இது பாழ்படுத்துகிறது' என்று நான் சொல்வேன். 'இந்தப் பாடத்திட்டத்திற்கு அழகைப் பற்றி அக்கறை கிடையாது' என்று அவர் சொல்வார். 'பூக்களின் இயங்கு நுட்பத்தையும், அவை செயல்படும் விதத்தையும் கண்டறிவதே நம் நோக்கம்' என்பார்.

'சரிதான், ஆனால் என் கண்ணுக்கு ஒன்றும் புலப்படவில்லையே' என மீண்டும் சொல்வேன். மீளவொருமுறை முயற்சி செய்துபார்க்க வற்புறுத்துவார். நுண்ணோக்கியின் கட்துண்டில் கண்களைக் குறுக்கிக்கொண்டு பார்ப்பேன். மேகமூட்டம் அண்டிய பால் போன்ற ஏதோ ஒரு பண்டம் பார்வைக்குத் தட்டுப்படும். இது ஏதோ இயந்திரக் கோளாறால் தென்படும் உருவம். துல்லியமான கடிகாரத்தைப்போல் ஓயாமல் வேலை செய்யும் தாவரச் செல்களையல்லவா நான் பார்த்திருக்க வேண்டும்!

'எனக்குப் பால்போல ஏதோவொரு உருவம் தெரிகிறது,' என்று அவரிடம் சொல்வேன். அது நுண்ணோக்கியைச் சரிவர இயக்காததால் ஏற்படும் கோளாறு என்று சொல்லி, தனக்கேற்றபடி மாற்றி அமைத்து தாவரச் செல்களைப் பார்த்துவிட்டு நகர்வார். அதை அவருக்கேற்றபடி சீர்படுத்தியதால், எனக்கு மீண்டும் அந்தப் பால் போன்ற திரவமே காட்சிக்குத் தென்படும்.

இறுதியில் ஓராண்டுக்கு ஓய்வு எடுத்துக்கொண்டு, மீளவொருமுறை தாவரவியல் வகுப்பில் சேர்ந்தேன். (உயிர் அறிவியல் பாடங்களில் ஏதேனும் ஒன்றில் தேர்ச்சி பெறாவிட்டால் பட்டம் பெறமுடியாது.) விடுமுறைக் காலத்தில் வெயிலில் காய்ந்து கறுத்த பேராசிரியர், பிரகாசமான கண்களோடு, மீண்டுமொரு முறை செல் அமைப்பை மும்முரமாக விவரிக்கும் தொனியில் ஆர்வமாக வந்தார். அன்றைக்குத்தான் பருவத்தின் முதல் ஆய்வுக்கூட வேளை. 'சரிதான். இம்முறை செல்களைப் பார்த்து விடுவோம். இல்லையா?' என்று உற்சாகம் ததும்பக் கேட்டார்.

'ஆமாம் சார்,' என்றேன். எனக்கு இடப்பக்கத்திலும் வலப் பக்கத்திலும், முன்னும் பின்னும் கூட மாணவர்கள் நுண்ணோக்கியின் உதவியால் பார்த்தவற்றை ஓவியமாக எழுதிக் கொண்டிருந்தனர். ஒன்றும் தெரியாத இயந்திரத்தோடு மல்லுக்கட்டியபடி, நான் மட்டும் மத்தியில் நின்றேன்.

'நாம் முயற்சி செய்வோம்' என்று பேராசிரியர் புன்முறுவலோடு சொன்னார். 'கடவுள் சாட்சியாக, நுண்ணோக்கியின்பால் மனிதன் அறிந்த சகல ஏற்பாடுகளையும் செய்துபார்த்து, நீ காணும் வண்ணம்

அதன் கண்ணாடிகளைச் சீர் செய்து தருவேன். இல்லாவிட்டால் நான் இந்த ஆசிரியர் வேலையை ராஜினாமா செய்யவும் தயார். என் இருபத்திரண்டு வருடத் தாவரவியல் அனுபவத்தில், நான் -' எனப் பேசிக் கொண்டிருந்தவர் திடீரென மௌனமானர். லியோனல் பேரிமோர்போல் அவர் உடல் குலுங்கியது. பொத்துக் கொண்டு வரும் ஆத்திரத்தைச் சிரமத்துடன் கட்டுப்படுத்தினார். என்னுடன் பேசியதில் அவர் பொறுமை இழந்திருக்க வேண்டும்.

ஆகவே நுண்ணோக்கியின்பால் மனிதர் அறிந்த சகல வித்தை களையும்; மாறுதல்களையும் செய்துபார்த்தோம். இருள் கவ்விய உருவம், பரவசமான வெளிச்சம், பால் போன்ற மேகமூட்டமான திரவங்கள்தான் எனக்குத் தெரிந்தன. ஒருகணம் ஆச்சரியத்தில் உறைந்தேன். வழக்கம்போல் இல்லாமல் மீச்சிறு துகள்கள் விசித்திர முறையில் கூட்டமாகத் தெரிந்தன. நான் அவற்றை அவசர அவசரமாகப் பிரதியெடுத்தேன். பக்கத்து மேசையிலிருந்து என் ஆராவாரத்தைக் கண்ட பேராசிரியர், மகிழ்ச்சியின் பூரிப்பில் இதழ்கள் பிளவுபட, புருவங்களை உயர்த்திக்கொண்டு என்னருகில் வந்தார்.

என் காகிதத்தில் இருந்த செல் ஓவியத்தைப் பார்த்தார். 'என்ன இது?' என்று அடுத்து வரும் வார்த்தைகளை அடக்கிக்கொண்டுக் கேட்டார். 'நான் இதைத்தான் பார்த்தேன்,' என்றேன். 'இல்லை, இல்லை... நீ பார்க்கவே இல்லை' என்று அலறிக்கொண்டே கூச்சலிட்டார். தலை குனிந்து நுண்ணோக்கியின் கட்துண்டில் கண்களைக் குறுக்கினார். சடாரென்று தலையை வெளியில் எடுத்தவர், 'அது உன் கண்' என்று கத்தினார். 'உற்றுப்பார்க்கும் கண்ணின் பிரதிபலிப்புத் தோன்றும்படி, நீ இந்த இயந்திரத்தைத் திருத்தியிருக்கிறாய்! அதில் தெரிந்த உன் கண்ணைத்தான் வரைந்துள்ளாய்!' என்றார்.

நான் வெறுத்தொதுக்கும் மற்றொரு பாடம், பொருளியல். எப்படியோ அரிதில் முயன்று அதில் தேர்ச்சியடைந்துவிட்டேன். தாவரவியல் வகுப்பிலிருந்து நேராகச் செல்வது இங்குதான். ஆனால் இரண்டுமே புரியாத புதிர். ஒன்றும் விளங்காது. இரண்டையும் குழப்பிக்கொள்வேன்.

இயற்பியல் ஆய்வுக்கூடத்திலிருந்து, நான் பயிலும் பொருளியல் வகுப்புக்கு வரும் மற்றொரு மாணவன் இருக்கிறான். என்னைக் காட்டிலும் படுமோசம். அவன் போலன்சியக்வஸ் கால்பந்து அணியில் டிஃபன்ஸ் வீரனாக இருந்தான். அந்தக் காலத்தில் நாட்டின் மிகச் சிறந்த கால்பந்து அணி, ஓகையோ

பல்கலைக்கழகத்தில்தான் இருந்தது. அதில் சிலர் போலன்சியக்வஸ் அணியில் விளையாடிக்கொண்டிருந்தனர்.

அணியில் உறுப்பினராக இருக்க வேண்டுமானால், பாடத்தில் நல்ல மதிப்பெண் பெறுவது அவசியம். இது ஒரு கடுமையான விதி. அவன் கழுதையைப்போல் முட்டாள் இல்லை என்றாலும், நுட்பமான புத்திசாலி என்றும் சொல்ல முடியாது. பெரும்பாலான பேராசிரியர்கள் கருணை காட்டியதன் பேரில், அவன் தப்பித்து வந்தான். எளிதில் மருளும், மெலிந்த தேகமுடைய திருவாளர் பேஸம் அவர்கள், பொருளியல் பேராசிரியராக அங்கு பணிசெய்து வந்தார். அவரைக் காட்டிலும் எளிமையான கேள்விகளோ, விடைக் குறிப்புகளோ கொடுத்து அவனுக்கு உதவியவர் வேறெவரும் இல்லை.

ஒருநாள், போக்குவரத்து மற்றும் பங்கீடு பற்றி அவர் பாடம் நடத்திக்கொண்டிருந்தார். இப்போது போலன்சியக்வஸ் வீரன் பதில் சொல்ல வேண்டிய நேரம். 'போக்குவரத்து வழிமுறைகளில் ஒன்றைச் சொல்' என அந்தப் பேராசிரியர் கேள்வி கேட்டார். அந்த டிஃபன்ஸ்காரனின் கண்ணில் வெளிச்சமே இல்லை.

'ஏதேனும் ஒரு வழிமுறையை மட்டும் சொல்' என்று பேராசிரியர் தாழ்வாகச் சொன்னார். போலன்சியக்வஸ் அவரையே உற்றுப் பார்த்தான். 'அதாவது… ஏதேனும் ஒரு வாகனம் அல்லது, ஒரு கடத்துப்பொருள் அல்லது, ஓரிடத்திலிருந்து மற்றொரு இடத்திற்கு எடுத்துச் செல்லும் இயந்திரம்' என்று மேலும் துப்புக்கொடுத்தார் பேராசிரியர்.

பொறியில் சிக்கிய எலியைப்போல போலன்சியக்வஸ் வெடவெடுத்தான். 'நீராவி இழுத்துச் செல்லும் இயந்திரம், குதிரை இழுக்கும் வண்டி அல்லது மின்சாரத்தில் இயங்கும் இயந்திரம். இதில் ஏதேனும் ஒன்றைச் சொல்' எனக் கேட்டார். 'தொலை தூரப் பயணத்திற்கு நம்மை எடுத்துச் செல்லும் வாகனத்தைக்கூடக் குறிப்பிடலாமே' என்றார்.

பேஸம், போலன்சியக்வஸ் உட்பட அங்கிருந்த எல்லோரும் பதற்றமடையும்படி பெரும் மௌனம் சூழ்ந்தது. திருவாளர் பேஸம் 'சூ..-குச்சு..-குச்சு..சூ' என்று அமைதியை உடைப்பவராய் ரயில் வண்டிபோல் மெல்லமாய் சத்தமிட்டார். அவர் முகம் சிவந்தது. ஆதரவுக்காக அருகில் யாரையோ எதிர்பார்த்தார்.

திரு. பேஸம் போலவே நாங்கள் எல்லோரும், போலன்சியக்வஸ் பொருளியல் பாடத்தில் நல்ல மதிப்பெண் பெற்று,

இல்லினாய்ஸ்-க்கு எதிரான ஆட்டத்தில் நன்கு சோபிக்க வேண்டுமென்று விரும்பினோம். இந்த ஆண்டின் மிக முக்கியமான, கடினமான இவ்வாட்டத்திற்கு இன்னும் ஏழு நாட்கள்தான் இருந்தன.

‘டூட்.. டூட்.. டூட்...’ என்ற ஆதரவு ஒலியெழுப்பு மாணவர்கள் எல்லோரும் போலன்சியக்வஸுக்குத் தெம்பூட்டினோம். வேறு ஒருவர், நீராவி ரயில் இயந்திரம்போலவே அச்சு அசலாக நடித்துக்காண்பித்தார். திரு. பேஸம் அவர்களும் ஒரு சிறு ஒத்திகையை முடித்திருந்தார். ‘டிங், டாங், டிங், டாங்’ என்று நம்பிக்கையோடு ஒலியெழுப்பினார். போலன்சியக்வஸ் தீர்க்கமாகச் சிந்திப்பதுபோல், கைகளைப் பிணைத்துக்கொண்டு தரையை வெறித்துப் பார்த்தான். அவன் முகம் இறுக்கமாக மாறியது.

‘இந்தாண்டு, நீ பள்ளிக்கு எப்படி வந்தாய்?’ என்று போலன்சியக்வஸை நோக்கி கேள்வி எழுப்பிய மறுகணம், ‘சூஃப்பா, சூஃப்பா, சூஃப்பா, சூஃப்பா’ என்று ஒலிக்குறிப்பால் சைகை காட்டினார் பேராசிரியர்.

அதற்கு அவன், ‘என் தந்தையார் அனுப்பினார்’ என்றான்.

‘எப்படி அனுப்பினார்?’ என மேலும் கேட்டார்.

அந்தக் கால்பந்து வீரன் சங்கடமாக உணர்ந்தான். குரலை மெலிதாக்கிக் கொண்டு, ‘எனக்குக் கிடைத்த உதவித்தொகையில் அனுப்பினார்’ என்றான்.

‘இல்லை, இல்லை’ என்ற பேஸம், ‘நீர் வந்த வாகனத்தின் பெயரைச் சொல். எது உம்மை அழைத்து வந்தது?’ என்றார்.

‘ரயில்’ என்றான் போலன்சியக்வஸ்.

‘மிகச்சரியான பதில்’ என்ற பேராசிரியர், ‘இப்போது, திரு. நியூஜென்ட், உங்களால் இந்தப் பதிலைச் சொல்ல முடியுமா . . .’ என்று அடுத்த மாணவரை நோக்கி நகர்ந்தார்.

தாவரவியல், பொருளியல் பாடங்களில் எனக்கு உண்டான மனக் கசப்புகளைச் சொல்லும்போதே, உடற்பயிற்சிக் கூடத்தில் ஏற்பட்ட வேதனையையும் பேசியாக வேண்டும். முன்னிரண்டைக் காட்டிலும் படுமோசமான அனுபவம் இது. இதைப்பற்றிய நினைவுகளைக்கூட யோசிக்க வேண்டாமெனத் தவிர்க்க விரும்புகிறேன். மூக்குக் கண்ணாடியுடன் உடற்பயிற்சிச் செய்யவோ, விளையாடவோ அவர்கள் ஒருபோதும் அனுமதிக்க

மாட்டார்கள். ஆனால் எனக்கோ, கண்ணாடி இல்லாமல் பார்வை தெரியாது.

கிடைமட்டக் கம்பிகள், சுழலும் கம்பிகள், வேளாண் மாணவர்கள், பேராசிரியர்கள் என அனைத்தின் மீதும் சகிதமும் முட்டி மோதிக்கொண்டு நிற்பேன். எனது பார்வைக் குறைபாட்டைக்கூட ஓரளவு சகித்துக்கொண்டு, இயல்பாக நடந்துகொண்டேன் என்று வையுங்கள். ஆனால் பிறரின் பார்வைக் குறைபாட்டில் இருந்து என்னால் தப்பவே முடியவில்லை. உடற்பயிற்சிப் பாடத்தில் தேர்ச்சி பெறுவதற்கு (பட்டம் பெறவேண்டினால் இப்பாடத்தில் தேர்ச்சிபெறுதல் அவசியம்) நீச்சல் தெரியாதவர்கள், கண்டிப்பாக நீச்சலடிக்கக் கற்றுக்கொள்ள வேண்டும்.

ஆனால் எனக்கு நீச்சல் குளத்தையோ, நீச்சலடிப்பத்தையோ, அதைக் கற்றுத்தரும் ஆசிரியரையோ சுத்தமாகப் பிடிக்காது. இத்தனை ஆண்டுகளுக்குப் பிறகும், நான் இன்னும் நீச்சல் அடிக்க கற்றுக்கொள்ளவில்லை என்றால் யோசித்துப் பாருங்கள்! எனது அடையாள எண்ணை (978) மற்றொரு நண்பனுக்குக் கொடுத்து, நீச்சலடிக்காமலேயே அப்பரீட்சையில் சுலபமாகத் தேர்ச்சி பெற்றுவிட்டேன்.

அவனொரு சிநேகமான மனிதன். தலைமறையப் பொன்னிற ரோமங்கள் கொண்டிருந்தான். ஒருவேளை வெகு நாட்களுக்கு முன்பே, எங்களுக்குள் நட்புறவு அரும்பியிருந்தால் நுண்ணோக்கியின் கட்டுண்டில் எனக்குப் பதிலாக அவன் பரிசோதித்திருப்பான். ஆனால் அது ஒருபோதும் நிறைவேறாமல் போனது.

உடற்பயிற்சி மையத்தில் நீங்கள் பதிவுசெய்த நாளிலிருந்து, உங்கள் ஆடைகளை அகற்றினால்தான் உள்ளே அனுமதிப்பார்கள். இது எனக்கு அறவே பிடிக்காத செயல். ஆடைகளை உருவியபிறகு மலைபோலக் கேள்வி கேட்டால், எங்ஙனம் பதில் வரும்? இருந்தும் எனக்கு முன்னாலிருந்த எலும்புந்தோலுமான வேளாண் மாணவனைவிட நான் சிறப்பாகவே பதில் சொன்னேன்.

ஒவ்வொரு மாணவரும் எங்கிருந்து வருகின்றனர் எனக் கேட்டுக் கொண்டார்கள். கலை, வணிகம், பொறியியல், வேளாண்மை என்று அவர்களின் துறை குறித்தும் பதிந்துகொண்டார்கள். எனக்கு முன்னிருந்த மாணவனை நோக்கி, 'நீ எந்தக் கல்லூரியில் படிக்கிறாய்?' என்று ஆசிரியர் கேட்டார். 'ஓகையோ மாநிலப் பல்கலைக்கழகம்' என்று அவன் விரைந்து பதில் சொன்னான்.

இவனும் ஒரு வேளாண் மாணவன்தான். ஆனால் முன்பு சொன்னவன் போலில்லை. வேளாண்மைத் தொழிலில் பங்கம் ஏற்பட்டால், பத்திரிகைத் துறையில் சோபிக்கலாம் என்று எண்ணம் கொண்டிருந்தான். ஆனால் இரண்டுமே வெவ்வேறு விளிம்பிலான தொழில் என்பதை அவன் அறிந்துகொள்ளவில்லை. விவசாயம் பொய்த்துப்போனால், தச்சு வேலை பார்க்கலாம் எனும் கணக்கு இது!

இதழியல் துறைக்கு, ஹஸ்கின்ஸ் ஒத்துவருபவன்போல் எனக்குத் தோன்றவில்லை. பிறருடன் சகஜமாகப் பேசுவதற்குப் பெரிதும் அவஸ்தைப்பட்டான். போதாக்குறைக்குத் தட்டச்சு இயந்திரம் என்றால் அவனுக்கு வேப்பங்கனி! மாட்டுக் கொட்டகை, ஆட்டுத் தொழுவம் மற்றும் குதிரை லாயம் அடங்கிய விலங்குப் பண்ணைகள் பற்றிய செய்திகளைச் சேகரித்து எழுதும்படி கல்லூரி இதழின் ஆசிரியர் அவனுக்குப் பொறுப்பு வழங்கியிருந்தார். உண்மையில் இது மிகப்பெரிய பணி. பன்முகக் கலைக் கல்லூரியைவிடப் பத்து மடங்கு பெரிய அளவிலான விலங்குப் பண்ணை அங்கு அமைந்திருந்தது.

வேளாண் மாணவன் விலங்குகள் பற்றி ஓரளவுக்குத் தெரிந்திருந் தாலும்கூட, எழுத்தில் ரசம் இல்லை. மிகவும் அயர்ச்சியூட்டும் நடை. ஒவ்வொரு கட்டுரையைச் சமர்ப்பிப்பதற்கும் நீண்டநாள் இடைவெளி எடுத்துக்கொண்டான். தட்டச்சு இயந்திரத்தில் உள்ள எழுத்துக்களைத் தேடி அலைவதற்கே அவன் நாட்கள் போதுமாக இருந்தன. சில நேரங்களில் எழுத்துக்களைக் கண்டுபிடித்துத் தரும்படி அவன் நண்பர்களின் உதவியை நாடுவது உண்டு. குறிப்பாக 'C' மற்றும் 'L' எழுத்துக்களைக் கண்டடைவதற்குள் விழிபிதுங்கி நிற்பான்.

அவன் எழுத்துக்களின் சோர்வைப் பொறுக்கமாட்டாத இதழ் ஆசிரியர், ஒருநாள் நேரடியாகச் சொல்லிவிட்டார். 'இங்கு பார் ஹஸ்கின்ஸ். குதிரை லாயம் பற்றி ஏன் உன்னால் ஒருபோதும் சுவையான செய்திகள் கொண்டுவர முடிவதில்லை? பர்தூ பல்கலைக்கழகம் தவிர்த்து வேறெங்கும் இல்லாதபடி, நமது பல்கலையில்தான் 200 குதிரைகள் வளர்த்து வருகிறோம். இருந்தபோதும் உப்புச் சப்பில்லாத கட்டுரைகள் எழுதி வருகிறாயே! உடனே, குதிரை லாயத்துக்குச் சென்று உருப்படியாக ஏதேனும் எழுதிக்கொண்டு வா' என்று அதட்டினார்.

ஹஸ்கின்ஸ் குழம்பியபடியே குதிரை லாயத்திற்குச் சென்றான். பிறகு ஒரு மணிநேரம் கழித்து ஆசிரியரைச் சந்திக்க வந்தான்.

தன்னிடம் நூதனமாக ஒரு செய்தி அகப்பட்டிருப்பதாய் சொன்னான். 'நல்லது, மக்களை வசீகரிக்கும் விதத்தில், படிக்க ஏற்றாற்போல் எழுதிக்கொண்டு வா' என்றார்.

எழுத உட்கார்ந்தவன், சில மணிநேரங்களுக்குப் பிறகு தட்டச்சு செய்த காகிதத்துடன் மேசையை நெருங்கினான். குதிரைகளுக்குத் தொற்றிக்கொண்ட ஒரு வியாதி பற்றியான 200 வார்த்தைக் கட்டுரை அது. தொடக்கம் எளிமையாக இருந்தாலும், கவர்ச்சியூட்டும் படி இருந்தது. 'விலங்குப் பண்ணையில் உள்ள குதிரைகளின் இரணங்களை யாரும் கவனித்தீர்களா?' என்று அக்கட்டுரைத் தொடங்கியது.

ஒகையோ பல்கலைக்கழகம் நிவந்தங்களால் உருவான நிறுவனம் என்பதால், இரண்டு வருட இராணுவப் பயிற்சி கட்டாயமாக்கப் பட்டிருந்தது. உலகப் போர் நிகழ்ந்துகொண்டிருந்த காலத்திலும் பழைய ஸ்பிரிங் ஃபீல்டு துப்பாக்கிகள்கொண்டு, நாங்கள் பயிற்சி மேற்கொண்டோம். ஒவ்வொரு நாள் காலையிலும் சுமார் பதினொரு மணி அளவில், முதலாண்டு, இரண்டாமாண்டு மாணவர்கள் ஆயிரக்கணக்கில் குவிந்துவிடுவர். பழைய வேதியியல் வளாகத்தின் வழியே சோர்ந்த மனநிலையில் ஊர்ந்து வருவர்.

ஷைலோவில் நிகழ்ந்து வரும் போர் முறைக்கு இப்பயிற்சி நிரம்ப உதவி செய்யும் என்றால்கூட, ஐரோப்பியப் போர்களுக்கும் இதற்கும் தொடர்பு கிடையாது. சிலர் இதற்குப்பின் ஜெர்மானிய நாட்டினர் பணம் கொட்டித் தருவதாய் கருதுகின்றனர், ஆனால் அதை வாய்விட்டுச் சொல்லத் தைரியம் இல்லை. ஒருவேளை சொன்னால் ஜெர்மானிய உளவாளி எனக் கருதி சிறையில் அடைக்கும் வாய்ப்புண்டு. இதுவொரு விதமான குழப்பம் தொற்றிய காலகட்டம். மிடில்வெஸ்ட் பகுதியில் உயிர்க்கல்விச் சூழல் இறக்கத்தைச் சந்திப்பதாய், தனிப்பட்ட முறையில் நான் உணர்ந்தேன்.

எனது படையில் எதற்கும் லாயக்கற்றவனாக இருந்தேன். மற்றெல்லோரும் சிப்பாய் என்பதில் பெரிதாய் ஆரவாரம் இல்லாமல் இருந்தபோதும், நான் சற்றே பயங்கரமானவனாய் இருந்தேன். ஒருமுறை போர்ப் பயிற்சிகள் செய்துகொண்டிருந்த போது, படைத் தளபதி லிட்டில் ஃபீல்டு அவர்கள் என்னருகில் வந்தார். 'ஒட்டுமொத்தப் பல்கலைக்கழகத்திலும் நீர் நான் பெரும் பிரச்சனை!' என்று சொன்னார். ஒருவேளை அவர், என் போன்ற பலரையும் சுட்டிக்காட்டிச் சொல்லியிருக்க வேண்டுமெனக்

கருதுகிறேன். ஆனால் அவர் என்னை மட்டுமே குறிப்பிட்டுச் சொல்லவும் வாய்ப்பு உண்டு.

இரண்டாமாண்டு வரை, நான் என் பயிற்சியில் மிகச் சாதாரணமான மனிதனாகவே இருந்தேன். ஒட்டுமொத்த மேற்கிலும் என்னைப் போல் அதிகநேரம் பயிற்சி செய்தவர் எவரும் கிடையாது. கடந்த ஆண்டுகளில் நடைபெற்ற இராணுவப் பயிற்சித் தேர்வில் நான் தோல்வியடைந்ததை ஒட்டி, அதற்கடுத்த ஆண்டில் தீவிரமான உழைப்பைக் காட்ட வேண்டும் என உறுதிகொண்டிருந்தேன். வாங்கிய புதிதில் உள்ளூர் ரயில்வே அதிகாரிபோல் தோற்றமளித்த இராணுவப் பயிற்சி சீருடை, தற்போது மங்கலாகி இறுகி விட்டது. பெட்டித் தூக்கும் தொழிலாளிபோல் பெர்ட் வில்லியம்ஸ் நடித்தது நினைவிருக்கிறதா, நான் அப்போது அப்படித்தான் காட்சியளித்தேன். அது என்னைச் சற்றே தளர்வடைய செய்தது. இத்தனைச் சிரமங்களுக்கு மத்தியிலும், எனது தொடர் முயற்சியால் கூட்டுப் பயிற்சியில் நன்றாகச் சோபித்தேன்.

ஒருநாள் படைத்தளபதி லிட்டில் ஃபீல்டு அவர்கள், ஒட்டுமொத்த படைவகுப்பில் இருந்து எங்கள் அணியை மட்டும் தேர்ந்தெடுத்துடு குழப்பம் உண்டாக்க வந்தார். நாங்கள் அடுத்த வார்த்தையைக் கிரகிப்பதற்குள் மிக வேகமாக 'லெஃப்ட், ரைட், லெஃப்ட், ரைட், லெஃப்ட், ரைட்' எனக் கட்டளையிட்டார். மூன்றாவது நிமிடத்தில் என் அணியில் இருந்து 109 சிப்பாய்களும் வேற்றுத் திசையில் அணிவகுத்துச் செல்ல, நான் ஒருவன் மட்டும் 40 டிகிரி கோணத்தில் மாற்றுவழியில் சென்றேன். 'நில்லுங்கள்' என்று தளபதி உரக்கக் கத்தினார். 'அவனொருவன்தான் சரியான பாதையில் செல்கிறான். அவனைப் பின்தொடருங்கள்' என்றார். அன்றிலிருந்து படைத் துறைத் தலைவராக நான் பொறுப்பேற்றுக் கொண்டேன்.

மறுநாள் தன் அலுவலகத்துக்கு வரும்படி ஜெனரல் லிட்டில் ஃபீல்டு அழைப்பு விடுத்திருந்தார். நான் உள்ளே சென்றபோது, அவர் பூச்சிகளை அடிப்பதில் மும்முரமாக இருந்தார். சில கணங்கள் நாங்கள் எதுவும் பேசிக்கோள்ளவில்லை. அமைதியாக இருந்தோம். அவர் என்னை வரச் சொன்னதையே மறந்திருக்கக் கூடும். இல்லையென்றால் ஏன் வரச்சொன்னார் என்பதை மறந்திருக்கலாம். ஆனால் அவர் அதை ஏற்றுக்கொள்ள விரும்ப வில்லை. பூச்சி அடிப்பதில் மும்முரமாக இருந்தவர், அங்கிருந்து பார்வையை அகற்றாமல், 'பொத்தானைப் பூட்டு' என்றார். அவர் என்னைத்தான் சொன்னார் எனப் புரிந்துகொண்டேன்.

ஜெனரலின் மேசை மீதிருந்த தாளில் மற்றொரு ஈ வந்து உட்கார்ந்து, தன் பின்னங்கால்களைச் சாவகாசமாகத் தேய்த்துக்கொண்டிருந்தது. அவர் இப்போது மெல்லமாகத் தயாரானார். நான் அடங்காமல் அசைந்து கொடுத்ததில் அந்தப் பூச்சி பறந்துவிட்டது. 'நீ அதைத் பயப்படுத்திவிட்டாய்' என்று ஜெனரல் கத்தினார். என்னை மன்னித்து விடும்படிக் கேட்டுக் கொண்டேன். 'அதனால் ஒரு பயனும் இல்லை' என்று அவர் முகத்தைக் கடுமையாக வைத்துக்கொண்டு சொன்னார்.

மேசையில் உட்கார்ந்து பூச்சி அடித்துக்கொண்டிருக்கும் நபருக்கு, இதைவிட ஆறுதலாக என்ன சொல்ல வேண்டும் என்று எனக்குத் தெரியவில்லை. எனவே சத்தமில்லாமல் நின்றேன். ஜன்னல் வழியாக நூலகம் செல்லும் மாணவர்களை அவர் பார்த்தார். இறுதியில், நான் போகலாம் என்று சொன்னார். நானும் வெளியேறிவிட்டேன். நான் எந்தப் படைப்பிரிவைச் சார்ந்தவன் என்று அவருக்கு நிச்சயம் நினைவிருக்க வாய்ப்பில்லை. என்னை அழைத்ததற்கான காரணத்தையும் அவர் மறந்திருக்க வேண்டும்.

ஒருவேளை, நான் இந்தப் பல்கலைக்கழகத்தின் பெருந்தொல்லை என்று அவர் முன்பு சொன்னது குறித்து வருத்தம் தெரிவிக்க அழைத்திருக்கலாம். இல்லையெனில் என் சிறந்த உழைப்புக்காக வாழ்த்துக்கள் பகிர்ந்து, மெச்சிப் புகழ அழைத்திருக்கலாம். இரண்டில் எதுவாக இருந்தாலும், இறுதி நேரத்தில் அவர் தன் முடிவை மாற்றிக்கொண்டார். உண்மையிலேயே அவர் என்னை ஏன் அழைத்தார் என்று தெரியவில்லை. பின் அதைப்பற்றி நான் அதிகம் சிந்திக்கவில்லை.

James Thurber, 'University Days' (1933)
My Life and Hard Times, Harper & Brothers.

கற்றல்

ஃபிரான்சிஸ் பேக்கன்

வாசிப்பால் மூன்று உன்னதங்கள் உருவாகும். ஒன்று, பெருமகிழ்ச்சி. தனிமையிலும், துவண்டுபோன சூழலிலும் வாசிப்பாற்றல் உங்கள் முகத்தில் உவகைத் தோன்ற வைக்கும். இரண்டு, மேன்மையான தோற்றம். பிறருடன் பேசும்பொழுது, கல்வியால் நீங்கள் பக்குவப்பட்ட மனிதராக வசீகரிக்கும்படித் தோற்றமளிப்பீர்கள். மூன்று, ஆளுமைத் திறன். இக்கட்டான சூழலில் சரியான முடிவைத் தேர்ந்தெடுக்கவும், எடுத்த காரியங்களை நேர்த்தியாகக் கையாளவும் உங்கள் படிப்பாற்றல் கைகொடுக்கும்.

ஒருவேளை கைக்கொண்ட காரியம் சிறியதென்றாலும், புலம் சார்ந்த புரிதல் வேண்டுமென்றாலும், அத்துறை சார் வல்லுநர்களின் உதவி நமக்குப் போதுமானதாக இருக்கலாம். ஆனால் பெரிய திட்டங்களை ஒருங்கிணைக்க விரும்பினால், மெத்தப் படித்த கல்வியாளரிடம் அறிவுரை பெறுவதே பொருத்தமான செயல்.

வாசிப்புக்கு அதிக நேரம் ஒதுக்கினால், சோம்பேறித்தனம் ஆட்கொள்ளும். பகட்டாக வெளிக்காட்டிக்கொள்ள விரும்பி அந்நியமாக நடந்துகொண்டால், போலி என்று மக்கள் முத்திரை குத்துவார்கள். ஏட்டறிவை மட்டுமே கொள்கலனாக வைத்து நடுநாயகமான முடிவுக்கு வருவார்களேயானால், மெத்தப் படித்த சான்றோரும் கேளிக்குரியவராய் இனம் கொள்ளப்படுவர்.

வாசிப்பும் அறிவாற்றலும் ஒருவரின் இயற்கையான திறன்களை மேம்படுத்தும் என்பதில் ஐயமில்லை. ஆனால் அத்துடன் நேரடி

வாழ்வியல் அனுபவங்கள் சேகரமாகும்போதுதான் அவன் பண்படுகிறான். செடிகளின் வாதை நறுக்கிவிடும்போதுதானே அவை மேலும் செழிப்பாக வளரத் தொடங்குகின்றன.

நீங்கள் ஏட்டில் படித்த புத்தகச் செய்தியெல்லாம், பொதுவாழ்வில் புழக்கத்திற்குக் கொண்டுவராதவரை பொத்தாம் பொதுவான பாடங்களாகவே மூளையில் பொதிந்திருக்கும். புத்திமான்கள் படிப்பதை நிந்திப்பார்கள்; சாதாரண மனிதர்கள் படிப்பை ஆராதிப்பார்கள்; அறிவுள்ளவனே அதைப் பயன்படுத்திக்கொள்கிறான். எங்ஙனம் அறிவாளி ஆகவேண்டும் என்று அவர்கள் ஒருபோதும் நமக்குச் சொல்லித்தர மாட்டார்கள். மாறாக உலகை அவதானிப்பதன் மூலமே அறிவாற்றல் பெறமுடியும் என்று உணர்த்த முயல்வார்கள்.

நீங்கள் ஒரு புத்தகத்தை வாசிக்கும்பொழுது, விதண்டா வாதமாகவோ கண்மூடித்தனமாகவோ அந்தப் பிரிதியை அணுகக் கூடாது. அத்தோடு உரையாடல் மேற்கொள்ளவோ, கண் துடைப்பான வெளி வேஷத்திற்காகவோ வாசிக்கக் கூடாது. மாறாய், அச்செய்திகளைப் படித்து அசை போடுங்கள். கருத்துகளைக் கவனமாய் உள்வாங்குங்கள்.

சில புத்தகங்களை ஓரிரு பக்கங்கள் ருசிக்காகத் தொட்டுக் கொள்ளலாம். சிலவற்றை மென்று, விழுங்கி, அரைத்துச் செரிக்காமல் கீழே வைக்கக்கூடாது. வேறு சிலவற்றை அங்கங்கு படித்தால் போதும். ஆனால் ஒருசில அரிய நூல்களை மட்டும் கவனம் சிதறாமல், அப்படியே முழுமையாக உள்வாங்க வேண்டும்.

எல்லாப் புத்தகங்களையும் கவனத்தோடு வாசிக்க வேண்டிய கட்டாயமில்லை. உங்களுக்கு மாற்றாக வேறு ஒருவரைப் படிக்கச் சொல்லி அதன் சாரத்தைக் கேட்டுக்கொள்ளலாம். யாரோ ஒருவரால் எழுதப்பட்ட அதன் சுருக்கத்தை மட்டும் செவிமடுத்து உள்வாங்கலாம். ஆனால் இவை எல்லாப் புத்தகங்களுக்கும் பொருந்தாது. குறைந்த மதிப்பீடு உடைய நூல்களுக்கு மட்டும் இம்முறையைப் பிரயோகிக்க வேண்டும். மற்றபடி சாறு பிழிந்த புத்தகங்கள் எல்லாம் காய்த்து வடிகட்டிய தண்ணீரைப்போல், பெரிதாகப் பயன்தராதவை.

வாசிப்புத்திறனால் ஒருவன் அறிவாற்றல் பெறுகிறான். விவாதங்கள் மூலம் அவ்வறிவைப் பயன்படுத்தி அனுபவசாலி ஆகிறான். எழுத்தாற்றல் அவனைத் துல்லியமான மனிதனாக உருமாற்றுகிறது. எனவே அதிகம் எழுத்துப் பழக்கம் இல்லாதவர்களுக்கு, நுட்பமான ஞாபகசக்தி இருக்க வேண்டும்.

மேலதிகம் விவாதம் செய்யத் தெரியாதவர்கள், சமயோசித புத்திக்கூர்மையை வளர்த்துக்கொள்ள வேண்டும். பெரிதாகப் படிப்பு வாசனை இல்லாதவர்கள், தம்மிடம் எந்தச் சரக்கும் இல்லாவிட்டால்கூடப் போலியாகப் பாவனைச் செய்யக் கற்றுக்கொள்ளவேண்டும்.

வரலாறு படிப்பதன் மூலம் நீங்கள் பாண்டித்தியம் பெறலாம். கவிதைகளின் வழிக் கற்பனாவாதி ஆகலாம். கணிதத்தின் மூலம் தந்திரங்கள் கற்கலாம். அறிவியல் பாடத்தால் நுண்மான் நுழைபுல ஆற்றல் வாய்க்கலாம். நீதிபோதனை, இலக்கணப் பாடங்களால் தீவிரச் சிந்தனையும் சொல்லாட்சித் திறமும் கைக்கூடலாம்.

நீங்கள் வாசிக்கும் புத்தகங்களே உங்கள் குணாதிசயமாக மாறும். உடலில் ஏற்படும் கோளாறுகளைத் தகுந்த உடற்பயிற்சியின் மூலம் விரட்டுகிறோம். சான்றாக, பந்துருட்டு விளையாட்டின் மூலம் சிறுநீரகம், மூத்திரப்பை தொடர்பான வியாதிகள் குணமடைவதும், துப்பாக்கிச் சுடுதல் மூலம் நுரையீரல் மற்றும் இருதயம் சம்பந்தப்பட்ட கோளாறுகள் சீராவதும், நிதானமாக நடைப்பயிற்சி செய்வதனால் வயிற்றுக்கு நன்மை உண்டாவதும், பயணம் மேற்கொள்வதால் தலைக்கு அனுகூலம் உண்டாவதும் யாவரும் அறிந்த உண்மைகள். அதுபோல் முறையான வாசிப்புப் பழக்கத்தை ஏற்படுத்திக்கொண்டால், நம்மை விட்டகலா மனத்தடைகள் எல்லாம் தொலைதூரம் ஓடிவிடும்.

எதற்கும் அடிபணியாமல் அலைபாயும் மனம் கொண்டவர்கள், உறுதியாகக் கணிதம் படிக்கத் தொடங்கலாம். கணிதத்தில் ஒரு கணம் பார்வைச் சிதறினால்கூட, மீண்டும் தொடக்கத்திலிருந்து தொடங்க வேண்டிய நிர்ப்பந்தம் உண்டு. வேறுபாடுகளைப் பகுத்தறியத் திணறுபவர்கள், ஆதி முதல் அந்தம் வரை கிரகித்து உணர்ந்த தத்துவவாதிகளின் படிப்பினைகளை வாசிக்க வேண்டும். தான் படித்தவற்றைத் திறம்படப் பிறருக்கு எடுத்துரைக்கவோ, அதில் ஆழங்கால்பட்டுப் பயணிக்கவோ தயக்கம் கொள்பவர்கள், வக்கீல்கள் வாதாடும் வழக்குகளை வாசித்து அதன்மூலம் திறன் மேம்படுத்தலாம். இவ்வாறாக மூளை நலிவடையும் ஒவ்வொரு உபாதைக்கும், கற்றல் மூலம் ஒரு மாற்றுவழி உண்டு.

Francis Bacon, 'Of Studies' (1597)

The Essays of Francis Bacon, Clark Sutherland Northup (Ed.) Houghton Mifflin Company.

தனிமையில் இருக்கும் மனிதனின் சுபாவம்

மாக்சிம் கார்க்கி

மங்கிப்போன வெளிர்நிறக் காலுறை அணிந்த இளம் பெண் ஒருவரை, நான் இன்று ட்ராய்ட்ஸ்கி பாலம் அருகில் பார்த்தேன். கீழே பாயும் நெவா ஆற்றில் விழுந்துவிடுவோமோ என்ற பதற்றத்தில், பாலத்தின் விளிம்புச் சுவற்றைப் பிடித்துக் கொண்டே மெல்லமாக நடந்தார். ஒருகணம், நிலவைப் பார்த்து கேலியாக நாக்கைத் துருத்தி அதட்டுவதுபோல் சைகை செய்தார்.

நிலவில் வசிக்கும் நரைமுடிக் கிழவன், புகை மண்டிய மேகக் கூட்டங்களோடு அங்குமிங்கும் அலைபாய்ந்தான். இயல்பைக் காட்டிலும் அவன் பெரிதாகத் தோற்றமளித்தான். இளஞ்சிவப்பு நிறக் கன்னங்களோடு அவனைப் பார்க்க, அதிகம் குடித்தவன் போலத் தெரிந்தான். பாலத்தில் நின்றுகொண்டிருந்த இளம் பெண்மணி, நிலவிலிருக்கும் அந்நபரை இன்னும் விளையாட்டாக மிரட்டிக் கொண்டிருந்தார். ஒருவகையில் இது பழிதீர்க்கும் செயல்போலத் தெரிந்தது.

இதைக் கவனித்துக் கொண்டிருக்கையில், என் நினைவுக்கிடங்கில் சேகரமான நெடுநாளைய சிந்தனையொன்றின் இழை மின்னல் போல வந்துசென்றது. தனிமையில் இருக்கும்போது, மனிதர்களின் சுபாவம் மிக அந்நியமாக இருப்பதாக நான் அடிக்கடி யோசித்ததுண்டு. அதை விளக்க ‘பைத்தியக்காரத்தனம்’ என்ற சொல்லைத் தாண்டி வேறொரு பொருத்தமான வார்த்தையை என்னால் தேடிப்பார்க்க முடியவில்லை.

நான் இதைச் சிறுவனாக இருந்தபோது, முதல்முறையாகப் பார்த்தேன்: இங்கிலாந்து நாட்டைச் சார்ந்த ரோண்டேல் எனும் பெயருடைய கோமாளி ஒருவர் இருந்தார். அவர் சர்க்கஸ் கூடாரத்தின் வெறுமையான பகுதியில், ஒளி மங்கிய பாதையின் வழியாக நடந்து வந்தார். அப்போது அவர் நடந்துகொண்ட விதம் விசித்திரமாக இருந்தது. தான் அணிந்திருந்த கோமாளித்தனமான தொப்பியைக் கையிலேந்தி, எதிரில் இருந்த கண்ணாடியில் தன் உருவத்தைப் பார்த்து தாமே தலை வணங்கினார்.

அவர் என்னைப் பார்க்கமுடியாதபடி, உயரமான மேடையில் அவருக்கு மேல் நான் அமர்ந்திருந்தேன். கோமாளியின் சுயமரியாதைச் செய்கைக்குப் பிறகு, நான் என் தலையை உயர்த்தி மேலெழுந்தேன். இந்த விசித்திரச் செயலுக்குப் பின்னால், கோமாளி வாழ்க்கையின் இருளடைந்த பக்கங்களும் துன்பகரமான அனுபவங்களும் என்னை அமைதியிழக்கச் செய்தன. அவர் ஒரு கோமாளி. அதைத்தாண்டி அவர் ஓர் ஆங்கிலேயர். விசித்திர மாகவும் நூதனமாகவும் நடந்துகொள்வதுதான் அவர் வேலை!

பிறகு என் அண்டை வீட்டுக்காரரர் எ. செக்காஃப் அவர்களை, ஒருமுறை தோட்டத்தில் வைத்து தனிமையில் பார்த்தேன். சூரிய ஒளிக் கதிரை தன் தொப்பியில் பிடிக்க முயற்சித்துக் கொண்டிருந்தார். தான் நினைத்த காரியம் கைகூடாமல் போனதால், விரக்தியின் எல்லைக்குச் சென்றார். ஆத்திரத்தில் அவர் முகம் சிவந்தது. தொப்பியைத் தன் கால் முட்டியில் பலமாகத் தட்டி, தலையில் போட்டுக்கொண்டார். நாயைக் கோபத்துடன் அதட்டி விரட்டினார்.

ஒற்றைக் கண்ணை மூடிய நிலையில், வானத்தை வெறித்துப் பார்த்துக்கொண்டே தன் வீட்டை நோக்கி நடைபோட்டார். வாசலில் நின்றுகொண்டிருந்த என்னைப் பார்த்ததும், மெல்லமாக முறுவல் பூத்து, 'காலை வணக்கம்' சொன்னார். மேலும், 'சூரியன், புற்களைப்போல் நறுமணம் வீசும் என்று சொன்ன பெல்மோன்ட்டி-ன் கவிதைகளை வாசித்திருக்கிறீர்களா?' என்று என்னைக் கேட்டார். 'அது கொஞ்சம் வேடிக்கையாக இருக்கிறது, இல்லையா? ரஷ்யாவில் கஜான் சோப்புபோல் வாசனை வீசும் சூரியன், இங்கு டார்டார் வியர்வைபோல நாற்றம் அடிக்கிறது' என்று சொல்லி நகர்ந்தார்.

மற்றொருமுறை, தடிமனான சிகப்பு பென்சிலை மருந்து புட்டியின் கழுத்துப் பகுதியில் அழுத்தமாகச் சொருக முயற்சித்துக் கொண்டிருந்தார். இயற்பியல் விதிகளுக்கு மாறாக அவர்

முயற்சித்ததால், மருந்து புட்டி உடைந்துவிட்டது. இருந்துபோதும், விஞ்ஞானிபோல மீள அந்தப் பரிசோதனையை விடாமல் முயற்சித்தார்.

ஒருமுறை, லியோ டால்ஸ்டாய் ஒரு பல்லியைப் பார்த்து, 'நீ சந்தோஷமாக இருக்கிறாயா?' என்று மெல்லிய குரலில் கேட்டாராம்.

டுல்பர் போகும் வழியில் உள்ள சாலையில், புதர்களுக்குப் பின்னாலிருக்கும் சிறிய பாறை மீது ஏறி உட்கார்ந்து, வெயிலில் தன் உடலை உலர்த்திக் கொண்டிருந்தது அப்பல்லி. தன் கைகளை பெல்ட் மீது தளர்த்திக்கொண்டு, அந்தப் புகழ்பெற்ற எழுத்தாளர் சொன்னாராம், 'ம்ம். நான்தான் சந்தோஷமாக இல்லை!'

ரசவாதத் துறையைச் சார்ந்த பேராசிரியர் டிக்வின்ஸ்கை, என் வீட்டு உணவறையில் உட்கார்ந்திருந்தபோது ஒரு சம்பவம் நடந்தது. தேநீர் கொண்டுவந்து கொடுத்த செப்புத் தட்டில், தன் உருவப் பிரதியைப் பார்த்த அவர், 'மூத்தவனே, அப்பறம் வாழ்க்கை எப்படிப் போகுது?' என்றார்.

செப்புத் தட்டில் தெரிந்த உருவம் பதில் பேசவில்லை. பேராசிரியர் பெருமூச்சு விட்டார். தன் கையால் தட்டில் தோன்றிய உருவத்தை அழித்தார். புருவங்களை மேலும் கீழும் அசைத்து, சிரிப்பூட்டக் கூடிய பாவனைகளில் முகத்தை வெவ்வேறு நிலைகளில் வைத்தார். அவர் மூக்குக் குட்டி யானையின் துதிக்கைபோல் இருந்ததால், எல்லாக் கோணத்திலும் வேடிக்கையாகத் தெரிந்தார்.

ஒருமுறை என்.எஸ்.லெஸ்காஃப் அவர்கள் பருத்திப் பஞ்சுடன் விளையாடிக் கொண்டிருந்ததாக, ஒருவர் சொல்லிக் கேட்டிருக் கிறேன். மேஜையில் உட்கார்ந்து கொண்டிருந்தவர், பருத்திப் பஞ்சைக் காற்றில் பறக்க விட்டாராம். பஞ்சு கீழே விழும்போது, பீங்கான் பாத்திரத்தால் அதை ஏந்தி பிடித்தாராம். அங்ஙனம் கீழே விழும் பஞ்சு, பீங்கானில் படும்போது சத்தம் எழும்புகிறதா என்று அருகில் சென்று அவர் காது வைத்துக் கேட்டதாகக் கேள்விப் பட்டிருக்கிறேன்!

மற்றொரு சமயம், பாதிரியார் எஃப். விளாடிமிர்ஸ்கி தன் முன்னால் காலணியைக் கழட்டிவைத்துவிட்டு, 'இப்ப, போ!' என்று தீவிரமாகக் கத்திக்கொண்டிருந்தார். சில நொடிகளில், 'ஓ, உன்னால போக முடியாதா?' என்றார்.

சற்றே பெருமையும் பெருமிதமும் கூடிய தொனியில், 'பார்த்தியா, நான் இல்லாம அசையக்கூட முடியாது உன்னால!' எனச் சொன்னார்.

அக்கணம் உள்ளே நுழைந்த நான், 'என்ன பண்றீங்க ஃபாதர்?' என்று கேட்டேன்.

அவர் என்னைப் பார்த்துச் சொன்னார், 'இதோ, இந்தக் காலணிதான். சரியாகக் குதிங்கால் பகுதியில் கிழிந்துவிட்டது. இப்போதெல்லாம் காலணிகளின் தரம், மிகக் கீழ்த்தரமாக இருக்கிறது!'

மனிதர்கள் தனிமையில் இருக்கும்போது எங்ஙனம் அழுவார்கள், எங்ஙனம் சிரிப்பார்கள் என்று நான் அடிக்கடிப் பார்த்திருக்கிறேன். எனக்குத் தெரிந்த ஓர் எழுத்தாளர் இருக்கிறார். அவருக்குக் குடிப்பழக்கம் கிடையாது. தனிமையில் இருக்கும்போது வாய்விட்டு அழுதுவிடுவார். சில நேரங்களில் கொடுமையான சத்தத்தில், 'நான் தன்னந்தனியா வீதியில் நடக்கும் நேரத்திலே' என்று படுமோசமாக விசில் அடிப்பார். பெண்களைப்போல் நடந்துகொள்வார். அவர் உதடுகள் துடிக்கும். கண்ணீர் துளிகள் மெல்லமாகப் புரையோடி, கருந்தாடிக்குள் மறைந்து கொள்ளும்.

ஒருமுறை விடுதி அறையில், தன் முதுகை ஜன்னலில் சாய்த்துக்கொண்டு அழுதார். அவர் உடல் குலுங்கியது. பார்ப்பதற்கு நீச்சலடிப்பதுபோலத் தெரிந்தாலும், உண்மையில் அவர் உடற்பயிற்சி செய்யவில்லை. உடல் அசைவுகள் மென்மையாக, வலுவின்றி, ஒத்திசைவு இன்றி இருந்தன.

இருந்தாலும் இதை அந்நியச் செயலாகச் சொல்லமுடியாது. மக்கள் தம் உணர்ச்சிகளை, அழுகையிலும் சிரிப்பிலும் வெளிப்படுத்துவது மிகச் சாதாரணமான ஒன்று. இதனால் யாரும் குழப்பமடைய மாட்டார்கள். வயல்வெளியிலும் காடுகளிலும் சமவெளிப் பகுதியிலும் கடலிலும் தன்னந்தனியாக இருக்கும் நபர்கள், இரவில் ஜெபம் செய்வதை யாரும் விசித்திரமாகப் பார்க்க மாட்டார்கள்.

நியாகி வோரில் எனது அண்டைவீட்டில் வசிக்கும் ஒருவர், இரவில் ஒரு நாள் தவறுதலாக என் வீட்டிற்குள் வந்துவிட்டார். அவருக்கு வோரோநோஜ் மாவட்டத்தில் சொந்தமாக வீடு உள்ளது. அரைகுறை ஆடை உடுத்தியிருந்தாலும், அவர் குடிபோதையில் இல்லை. நான் விளக்குகளை அணைத்துவிட்டு, படுக்கையில் சாய்ந்துவிட்டேன். நிலா ஒளியில் அறை முழுக்க வெளிச்சம் பரவியிருந்தது. விலகிய திரையின் இழையளவு இடைவெளியில், நான் அவரின் சிரிப்புப் பூத்த விசித்திர முகத்தைப் பார்த்தேன். தனக்குத் தானே பேசிக் கொண்டிருந்தவர்போலத் தெரிந்தார்.

'யார் அங்கே?'

‘நான்தான்.’

‘இது உன் அறை இல்லை’

‘ஓ, என்னை மன்னித்து விடுங்கள்!’

‘தயவுசெய்து . . .’

அவர் தனக்குள் பேசுவதை நிறுத்திக்கொண்டார். ஒருகணம் அறையைச் சுற்றிப் பார்த்து, எதிரிலிருந்த கண்ணாடியில் தன் மீசை மயிரைக் கம்பீரத்துடன் ரசித்தார். பின் அவரின் மென்மையான பாடல் தொடங்கியது:

‘நான் வந்த இடம் தவறானது..

எப்படி இது இங்கு நேர்ந்தது?’

இதற்குப் பிறகும்கூட, அவர் அறையைவிட்டு வெளியேறாமல் அருகிலிருந்த புத்தகத்தை மேசைமீது தலைகீழாகக் கவிழ்த்தார். உள்ளிருந்தபடியே வீதியை நோட்டமிட்டு, வெளியிலிருப்பவரை அதட்டுவதுபோல் கத்தினார், ‘இப்போது பயங்கர வெளிச்சமாக இருக்கிறது. ஆனால் பகலில் பயங்கொள்ளும்படி கும் இருட்டுக் கவ்விக் கொள்கிறது. என்ன விசித்திரமோ?’

பிறகு குதிங்கால் தரையில் படாமல், கைகளால் தன்னை நிலைநிறுத்திக்கொண்டு ஜாக்கிரதையாக வெளியே சென்றார். சத்தமே இல்லாமல் கதவை மெல்லச் சாத்திவிட்டு மறைந்தார்.

புத்தகத்தில் காணும் படத்தை, விரல் வைத்து வெளியே எடுக்க முயற்சிக்கும் குழந்தைகள் சாதாரணமானவர்கள்தான். ஆனால் ஒரு விஞ்ஞானி, ஒரு பேராசிரியர் இதே காரியத்தைச் செய்வதைப் பார்ப்பது வழக்கத்திற்கு மாறானது இல்லையா? எங்கு இதை யாரேனும் பார்த்து விடுவார்களோ என அஞ்சி அஞ்சிப் பதுங்குவது வேடிக்கையானது இல்லையா?

சம்பவத்திற்கு உட்பட்ட பேராசிரியர், புத்தகத்தில் உள்ள படங்களை வெற்றுக் கரங்களால் பெயர்த்து எடுத்து தன் சட்டைப் பையில் வைத்துக்கொள்ளலாம் என்று நம்பிக்கை உடையவராய் இருந்தார். புத்தகத்திலிருந்து ஏதோவொன்றை உருவுவதுபோல் இருமூன்று முறை செய்து, தன் சட்டைப் பையில் நாணயங்களை வைப்பதுபோல் பாவனை செய்தார். ஆனால் தன் கரங்களில் ஒன்றுமில்லாததை எண்ணி, வெறுப்படைந்தவராய் புத்தகப் பக்கங்களை வேகமாகத் தேய்த்தார். இறுதியில் இம்முறை ஒத்துவராததை எண்ணி, புத்தகத்தைத் தூக்கி எறிந்து, அறையைவிட்டுக் கோபமாக வெளியேறினார்.

நான் அந்தப் புத்தகத்தைப் பரிசோதித்தேன். ஜெர்மானிய மொழியில் எழுதப்பட்ட, தொழில்நுட்பம் சார்ந்த நூல் அது. மின் இயந்திரங்களும் அதன் உதிரி பாகங்களும், படங்களாய் அச்சிடப் பட்டிருந்தன. ஆனால் அதில் ஒற்றைப் படம்கூட, பசைகொண்டு ஒட்டியதல்ல. கூடவே, அச்சிடப்பட்ட படங்களை ஒருபோதும் விரல்களால் பெயர்த்தெடுத்து பாக்கெட்டில் சொருக முடியாது என்று எல்லோருக்கும் தெரியும். அப்பேராசிரியர் மனிதவளம் சார்ந்த துறையில் பணிபுரிந்தாலும், தொழில்நுட்பம் சார்ந்த இவ்வடிப்படை அறிவுகூட இல்லாமல் இருக்க நிச்சயம் வாய்ப்பில்லை.

பொறுமையைச் சோதிக்கும்படியான விளையாட்டுகளிலும், கழிவறைக் கண்ணாடி முன்பும் பெண்கள் அடிக்கடி தம்முள் பேசிக்கொள்வர். ஆனால் நான் ஒரு விசித்திரமான பெண்ணைச் சந்தித்தேன். அவருக்கு நன்கு படித்தவர் போன்ற தோற்றம் இருந்தது. ஐந்து நிமிடங்களுக்கு மேலாக, தனி ஆளாய் மிட்டாய் சாப்பிட்டுக் கொண்டிருந்தார். கரண்டியால் ஒவ்வொரு மிட்டாயாக எடுத்து, 'நான் உன்னைச் சாப்பிடப் போகிறேன்' எனச் சொல்லி விழுங்கினார்.

'அடுத்து யார்?' எனக் கேள்வி கேட்டு, 'உன்னைத்தான் சாப்பிடப் போகிறேன்' என்று வரிசையாகச் சொன்னார். பிறகு ஆச்சரியமாக, 'நான் உன்னைச் சாப்பிடவில்லை' என வாதிட்டார்.

அப்போது மாலை 5 மணி இருக்கும். ஜன்னலருகில் சௌகரியமான நாற்காலியில், உட்கார்ந்து கொண்டிருந்தார். அறைக்கு வெளியே உள்ள இரைச்சல் மிகுந்த நகரத்தின் சத்தம் தெளிவாகக் கேட்டது. ஆனாலும் அப்பெண், தன் மடியிலிருந்த முட்டாய் பெட்டியைத்தான் கண்களை உருட்டி மும்முரமாகப் பார்த்தார்.

ஒருமுறை அரங்கவாயிலில் கருமையான கேசம் கொண்ட ஓர் அழகான பெண்ணை நான் பார்க்க நேர்ந்தது. அவர் நிகழ்வுக்குத் தாமதமாக வந்ததால், அங்கிருந்த கண்ணாடி முன்பு நின்று, தன் தலைமுடியைச் சரிசெய்து கொண்டிருந்தார். உரக்கமான குரலில், சற்றே தீவிரமாக அவர் சொன்னார்:

'இறுதியில் நாமெல்லோரும் சாகத்தானே வேண்டும்?

அந்த நடைபாதையில் நான் ஒருவன் மட்டுமே இருந்தேன். அந்நிகழ்வுக்குத் தாமதமாக வந்தவர்களுள் நானும் ஒருவன். அப்பெண்மணி என்னைக் கவனிக்கவில்லை போலும். ஒருவேளை

கவனித்திருந்தால் இத்தனை அசௌகரியமான கேள்வியை, அவர் என்முன் வைத்திருக்க மாட்டார் என நம்புகிறேன்.

பல மனிதர்கள் தனிமையில் இருக்கும்போது, விசித்திரமான சுபாவங்களை வெளிப்படுத்துகின்றனர். மற்றொரு சம்பவம் சொல்கிறேன் கேளுங்கள்:

அலெக்சாண்டர் ப்ளாக் என்பவர், பொது நூலகப் படிக்கட்டில் நின்றுகொண்டு பென்சிலால் புத்தகத்தின் விளிம்பில் எதையோ எழுதிக் கொண்டிருந்தார். சடாரென்று யாரோ ஒருவரின் வருகைக்கு வணக்கம் செலுத்துவதுபோல, படிக்கட்டின் மற்றொரு மூலைக்கு நகர்ந்தார். நான் அவரை அணுக்கமாகப் பார்த்தேன். அலெக்சாண்டருக்குப் பின்னால் ஒருவரும் இல்லை. படிக்கட்டின் மேலுச்சியில் இருந்த எனக்கு, எல்லாம் நன்றாகத் தெரிந்தன.

முகமலர்ந்த சிரிப்புடன், கற்பனையான மனிதரைப் பின்னிருந்து முன் அனுப்பிவைத்த அலெக்சாண்டருக்கு, நான் இதைப் பார்த்ததால் பதற்றம் உண்டாகியது. எதேச்சையாக பென்சிலைத் தவறவிட்டவர்போல, கையிலிருந்து நழுவவிட்டார். அதைக் குனிந்து எடுப்பது போல், 'என்னால் தாமதமாகி விட்டதா?' என அசடு வழிந்து கேட்டார்.

Maxim Gorky, 'Man's Behaviour when Alone'
Great Essays of all Nations : Two Hundred and Twenty-Nine Essays from all Periods & Countries, F.H. Pritchard (Ed.)

ஆபத்தான முறையில் உருவாக்குங்கள்

❁

ஆல்பர்ட் காம்யூ

கீழைத்தேயத்தில் வாழும் ஒரு புத்திமான், தான் வாழ்வதற்கென்று ஆரவாரம் இல்லாத நிதானமான காலக்கட்டத்தைத் தன்மேல் கருணை சொரிந்து அருளுமாறு இறைவனிடம் வேண்டிக் கொள்வது வழக்கம். நாம் ஒன்றும் அத்தனை விவேகமுடையவர் அல்லர். எனவே இறைவன் நமக்கு உணர்ச்சிப் பிழம்பான ஆரவாரம் கூடிய காலக்கட்டத்தில் வாழும் வாழ்க்கையைத்தான் நிர்பந்தித்துள்ளார்.

இக்கால எழுத்தாளர்களுக்கு இச்சூழல் நன்குத் தெரியும். நாட்டு நடப்புகளில் கவனம் செலுத்தவேண்டிய கட்டாயத்தை உணர்ந்திருக்கிறார்கள். கிளர்ந்தெழுந்து குரல் கொடுத்தால், விமர்சனத்தோடு தாக்குதல்களை எதிர்கொள்ள வேண்டியுள்ளது. கள்ள மௌனம் சாதித்தால், ஏன் குரல் கொடுக்கவில்லை என்ற வசைகளைப் பொறுத்தருள வேண்டியுள்ளது.

இத்தகையப் பெரும் கூச்சலுக்கு மத்தியில், ஓர் எழுத்தாளர் கரையொதுங்கி நின்று தன் விருப்பத்திற்கு உண்டான படிமங்களையும் உருவங்களையும் மீள தக்கவைத்து எழுத முடியாமல் திணறுகிறார். முந்தையக் காலக்கட்டத்தில் இத்தகைய நெருக்கடிகள் இல்லை. தனக்கு ஒன்றில் உடன்பாடு இல்லையென்றால், மக்கள் அமைதியாகக் கடந்துவிடுவர் அல்லது வேறொரு விஷயத்தைப் பற்றி பேச்சு எடுப்பர்.

ஆனால் இப்போது காலம் மாறிவிட்டது. மௌனத்திற்குகூட அர்த்தம் கற்பிக்கிறார்கள். தமக்கு ஒன்றில் அபிப்பிராயம்

இல்லையென்று சொல்வதைக்கூட, பக்கச் சார்புடைய அபிப்பிராயமாகக் கருதுகின்றனர். அதைக்கொண்டு பாராட்டவும் பலிசுமத்தவும் காரணம் தேடும் சூழலில், தனக்கென்று ஓர் அபிப்பிராயத்தை அவசர அவசரமாக வெளிக்காட்டும் நிர்பந்தத்திற்கு ஆளாகிறான், கலைஞன்.

தன்முனைப்பு இன்றி, கட்டாயத்தின் பெயரால் தனக்கென்று ஓர் அபிப்பிராயத்தைச் சூடிக்கொள்ள விளைகிறான். இன்றையக் காலத்தில் கலைஞன் என்பவன், அடிமைக் கப்பலில் ஏற்றப்பட்ட பிணைக் கைதியைப்போல், விருப்பு வெறுப்பின்றி வேலை செய்யும் கட்டாயத்திற்கு உட்பட்டிருக்கிறான்.

தான் பயணம் செய்யும் கப்பலின் கடந்தகால வரலாறு எத்தனை மோசமாக இருந்தாலும்; முதலாளிகளின் எண்ணிக்கை கணக்கில் அடங்காவிட்டாலும்; மாலுமியின் கரங்கள் பழுதுபட்டுக் கிடந்தாலும் எழுத்தாளன் அதைச் சகித்துக் கொண்டு வாழ வேண்டும். நாம் இப்போது நடுக்கடலில் உள்ளோம். எனவே சராசரி மனிதர்களைப்போல், கலைஞனும் துடுப்புக்கு ஏற்ப அசைந்து கொடுத்து முடிந்தவரை தன்னை உயிர்ப்போடு வைத்துக்கொள்ள போராடவேண்டும். வேறு வார்த்தைகளில் சொல்வதானால்: உன் வாழ்கையை வாழ்; அர்த்தமுள்ள படைப்புகளை உருவாக்கிக் கொண்டே இரு!

உண்மையைச் சொன்னால், இதுவொன்றும் அத்தனை எளிதான காரியமல்ல. எழுத்தாளர்கள் முன்பு அனுபவித்த சௌகரியங்கள், ஏன் இப்போது கைக்கூடவில்லை என்று என்னால் எளிதில் புரிந்துகொள்ள முடிகிறது. மாற்றம் சற்றே கொடுமையானது. கடந்த கால வரலாற்று அரங்கில் சிங்கங்களும் தியாகிகளும் சேர்ந்தே இருந்தனர். வறட்டு வரலாற்றுச் சம்பவங்களை மாமிசமாய் நம்பி சிங்கங்களும், நிலைபேறுடைய தேற்றுதல்களை நம்பி தியாகிகளும் உயிர் வாழ்ந்தனர்.

மிகச் சமீபத்திய காலம்வரை, கலைஞன் என்பவன் பார்வையாளர் போலவே அங்கம் வகித்தான். தனக்காகவும் பிறர்க்காவும் பாடல் இயற்றினான். தியாக ஜீவன்களின் ஏமாற்ற வாழ்வைச் சற்றே மடைமாற்றி; சிங்கத்தின் பசியை முடிந்தவரை மறக்கச் செய்வதற்கு தன்னால் முடிந்த பணியைச் செய்தான். ஆனால் இப்போது அவன் வரலாற்று அரங்கில் நிற்கவைக்கப்பட்டுள்ளான். இயல்பாகவே அவன் குரல் ஒடிந்துவிட்டது. முன்பிருந்த வலிமை இப்போதில்லை.

இத்தகு அழுத்தத்தினால் கலையுலகம் எதையெல்லாம் இழக்கப்போகிறது என்று முன்கூட்டியே பார்ப்பது மிகச்சுலபம்.

மொசார்ட் படைப்புகளில் காணப்படுவது போலான சுதந்திரமும் இலகுதன்மையும் முதலில் குறைபடும். ஏன் நம் படைப்புகள் உருவாவதில் சிரமம் ஏற்படுகிறது, சட்டென்று உருக்குலைகிறது என்று மெல்லமாகத் தெரியவரும்.

இதனால்தான் படைப்பிலக்கியவாதிகளைவிடப் பத்திரிகை யாளர்களின் எண்ணிக்கை ஏராளமாக இருக்கிறது. செசான் போன்ற துணிகர ஓவியர்களைவிடப் பத்தோடு பதினைந்தாக இருப்பது சிறப்பென்று கருதுபவர் அதிகம் உலாவுகின்றனர். ‘வார் ஆண்ட் பீஸ்’, ‘தி சார்ட்டர் ஹவுஸ் ஆஃப் பர்மா’ போன்ற நாவல்களின் இடத்தைத் துப்பறியும் கதைகளும் மெல்லுணர்ச்சி கதைகளும் அபகரிக்கின்றன.

இந்த மாற்றங்களைக் கண்டு மக்கள் நிச்சயம் வேதனைப் படுவார்கள். ‘தி பொசஸ்டு’ கதையில் வரும் ஸ்டெபன் ட்ரோஃபிமோவிக்கின் நிஜ உலகக் கதாப்பாத்திரம்போல் மாற்றம் அடைவார்கள். நீங்களும் ஸ்டெபன்போல, உங்கள் நாட்டை எண்ணி வருத்தமடையலாம். ஆனால் இந்தச் சோகவுணர்ச்சி மட்டுமே இப்போதிருக்கும் நிலையை மாற்றியமைக்காது. எனது அபிப்பிராயப்படி, மக்கள் இந்தச் சூழலைப் புரிந்து ஏற்றுக்கொள்ள வேண்டும். பொத்தான் துளையில் பூச்சூடி, கை வைத்த நாற்காலியில் சாவகாசமாக அமர்ந்திருக்கும் மதிக்கத்தக்க கலைஞர்களின் காலம் இப்போது முடிந்துவிட்டது. புதிய சகாப்தம் இதைத்தானே விரும்புகிறது.

இன்றையக் காலத்தில் கலைப்படைப்பை உருவாக்குவது, ஆபத்தைக் கையிலெடுப்பதற்குச் சமானம். நீங்கள் ஒரு படைப்பை வெளியிடும்போது, இக்காலத்தின் மன்னிப்பு இல்லா மேடையில் நின்றுகொண்டு உங்கள் மீது விமர்சன ஒளிக்கதிரைப் படர விடுகிறீர்கள். இது கலையுலகத்திற்கு வேண்டிய படைப்பா, இல்லை நிராகரிக்க வேண்டியதொன்றா என்பதல்ல கேள்வி. இந்த உலகில் எண்ணிலடங்காத நம்பிக்கைகள், தேவாலயங்கள், இன்னும் பற்பல வேற்றுமைகள் குடிகொண்டுள்ளபோதும் கலைப் படைப்பில்லாமல் உயிர் வாழமுடியாதவர்களுக்கும், அதன் முக்கியத்துவத்தைப் புரிந்துகொண்டு வாழ எத்தனிக்கிறவர் களுக்கும் நாம் ஒரு படைப்பை உருவாக்குவதற்கான சுதந்திரம் எங்கிருந்து கிடைக்கிறது என்பதுதான் கேள்வி!

மாகாணத்தின் ஆட்சியதிகாரத்தைக் கையில் வைத்திருப்பவர் களால், ஒரு கலைஞன் மிரட்டலுக்கு உள்ளாகிறான் என்பது ஏற்புடையதாக இல்லை. ஒருவேளை அது உண்மையாய்

இருந்தால், அதற்கு எதிராகச் சண்டை அல்லது சமாதானம் என இரண்டில் ஒருமுடிவை கலைஞன் தேர்ந்திருப்பான். படைப் பாளியிடமே சிக்கல் வலுத்திருப்பதை அறிந்துகொண்டால் ஒழிய, இந்தப் பிரச்சினையின் பூதாகர வடிவத்தைப் புரிந்துகொள்ள முடியாது. கலை மீதான வெறுப்பை இக்காலச் சமூகத்தில் வெளிப்படையாகக் காண்கிறோம். சிலநேரங்களில் படைப்பாளி மட்டுந்தான் அதை உயிர்ப்போடு வைக்கப் போராடுகிறான்.

நமக்கு முன்பிருந்த படைப்பாளிகள், தங்கள் திறமைமீது சந்தேகம் கொண்டனர். ஆனால் இன்று படைப்பே அவசியம்தானா என்று கேள்வி கேட்கத் தொடங்கி, நம் இருப்பின் அவசியத்தைகூடச் சந்தேகிக்கிறோம். ரசீன் போன்ற ஓர் எழுத்தாளர் 1957ஆம் ஆண்டில் உயிரோடு இருந்தால், 'பெரனீஸ்' நாடகத்தை எழுதுவதற்குப் பதில், 'நான்டஸ் பிரகடனம்' பற்றிப் பேசத்தான் துணிந்திருப்பார்.

எழுத்தாளர்கள் தங்கள் படைப்பின் மீது கேள்வி எழுப்புவதற்கு, பல காரணங்கள் உண்டு. சமகால நடப்புகளைத் தன் எழுத்தில் பதிவு செய்யாமல்போவது பெருங்குற்றம் என்றும், அவ்வாறு எழுதும் படைப்பு பிரயோஜனம் அற்றது என்றும் அவர்கள் மத்தியில் ஒரு கருத்து எழுந்துள்ளது. இதுவும் ஒரு முக்கியக் காரணம்!

பெருந்திரள் கூட்டத்தின் போராட்டங்களை மக்கள் செவிமடுத்துக் கேட்கத் தொடங்கியுள்ளனர். ஏழைகளின் துன்பங்களும் நலிந்தோர் படும் இன்னல்களும் முன்பைவிட அதிகம் உற்றுநோக்கப் படுகிறது. இதுவே நம் காலக்கட்டத்தை வேறுபடுத்திக் காட்டுகிறது. நாம் முன்பு மறந்துபோனவர்கள், இன்றும் இச்சமூகத்தில் உயிரோடு இருப்பதை கண்முன் காண்கிறோம். இதனால் பிரபுக்களும் பணக்காரர்களும் நல்லவராகிவிட்டனர் என்று பொருளல்ல. முன்பைவிட மக்கட் பெருந்திரளின் பலம் அதிகரித்துவிட்டது; எவராலும் தவிர்க்க முடியாதவராகிவிட்டனர் என்றுதான் அர்த்தப்படுத்திக் கொள்ளவேண்டும்.

படைப்பாளிகள் சரணடைந்து ஓடுவதற்கு வேறுசில காரணங்களும் உண்டு. சில காரணிகள் உன்னதமானவை அல்ல. அவை என்னவாக இருப்பினும், சொல்லும் கருத்து ஒன்றுதான்: படைப்பாளியின் சுயநம்பிக்கையைத் தகர்த்து, சுதந்திர வெளிக்கான ஊக்கத்தைக் கெடுத்தல். 'தன் அறிவாளுமையை மதித்து அதற்குக் கீழ்படிந்து நடப்பதுதான், பற்றுகோடான பொருள்களிலேயே மகோன்னத மானது' என்று எமர்சன் சொல்வார். பத்தொன்பதாம் நூற்றாண்டில் வாழ்ந்த மற்றொரு அமெரிக்க அறிஞர், 'சுயநம்பிக்கை கொண்ட மனிதருக்கு அரசாங்கம், சமூகம், சூரியன், சந்திரன் முதலாக

நட்சத்திரங்கள் வரை அனைத்தும் சாதகமாயிருக்கும்' என்றார். அத்தகு அசாதாரண நம்பிக்கைமேல் இன்றைக்கு இடி விழுந்து விட்டது. பல சந்தர்ப்பங்களில், தன்மீதும் தான் அனுபவித்து வரும் சலுகைகள் மீதும் எழுத்தாளன் நாணம் கொள்கிறான். கலைஞன் முன்னிருக்கும் பெரும் கேள்விக்கு அவர்களாகவே பதில் சொல்ல வேண்டும்: உண்மையிலேயே கலைப்படைப்பு ஓர் ஏமாற்று வேலையா?

●

இதற்கு நேர்மையான பதில்: ஆம். சில சந்தர்ப்பங்களில் கலைப்படைப்பு, ஓர் ஏமாற்று வஸ்துவாகத்தான் இருக்கிறது. எடுத்துக்காட்டாக, அடிமைக் கப்பலில் முதுகுத் தண்டு ஒடிய கனரகத் தொழில் செய்யும் பல அடிமைகளுக்கு மத்தியில், நட்சத்திரக் கூட்டம் பற்றிப் பாட்டிசைக்கும் ஒருவரை நீங்கள் பார்க்க முடியும். சிங்கத்தால் ஒருவன் வேட்டையாடப்படும் வேளையில், சமூக வாழ்க்கைப் பற்றி கலந்துரையாடும் ஒருவரை அரங்கத்தினுள் எளிமையாகக் கண்டடைய முடியும்.

கடந்தகாலத்தில் சிறப்புப் பெற்று விளங்கிய கலைவடிவம் மீது தாக்குதல்களை முன்வைப்பது எளிதல்ல. இருந்தாலும் உலகம் எவ்வளவோ முன்னேறிவிட்டது. இப்பூமிப்பந்தின் மேல் துன்பத்தில் உழல்பவர்களின் எண்ணிக்கையும் கணிசமாக உயர்ந்து விட்டது. இந்த ரணங்களுக்கு இடையிலும் ஆடம்பர விவகாரங் களைத்தான் கலை முன்னிறுத்தும் என்றால், கலை பொய்யாகத்தான் இருக்கவேண்டும்.

படைப்பாளி பின்னர் எதைப்பற்றிதான் பேசவேண்டும்? சமூகத்தின் பெருவாரியான மக்களுக்கு எது விருப்பமாக இருக்கிறதோ அதைப் பின்தொடர முயற்சித்தால், கலைப்படைப்பு கேலிக்கூத்தாக முடிந்துவிடும். ஒருவேளை சமூகத் தேவைகளை முற்றிலும் நிராகரித்து, தன்னளவில் கற்பனை செய்து ஒரு படைப்பை உருவாக்கினால், மக்கள் அதை நிராகரித்து விடுவர். இவ்விரண்டு வகையிலும் பார்த்தால், ஒருபுறம் கேலிக்கைப் பொருளாகவும், மறுபுறம் சட்டாம்பிள்ளையாகவும் விளங்கும் கலைப் படைப்புகள், எதார்த்த வாழ்க்கையிலிருந்து நழுவி ஓடுகின்றன. கடந்த நூறு ஆண்டுகளாக நாம் வாழ்ந்து கொண்டிருக்கும் சமூகம் பணத்தைக் காட்டிலும், பணத்தின் அருவக் குறியீடுகளால் நிரம்பியுள்ளது.

வணிகச் சமூகத்தில் பொருட்களுக்கான மதிப்பு குறைந்தும், குறியீடுகளுக்கான மதிப்பு மிகுந்தும் காணப்படுவது வழக்கம். நிலம், தங்கம் முதலியவற்றை ஏக்கர், எடை நிகரனுக்குப் பதிலாக,

விற்பனைக்கு உட்படும் பண்டங்களின் எண்ணிக்கை அளவுடன் ஒப்பிட்டால் வணிகச் சமூகத்தில் அது அநியாயமாகப் பார்க்கப்படும் அல்லவா?

குறியீடுகளால் நகரும் சமூகம், தன்னளவில் செயற்கையான அமைப்பைக் கொண்டுள்ளது. மனிதச் சரீரத்தின் உண்மைகூட அங்குச் செயற்கையாகவே கருதப்படும். அப்பேர்பட்ட சமூகத்தில், அப்பழுக்கற்ற ஒழுக்கமுறைக்கு மதம் எனப் பெயர் சூடுவதும், சிறைச்சாலை மற்றும் நீதித்துறை ஆலயங்களில் 'சுதந்திரம்', 'சமத்துவம்' என்ற வாசகங்கள் பொறித்திருப்பதும் ஆச்சரியமான விஷயமல்ல.

முக்கியமான வார்த்தைகளைத் தவறாகப் பிரயோகித்துவிட்டால், மீண்டுமதை அள்ளமுடியாது. இன்றைக்குச் சுதந்திரம் என்ற பதத்திற்கான மகோன்னதம் மிகத் தவறாகப் புரிந்துகொள்ளப் பட்டிருக்கிறது. என்னைப் பொறுத்தவரை மனிதர்களில் இருவகை புத்திசாலிகள் உண்டு - ஒன்று அதி புத்திசாலி, மற்றொன்று மட புத்திசாலி. சில மிடுக்கான புத்திசாலிகள், சுதந்திரம் என்பது முன்னேற்றப் பாதையின் தடைக்கல் எனச் சொல்கிறார்கள். இத்தகைய முட்டாள்தனமான வாதங்கள், ஒரு நூற்றாண்டுக்கால வணிகச் சமூகத்தின் ஒருதலைப்பட்சமான புரிதலின்வழிப் பிறந்திருக்கிருக்கின்றன. சுதந்திரம் என்பது கடமை என்பதற்குப் பதில், உரிமை எனப் பாடம் புகட்டியுள்ளனர். பிறர்மீது ஒடுக்கு முறை கையாள்வதற்காக, சுதந்திரம் என்ற ஆயுதத்தைத் தேவைப் படும் போதெல்லாம் கூச்சநாச்சமின்றிப் பயன்படுத்தியுள்ளனர்.

இம்மாதிரியான சமூகத்தில் கலைப்படைப்புகள் விடுதலைக்கான ஊடகமாய் இல்லாமல், வெற்றுக் கேலிக்கையாகவும் சட்டாம் பிள்ளையாகவும் இருப்பதைக் கண்டு இன்னும் ஆச்சரியப் படுவதற்கு ஏதும் இருக்கிறதா? பணம் தொடர்பான தொல்லைகளும், மெல்லுணர்வு சார்ந்த வருத்தங்களும் நிறைந்த இச்சமூகத்தில், தம் இயங்குவெளி சார்ந்த நாவல்களைக் கொண்டு சில பத்தாண்டுகள் திருப்தி அடைந்தனர். ஆஸ்கர் வைல்ட் சிறை செல்வதற்கு முன்பு, 'எல்லாவற்றையும்விட மோசமானது மேம்போக்கான அறிவு' என்றார். கிட்டத்தட்ட இம்மக்களும் கலை பற்றிய மேம்போக்கான புரிதலைத்தான் பெற்றுள்ளனர்.

ஐரோப்பாவின் நடுத்தர வர்க்கக் கலை உற்பத்தியாளர்கள் (நான் இங்கு கலைஞர்களைக் குறிப்பிடவில்லை) 1900ஆம் ஆண்டுக்கு முன்னும் பின்னும் தங்கள் பொறுப்பிலிருந்து விலகிக்கொண்டனர். பொறுப்புடையவராக இருக்கவேண்டுமானால், சமூகத்திலிருந்து

அந்நியப்பட்டு விலகியிருக்க வேண்டும். (அவ்வாறு சமூகத்தோடு உறவை முறித்துக் கொண்ட சிலர் : ராம்போ, நீட்சே, ஸ்ட்ரின்ட்பெர்க். இதனால் அவர்கள் அனுபவித்த துயரங்களையும் நாம் அறிவோம்)

அச்சமயத்தில் 'கலை கலைக்காத்தான்' என்றொரு கோட்பாடு உருப்பெற்றது. வேறெதன் பொருட்டும் சமரசம் செய்யாமல், கலையின் நிமித்தமே கலைப்படைப்புகள் உருவாக்க வேண்டும் என்ற அறைகூவலை முன்வைத்தது. படைப்பாளியின் பிரித்தியேக இன்பத்திற்காக உருவாக்கப்படும் படைப்புகளில், செயற்கையான தன்னலம் பேணும் சமூக அமைப்பே வெளிப்பட்டது. குறுகிய மக்கள் கூட்டத்தை மனத்திலிறுத்தி இயற்றப்படும் இப்படைப்புகள், நிஜவுலகத்தின் அத்தனைப் பிணைப்புகளில் இருந்தும் அறுபட்டன.

எனவே இதுபோலான படைப்புகள் வெகுசிலரை வேண்டுமானால் திருப்திப்படுத்தலாம், பெரும்பாலான கலை ரசிகர்களைச் சிதைக்கும் அபாயம் உண்டு. இறுதியில் சமூகத்துடனான எல்லாத் தொடர்புகளையும் அப்படைப்பு முறித்துக்கொள்கிறது. அதை உருவாக்கிய படைப்பாளி, புகழ்பெற்றவராக இருந்தாலும் இனி தன் சொச்ச வாழ்வை ஏதிலியாக தனிமையில் வாழவேண்டும். பத்திரிகை, ரேடியோ போன்ற ஊடகங்களின் வழி தன் நாட்டு மக்களுக்கு அவர் அடையாளம் காட்டப்படலாம்.

ஒரு கலைப்படைப்பு குறிப்பிட்ட மையம் சார்ந்த பிரித்தியேகப் பொருளாக இருந்தால், அதைப் பிரபலப்படுத்துவதற்கான தேவை அதிகம் உண்டு. எனவே இலட்சக்கணக்கான மக்கள், நம் காலத்தின் மகத்தான படைப்பாளிகளை நாளிதழ் செய்திகளில் கேனரி பறவையை வளர்ப்பவராகவும், ஆறு மாதத்திற்குள் திருமண உறவை முறித்துக் கொண்ட யாரோ ஒருவராகவுமே அறிந்து கொள்கின்றனர்.

படைப்பாளியின் எழுத்துக்களை வாசித்துப் புரிந்துகொள்வதற்கு முன்பே, அவரைப் பற்றிய தூற்றுதல் - போற்றுதல்களை வைத்து எடைபோடும் சூழல் இன்று நிலவுகிறது. இப்படித்தான் எழுத்தாளர்கள் இன்று உலகறியப்படுகின்றனர். ஓர் எழுத்தாளர் இச்சமூகத்தில் வெற்றிபெற விரும்பினால், புகழ்ச்சி பெறுவது அவராக இருக்காது. அவர் பெயரைத் தாங்கிய வேறொருவராக இருக்கும். அந்நபர் ஒருகட்டத்தில் எழுத்தாளரின் சுயபிம்பத்தைக் காலி செய்வதோடு, அவருள் உறைந்திருக்கும் அசல் எழுத்தாளரையே ஒருநாள் கொலை செய்ய நேரும்.

19, 20ஆம் நூற்றாண்டில், வணிக நோக்கம் கொண்ட ஐரோப்பியக் கண்டத்தில் உருப்பெற்ற அனைத்துமே, கிட்டத்தட்ட இலக்கியம் போல அக்காலச் சமூகத்திற்கு எதிரான உருவம் கொண்டதில் ஆச்சரியம் இல்லை. பிரெஞ்சுப் புரட்சிக்கு முன்புவரை, இலக்கியத்தில் புதுமைகள் ஏற்படவில்லை. சமூக ஓட்டத்திற்கு ஒத்திசைவான படைப்புகளே வெளிவந்தன. பிரெஞ்சுப் புரட்சிக்குப் பின்பு, நடுத்தர வர்க்கத்தினரின் பலம் அதிகரிக்கத் தொடங்கியது. இயல்புக்கு மாறாக, புரட்சி இலக்கியங்கள் வளர்ச்சிப் பெற்றன.

ஃபிரான்ஸில் வழக்கமான இயங்கு நெறிகள் பல்வேறு குழுக்களால் தூக்கியெறியப்பட்டன. கற்பனாவாதிகள், ராம்போ போன்ற புரட்சிகர இலட்சியம் கொண்டவர்கள் அதற்கெதிராகக் கலகம் செய்தனர். விக்னி, பால்சாக் போன்ற எழுத்தாளர்கள் பிரபுத்துவக் கொள்கையைச் செயலாக்குவதில் சிக்கிக்கொண்டனர். நாகரிகச் சமூகத்தின் இரு அங்கத்தினரும் (பொதுமக்கள் மற்றும் பிரபுக்கள்) தங்கள் காலத்தில் இயங்கிய செயற்கைச் சமூகத்தைக் கூட்டுச் சேர்த்துக் கண்டித்திருக்கிறார்கள்.

இந்நீண்ட எதிர்ப்புப் பிரச்சாரம், பலகாலம் தொடர்ந்தது. இதனால் யாதொரு பிரயோஜனமும் ஏற்படவில்லை. பொருளாதார முக்கியத்துவம் வாய்ந்த சமூகத்தைப் புறக்கணிப்பதால்தான், ஒரு கலைஞன் உன்னத நிலையை அடைகிறான் எனும் கருத்து நிலவியது. விக்னி எழுதிய சாட்டர்டன் இதற்கொரு மிகச்சிறந்த எடுத்துக்காட்டு. தொடக்கத்தில் இக்கருத்து சரியென்பதுபோல இருந்தது. பொருள் மைய சமூகத்தில் அசல் கலைஞனால் சமரசம் அடைய முடியாது எனச் சொன்னாலும், கண்மூடித்தனமாக எல்லாவற்றையும் ஒரு கலைஞன் நிராகரிக்க முடியாது என்பதால் இக்கருத்தோட்டம் உடைந்துபோனது.

பல எழுத்தாளர்கள் தனித்துவ அங்கீகாரத்தின் பின்னால் ஓடி அலைகின்றனர். அங்கீகாரம் கிடைக்காவிட்டால் குற்றவுணர்வு சூழ்கிறது. கைத்தட்டல்களும் விமர்சனங்களும் ஒரே தட்டில் பரிமாறப்பட வேண்டும் என விரும்புகின்றனர். ஆனால் இச்சமூகம் சோர்வடைந்து விட்டது. கலைப்படைப்பின் மீது ஆர்வம் குறைந்து விட்டது என்றும் சொல்லலாம். எனவே கைத்தட்டும் ஓசையும், விமர்சனக் குரலும் மிக அரிதாகவே கேட்கின்றன. இதன் காரணமாக, தன்னைக் கவர்ச்சியாக வைத்துக்கொள்ள இன்றைய அறிவுஜீவிகள் பெரிதும் மெனக்கெட்டு வேலை செய்கின்றனர்.

கலை மரபு உட்பட எல்லாவற்றையும் நிராகரிப்பதால், தற்காலப் படைப்பாளி தனக்கென்று ஒரு சட்ட விதிகளை

ஏற்படுத்திக்கொண்டு, தானே கடவுள் என்பதுபோல கருதுகிறான். தனக்கான நிஜத்தைத் தானே உருவாக்க முடியும் என நம்புகிறான். ஆனால் சமூகத்தில் இருந்து பிரிந்து வரும்போது, அவன் உருவாக்கும் படைப்புகள் அருவமாக, சலிப்பூட்டும்படி அமைகின்றன.

வாசிப்பு அனுபவமாக அவை நம்முள் தாக்கம் உண்டாக்கினாலும், அசல் படைப்பை அணுகும்போது ஏற்படுகின்ற விதிர்விதிர்பு தோன்றவில்லை; மக்களை ஒருங்கிணைக்கும் கலையம்சம் துளியும் இல்லை. சுருக்கமாகச் சொன்னால், நவீனப் படைப்பாளிகளின் நுணக்கமான எழுத்துக்களும் அருவமான அம்சங்களும் டால்ஸ்டாய், மோலியர் போன்றோரின் எழுத்துக்களோடு ஒப்பிட்டால் பன்மடங்கு வேறுபடுகின்றன. உழவோட்டிய நிலத்தின் வளமான மண்ணைப்போல் செம்படைப்புகள் இருக்கும் வேளையில், காணாத கோதுமையைக் கோட்டை எழுப்பி சேகரிப்பதுபோல் நவீனப் படைப்புகள் உருவாகின்றன.

இதுபோன்ற நேரங்களில் நம்மை ஏமாற்றும் வஞ்சகப் பொருளாகக் கலைப் படைப்புகள் தோற்றமளிக்கும். எனவே மக்கள், குறிப்பாகக் கலைஞர்கள், அழகியல் படைப்புகளை விட்டொழித்துவிட்டு உண்மையைப் பதிவு செய்யக் கவனம் குவிப்பார்கள். படைப்பாளி என்பவன் ஏகாந்த சிந்தனையில் வாழ்பவன் அல்ல, பெருந்திரள் மக்கள் கூட்டத்தின் உணர்ச்சியைப் பிரதிபலிக்கும் ஊடகமாய் செயலாற்ற வேண்டியவன் என்பதை விரைவில் உணரத் தொடங்குவார்கள்.

கலை கலைக்கானது என்று அவர்கள் நம்பி வந்த தத்துவத்தைச் சாமானிய மக்களிடம் எளிதில் உணர்த்த முடியாது. எனவே ஒரு கலைஞன் மக்களுக்குப் புரியும் மொழியில் பேசவேண்டும் என்று விரும்பினார்கள். சகலரும் அனுபவிக்கும் வலி, இன்பம், நிராசைகளை எல்லோருக்கும் புரியும் மொழியில் படைத்துக் கொடுத்தால், உலகின் மூலை முடுக்குகளில் உள்ள ஒவ்வொருவருடனும் அவ்வெழுத்தாளன் உரையாடல் நிகழ்த்த முடியும் என்று நம்பினார்கள். இம்மாதிரியான உலகளாவிய தொடர்பைத்தான் ஒவ்வொரு கலைஞனும் விரும்புகிறான்.

எழுத்தாளன் தனிமையை விரும்புபவன் என்று பலர் கருதுகின்றனர். ஆனால் அதற்கு மாறாக, எழுத்தாளன் மட்டுந்தான் தனிமையை அனுபவிக்கும் உரிமை அற்றவன் என்று நான் கருதுகிறேன். கலை ஒன்றும் கலைஞனுக்காக உருவாக்கப்படுவது அல்ல. தற்காலத்தில் வாழும் மக்களுக்குக் கலைஞன் பேச விரும்புபவை

புரிந்துபடாமலும் அசிரத்தையாகவும் இருப்பதால், பெரிய அடியெடுத்து வைத்து எதிர்வரும் சந்ததியுடன் அவன் உரையாடல் நிகழ்த்துகிறான். ஒருவேளை எதிர்வரும் தலைமுறைக்கும் அவன் பெயர் அந்நியமாகிப்போனால், தாம் செய்ய நினைப்பதைச் செய்துகொண்டுதான் இருப்பான். இதுதான் தனிமையை விரும்பும் கலைஞனின் நிலை.

எல்லோருடனும் உரையாடல் நிகழ்த்த விரும்பும் கலைஞன், அனைவருக்கும் பரிட்சயமான விஷயங்களைத் தொட்டுப் பேச வேண்டும். கடல், மழை, ஆசை, தேவை, மரணப் போராட்டம் என்று எல்லோரின் அனுபவத்தையும் எழுத்தில் கொண்டுவர வேண்டும். இவைதான் நம்மை ஒன்றிணைக்கின்றன. மனிதர் களுக்கு இடையே கனவுகள் மாறுபடலாம்; ஆனால் காட்சிகள் மாறாது. நாம் வாழும் உலகம் அனைவருக்கும் ஒன்றுதான். படைப்பாக்க எழுத்துலகின் சாகசமூட்டும் பயணத்தில், யதார்த்தவாத உலகத்தைக் கலைஞன் புரிந்துகொள்ள வேண்டும்.

எனவே யதார்த்தமாக வாழத் தொடங்குவோம். இல்லையெனில் அதற்கான முயற்சிகளை முன்வைப்போம். 'யதார்த்தவாதம்' என்ற சொல்லுக்குப் பின்னால் உண்மையிலேயே அர்த்தம் இருக்கிறதா எனத் தெரியவில்லை. கலையுலகில் யதார்த்தவாத கொள்கை ஒத்துப்போகுமா என்று நமக்குள் கேள்வியெழுப்பி விடைகாண வேண்டும். 19ஆம் நூற்றாண்டு இயற்கை ஆர்வலர்கள், உண்மைக்கு நெருக்கமான படைப்புதான் கலை என்று அறுதியிட்டுச் சொல்லியிருக்கிறார்கள்.

புகைப்படத்தை ஓவியத்தோடு ஒப்பிடும் முயற்சி இது. புகைப்படக் கலைஞர் உள்ளதைப் பிரதிபலிக்கிறார்; ஓவியக் கலைஞர் தேர்ந்தெடுத்து வெளிக்காட்டுகிறார். ஆனால் இரண்டிலுமே வெளிப்படும் பொருளும் உண்மையும் என்னவாகின்றன? சிறந்த புகைப்படம்கூட, அசலான பிரதிபலிப்பு என்று சொல்லிவிட முடியாது. உண்மைக்குச் சமீபமான முயற்சி என்றே மதிப்பிட முடியும். நிஜ உலகில் வாழும் மனிதனைக் காட்டிலும் உண்மையான ஒன்று என்னவாக இருக்கும்? யதார்த்தச் சினிமாவை விஞ்சி நிற்கும், அசலான உலக வாழ்வை நம்மால் எங்ஙனம் பதிவு செய்ய முடியும்?

அத்தகைய சினிமாக்கள் உருவாகச் சாத்தியப்பாடுகள் உண்டா? வெறும் கற்பனையான சூழலில் மட்டும்தான் அப்பேர்ப்பட்ட திரைப்படங்கள் உருவாகும். நான் சொல்வதைக் கற்பனை செய்துபாருங்கள்: ஒரு மனிதரைச் சகல கோணத்திலும் இருந்து

சரியாகக் காட்சிப்படுத்தும் அதி நூதனப் புகைப்படக்கருவி ஒன்று உள்ளது. அவரின் ஒவ்வொரு செயல்பாடுகளையும் அக்கருவி படம் பிடிக்கும். இரவுப் பகல் பாராமல், தொடர்ச்சியாக இயங்கிக் கொண்டிருக்கும். ஆனால் அந்தப் படத்தைப் பார்த்து முடிக்க, தன் ஆயுள் முழுவதையும் செலவு செய்யத் தயாராக உள்ள ஒருவர் வேண்டும். மற்றொருவரின் யதார்த்தமான முழுவோட்ட வாழ்க்கையும், ஒன்றுவிடாமல் பார்க்க விரும்புவோர் இந்நிபந்தனைக்குக் கட்டுப்பட வேண்டும்.

ஒருவேளை நாம் கற்பனை செய்ததுபோல் இத்திரைப்படம் உருவானால் கூட, இதை நாம் உண்மைக்கு நிகரான யதார்த்தப் படைப்பு எனச் சொல்ல முடியாது. நாம் புரிந்துகொண்ட காரண காரிய, சூழல் சந்தர்ப்பங்கள் மட்டுமே இயல்பு வாழ்க்கை அல்ல. சமூகத்தில் வாழும் எந்தவொரு தனி நபரின் வாழ்க்கையும் வேறு சிலரின் வாழ்க்கையோடு தொடர்புடையது. தன் நேசமானவர் களோடு அவர் தக்கவைக்கும் உறவு, நண்பர், காவலர், ஆசிரியர், பதுங்கு குழியில் வாழும் மறைமுகத் தோழர்கள், அடித்தளமிட்ட உதவியாளர்கள், யோசனை சொன்னவர்கள், சர்வாதிகாரிகள் என்று அவரின் வாழ்வைச் செதுக்கிய பலரின் பிம்பத்தையும் அப்படத்தில் காட்சிப்படுத்த வேண்டும். தனி ஒருவரின் வாழ்வைப் புரிந்கொள்ள அவரைச் சார்ந்தவர்களே உசாத்துணையாக இருப்பார்கள். அவர்குறித்த புரிதலை அதிகப்படுத்துவார்கள். இதுபற்றி மேலும் சிந்தித்தால், யதார்த்தவாத திட்டம் குழப்பமூட்டுவதோடு நம்பத்தகாத தரவாக உருவமெடுக்கும்.

உண்மையில் ஒரே ஒரு திரைப்படம்தான் யதார்த்தமானது: ரகசி புகைப்படக் கருவிமூலம் உலக மேடையை எந்நேரமும் நமக்குக் காட்சிப் படுத்திக் கொண்டிருக்கும் திரைப்படம் அது. ஒருவேளை கடவுள் என ஒருவர் இருந்தால், அவர்தான் அதில் கதாநாயகர். மற்றெல்லோரும் யதார்த்தத்திற்கு அப்பாற்பட்டவர்கள். இதன் காரணமாக பூர்ஷ்வா சமூகத்தையும் முறையான கலைப்படைப்பு களையும் வெறுத்து, யதார்த்தம் - யதார்த்தமென்று உண்மைப் படைப்புகளுக்குப் பின்னால் அலையும் கலைஞர்கள் மிகப்பெரும் மனக்குழப்பத்திற்கு ஆளாகின்றனர். யதார்த்தத்தை அடைய வேண்டும் என விரும்பினாலும், அது கைகூடுவதில்லை. தம் எழுத்து யதார்த்தம் ஒட்டிய படைப்பாக இருக்க வேண்டும் என மெனக்கெடும் அதே சமயம், தனித்துவமாக இருக்கவேண்டும் என்றும் முயற்சிச் செய்கின்றனர்.

ரஷ்யப் புரட்சியின் தொடக்கக் காலத்தில் உருவான துன்பியல் மற்றும் அழகியல் படைப்புகளில் இந்த இரண்டகக் குழப்பம்

வெளிப்படுகிறது. ப்ளாக், பேஸ்டர்நாக், மையாகோவ்ஸ்கி, எஸனைன், ஐசன்ஸ்டைன் உட்பட சிமெண்ட் மற்றும் ஸ்டீல் நாவல்களின் ஆசிரியர்களும் இதற்கான மிகச் சிறந்த எடுத்துக் காட்டுக்கள். புதுப்புது வடிவங்களும் உள்ளடக்கப் பொருண்மை களும் இவ்வேளையில் பன்மடங்கு பெருகின. இவை மேலாய்வுக்கான களங்கள்.

முழுமுதல் யதார்த்தவாதக் கருத்தியலுக்குச் சாத்தியம் இல்லை யென்றாலும் பகுதி அளவிலாவது அதற்கான சாத்தியங்களை அவசியம் ஆராய வேண்டும். இச்சூழலில் சர்வாதிகாரம் ஒன்றை வெளிப்படையாகச் சொல்கிறது: சமதர்மவாதத்தை அப்பட்டமாக ஏற்றுக்கொள்ளும் வரை, யதார்த்தவாதம் நேரிடை அவசியமானது என்று அவர்கள் சொன்னார்கள். இதற்கு என்ன அர்த்தம்? யதார்த்தம் என்பதற்கு 1800களில் இருந்து இவர்கள் சொல்லிவரும் கருத்தைத் தேர்வு செய்து மறுக்க வேண்டும். உலகின் கண்களுக்கு எதைக் காட்சிப்படுத்த வேண்டும் என்றொரு கொள்கை உருவாக்குவதே இதற்கான விடை. இப்போதிருக்கும் யதார்த்தச் சமூகத்தில் அக்கொள்கை தட்டுப்படுவதற்கான தடயங்கள் இல்லை; எதிர்வரும் காலத்தில்தான் அவை உருவாக்கப்பட வேண்டும். ஒரு கருத்தாக்கம் என்னவாக இருக்கிறது என்று வெளிப்படுத்தும் போதே, அது என்னவாக மாறும் என்பதையும் சொல்ல வேண்டும். சுருங்கச் சொன்னால் சமதர்ம யதார்த்தம் என்பது, இப்பூமியில் இன்னும் தோற்றம் பெறாத விஷயத்திற்கு உருவம் கொடுத்துச் சொல்வது எனலாம்.

இந்த முரண்பாடு சற்று வியப்பாக இருக்கிறது. ‘சமதர்ம யதார்த்தவாதம்’ எனும் சொல்லாக்கமே முரணாகத் தெரிகிறது இல்லையா! யதார்த்தத்தில் சமதர்மம் இல்லாதபோது, சமதர்ம யதார்த்தவியலுக்கு மட்டும் எங்கிருந்து வாய்ப்பு உருவாகும்? கடந்த காலத்திலோ நிகழ் காலத்திலோ கூட, சமதர்மச் சூழல் இங்கு யதார்த்த வாழ்வில் நிகழ்ந்தேறவில்லை. இதற்கு என்னதான் வழி? விடை மிகவும் எளிது: இன்றும் நாளையும் நிகழ்வில் உள்ள யதார்த்தத்திலிருந்து பாடம் கற்றுக் கொண்டு, அதை அப்படியே எதிர்காலத்திற்குக் கடத்துவோம். நாளைய நகரம் நம்பிக்கையுடையதாய் மாறும்.

ஒருபுறம் சமதர்மக் கோட்பாட்டுக்குள் அடங்காத யதார்த்தவியல் நுட்பங்களை விமர்சித்து மறுப்போம். மறுபுறம் சமதர்ம லட்சியங்கள் ஈடேறுவதற்கான வழிமுறைகளைச் சுட்டிக் காட்டுவோம். இறுதியில் இது வில்லன் - கதாநாயகன் எனும்

அமைப்பில் ஒரு நீதிபோதனை கதைபோன்ற படைப்பை உருவாக்கி, அதன்மூலம் குறிப்பிட்ட செய்தியைப் பகிர்வதில் போய் நிற்கும். இருப்பினும் ஏழை - செல்வந்தன் யதார்த்தவியல் பாகுபாட்டை வெளிக்காட்டுவதைவிட இவை மேலானது. எனவே நகைப்பாக இருந்தாலும், இந்தப் படைப்புகள் அதீத யதார்த்த நீரோட்டத்தில் கலக்காதவரை சமதர்வியல் படைப்பாகவே கருதப்படும்.

யதார்த்தவியல் படைப்பாக்க முயற்சியில், இவ்வழகியல் படைப்பு மற்றுமொரு புதிய இலட்சியவாதத்தைத் தோற்றுவிக்கும் நிலைக்கு ஆட்படுகிறது. பூர்ஷ்வாக்களின் இலட்சியவாதம் சமூக வாழ்விற்குப் பயன்தராதது போல, உண்மைக் கலைஞனுக்கும் இதனால் பயன் விளையாது. யதார்த்தம் மகோன்னதமானது என்று கொண்டாடினாலும், பின்னர் அதை எளிதில் தூக்கியெறிவார்கள். கலையின் மதிப்பு குறைந்துபடும். சமூகத்தின் சேவகனாகவும், அடிமையாகவும் கீழ்நிலைக்குத் தள்ளப்படும். இயல்பு வாழ்க்கையைப் பற்றி அதிகம் விவரிக்காத, யதார்த்தத்தில் இருந்து நழுவி ஓடுபவரைத்தான் இனி உண்மையான யதார்த்தக் கலைஞன் எனச் சொல்வார்கள். மற்றுள்ளவர்கள் பலமான விமர்சனத்தை எதிர்கொள்வர். மக்களால் கொண்டாடப்படும் மேற்சொன்ன யதார்த்தக் கலைஞனும், இவ்விமர்சனங்களுக்கு ஒத்துழைப்புத் தருவான். பூர்ஷ்வா சமூகத்தில், ஓர் எழுத்தாளனின் புகழ்ச்சி அவன் எழுத்து மக்களால் வாசிக்கப்படாததிலும், புரிந்துகொள்ள முடியா தன்மையிலும் இருந்தது. ஆனால் சர்வாதிகாரச் சமூகத்தில், மற்றவர்களைப் படிக்க விடாமல் தடுப்பதில் அப்புகழ்ச்சி ஒளிந்துகொண்டிருக்கிறது. மீண்டும், அசலான கலைப்படைப்பு ஊமையாக்கப்பட்டுக் குழப்ப கதியில் நிற்கவைக்கப்படுகிறது. படைப்பின் மூலம் எழுத்தாளன் உரையாட வேண்டும் என விரும்பிய மக்களே, அது நிகழ்ந்தேற முடியாமல் முட்டுக் கட்டையாக நிற்கின்றனர்.

இத்தகு பெரும் அச்சுறுத்தலை எதிர்கொள்ளும் போது, சமதர்ம யதார்த்தவியல் எனும் கோட்பாடு கலைச் சமூகத்துடன் ஒத்திசைந்து போகவில்லை என்பதை ஒப்புக்கொள்வதே எளிமையான விடையாக இருக்கும். சீர்திருத்த மனப்பான்மை கொண்ட புரட்சியாளர்கள், மற்றொரு விதமான அழகியலை நோக்கி தன் தேடுதலைத் தொடங்க வேண்டும். இக்கோட்பாட்டைப் பாதுகாக்கத் துடிப்பவர்கள், இவையன்றி ஒரு படைப்பும் உருவாகாது என்பார்கள். இந்தக் கூச்சல் எப்போதும் நீடிப்பதுதான்.

ஆனால் உண்மையிலேயே அவர்கள் இந்தக் கோட்பாட்டை இப்படித்தான் உள்வாங்கியிருக்கிறார்களா? என்றால், இல்லை என்றுதான் நான் திடமாக நம்புகிறேன். கலையியல் குணங்களை இரண்டாம் பட்சமாகக் கருதி, புரட்சிகரக் கருத்துகளுக்கு முதல் இடம் அளிக்கும் மனப்பான்மை அவர்களிடையே மேலோங்கி யிருக்கும். இதை வெளிப்படையாக ஒப்புக்கொண்டால், அவர்தம் உரையாடல் சாரமற்றுப் போகும்.

பல்லோரின் வருத்தத்திற்கும் கலைஞனின் விஷேசச் சலுகைக்கும் இடைப்பட்ட வெளியில் பெரும் தியாகம் செய்து துன்பப்படும் மக்களின் உணர்வைப் புரிந்துகொள்வதோடு, நான் அதற்கு மதிப்பளிக்கவும் தலைப்படுகிறேன். இந்த மக்கள் வறுமையால் மௌனிக்கப்பட்டவர்களுக்கும், சுதந்திரமாகத் தம்மை வெளிப்படுத்திக் கொள்பவர்களுக்கும் உள்ள நியாயமற்ற வித்தியாசத்தை நிராகரிக்கின்றனர். இத்தகு சூழலில், நாம் ஒன்று சொல்ல முயல்வது அர்த்தப்பூர்வமாக இருக்கும்: படைப்புச் சுதந்திரத்தை உதறித்தள்ளுவதுதான் அடிமைத்தனத்தைப் போக்க சரியான வழி எனச் சொல்ல முடியாது. எல்லோருக்காகவும் பேசும் உரிமையைப் பெறும் வரை, ஒருசிலருக்காக நிலைத்திருக்கும் பேசும் உரிமையை இழப்பது முட்டாள்தனமானது எனத் தோன்றுகிறது.

சமதர்வியல் யதார்த்தம், அரசியல் யதார்த்தவியலோடு ஒத்துப் போவதை நிச்சயம் ஒப்புக் கொள்ள வேண்டும். கலைக்கு அந்நியமான ஒன்றின் பொருட்டு, கலையைத் தியாகம் செய்ய இவை தீர்மானிக்கின்றன. இதன்மூலம் கலைக்கான மதிப்பு உயர்வதாகத் தெரியலாம். ஆனால் உண்மையில், நீதியை நிலைநாட்டுவதற்காகக் கலைத்தன்மையை இவை தற்காலிகமாய் தள்ளிவைக்கின்றன. நீதி வென்றெடுக்கப்பட்டால் மட்டுமே, கலையியல் பண்பு தலைக்காட்டும். இது கிட்டத்தட்ட முட்டை உடைபடாமல் ஆம்லெட் செய்ய முடியாது எனும் நியதியைச் சொல்வதுபோல் இருக்கும்.

எனினும் நாம் இந்த நியாயமான கருத்தோட்டம் நம்மை முட்டாளாக்க விடக்கூடாது. ஆயிரம் முட்டைகளை உடைத்தால் மட்டும் ஆம்லெட் சமைத்துவிட முடியாது. வெறும் உடைபட்ட முட்டை ஓடுகளை வைத்து, சமையல் கலைஞரின் திறமையை எடைபோட முடியாது என்று நாம் நம்புகிறேன். அதற்கு அவர் சமைத்த பதார்த்தத்தையும் ஒருமுறை பார்க்க வேண்டும். நம் காலத்தின் கலைஞர்கள், தாம் நினைத்தைக் காட்டிலும் அதிக

அளவிலான முட்டைக் கூடைகளை சேதப்படுத்திவிட்டால், நமக்கான 'ஆம்லெட்' ஒருபோதும் சிறப்பாக இருக்காது. அதுபோல் நாம் காண விரும்பும் கலைப் படைப்பை ஒருபோதும் மீட்க முடியாது. காட்டுமிராண்டித்தனம் தற்காலிகமானதல்ல. அது தொடர்ந்துகொண்டே இருக்கும்.

கலை மீதான பார்வை குறைபட்டு, நாம் அதை ஒதுக்கித் தள்ளும்போது காட்டுமிராண்டித்தனம் மேலோங்குகிறது. மக்கள் இதை அதிகம் புரிந்துகொண்டதாய் தெரியவில்லை. அகோரத் தனத்தால் மனிதர்கள் சிந்திய ரத்தம் முக்கியத்துவமற்ற இலக்கியங் களையும், மெத்தனம் நிறைந்த ஊடகங்களையும், வெறுப்புணர்வு தூண்டும் நாடகங்களையும் உருவாக்கின. இத்தகையச் சந்தர்ப்பத்தில், வெளிப்புற அழுத்தத்தினால் தூண்டப்பட்ட நம்பிக்கை ஒளியாகக் கலைப்படைப்புகள் காட்சிபெறும். ஆனால் அதுவொரு தேவையற்ற சௌகரியம்; படு அபத்தமான பொய்.

இதில் என்ன ஆச்சரியம் இருக்கிறது? மனித மனங்களின் வலி எல்லையில்லாதது. கீட்ஸ் போன்று மெல்லுணர்ச்சியைப் படைப்பாக்க முடியும் ஒருவரைத் தவிர்த்து அதை நேரிடையாகப் படைத்தவர் எவரும் இல்லை. அவர் அந்த வடுக்களைத் தன் கையால் தொட்டுப் பார்த்திருக்கக் கூடும். கட்டுப்பாடான சூழலில் எழுதப்பட்ட இலக்கியங்கள், மனித வலிகளைத் தேற்றுதலால் தணிக்கும்போது, 'கலை கலைக்கானது' என்னும் பொய் அதற்குப் பொறுப்பேற்றுக்கொண்டு, தீமையற்றதுபோல் நடந்து கொள்கிறது.

மனிதச் சமூகத்தின் இன்றைய துயரங்களை ஒரு யதார்த்தப் பொய் ஒப்புக்கொள்கிறது. எதிர்காலத்தில் வரும் எல்லையில்லா மகிழ்ச்சியின் மகிமையை மேம்படுத்திச் சொல்ல, துன்ப நிலையை அதிகரித்துக் கூறுகின்றனர். உண்மையில் எதிர்வரும் மகிழ்ச்சியைக் காண எவரும் உயிரோடிருக்கப் போவதில்லை. இதனால் எதிர்காலத்தின் மீது பலவித வஞ்சனைகள் ஏற்படுகின்றன. அழகியல் குறித்து வெகுகாலமாக முரண்பட்ட இரு கருத்தாக்கங்கள் உள்ளன. ஒன்று, யதார்த்த வாழ்க்கைக்குத் தொடர்புடைய அனைத்தையும் நிராகரித்தல்; மற்றொன்று, யதார்த்த வாழ்விற்கு உட்படாத அனைத்தையும் நிராகரித்தல். ஆச்சரியமூட்டும் வகையில் இவ்விரண்டுமே ஒற்றைப் பொய்யினால் சமாதானம் கொள்கின்றன. வலதுசாரிகளின் சம்பிரதாய முறைமை துயர நிலையை மறுக்கின்றன; இடதுசாரிகளின் சம்பிரதாய முறைமை முறைமுகக் காரணங்களுக்காக அதை ஆதரிக்கின்றன. ஆனால்

இரண்டு வழக்கிலுமே கலை நிராகரணம் செய்யப்படும் போது, துயரநிலை அதிகரிக்கத்தான் செய்கிறது.

●

பொய்தான் கலையின் சாரம் எனச் சொல்வது சரியாகுமா? இல்லை, நான் சொன்ன சில அணுகுமுறைகள் பொய்யானதற்குக் காரணம், கலையோடு அவை தொடர்பு கொள்ளாமைதான். சரி, கலை என்றால் என்ன? அதற்கு விடையளிப்பது சுலபமான காரியமல்ல. எல்லாவற்றிற்கும் சுலபமான பதில் எதிர்ப்பார்க்கும் மக்களிடையே, கலையின் வரையறையைச் சொல்வது சுலபமான காரியமல்ல. மக்கள் ஒருபுறம், மேதாவிகள் அதி அற்புதமாகவும் தனிமையிலும் இருக்கவேண்டும் என எதிர்ப்பார்ப்பார்கள்; மற்றொருபுறம் சாதாரண மனிதனைப் போல் ஏன் இல்லை என வருத்தப் படுவார்கள். யதார்த்தம் மிகச் சிக்கலானது. பால்சாக் மிக அழகாகச் சொல்வார்: 'மேதாவி எல்லோர் போலவும் இருக்கிறான். ஆனால் எவருமே அவன் போலில்லை.' கலையும் அப்படித்தான். அதற்குள் யதார்த்தம் வேண்டும். யதார்த்தமின்றிக் கலை ஒன்றுமில்லை. உண்மையில்லாமல் படைப்பு இயங்குமா, யதார்த்தத்தை எப்படிப் பரிமாறுவது? கலைஞன் தனக்கான பொருண்மையை எத்தனைச் சிரத்தையோடு தேர்வு செய்கிறானோ, படைப்பும் அவனை அங்ஙனம் தேர்வு செய்கிறது. ஒருவகையில் உலகியல் நிரந்தரமற்ற தற்காலிகங்களுக்கு எதிராகவும், அரைகுறைக்கு எதிராகவும் செய்யப்படும் கலகம்தான் கலை.

தன்னுள் உறைந்திருக்கும் மனக்கிளர்ச்சியை மட்டுப்படுத்தாமல், மாற்று வடிவத்தில் யதார்த்தத்தைப் புரிய வைப்பதே கலையின் நோக்கம். அவ்வகையில் நாமெல்லோருமே யதார்த்தவாதிகள் தான். ஆனால் அது வெவ்வேறு சமயங்களில் வெளிப்படுகிறது. கலை இவற்றை ஏற்கவோ மறுக்கவோ இல்லை. ஆனால் ஒரேயொரு சமயத்தில் மட்டும் இரண்டும் நிகழ்கின்றன. அதனால்தான் இதைக் கிழித்தெறிவதும், மீளப் புதுப்பிப்பதும் தொடர் வேலையாய் நிகழ்ந்து கொண்டிருக்கிறது. கலைஞர்கள் நிச்சயமற்ற நிலையிலேயே எப்போதும் வாழ்கின்றனர். யதார்த்தத்திற்கு மறுப்பு சொல்ல இயலாவிட்டாலும், அதன் முழுமையடையாத பாகங்கள் மீது கேள்வி எழுப்பிக்கொண்டே இருப்பார்கள்.

ஓர் ஓவியர் படம் வரைய ஆசைப்பட்டால், அவருக்கும் அவர் வரைய விரும்பும் ஆப்பிள் பழத்திற்கும் இடையே சுமூகமான புரிதல் அவசியம்; இருவரும் எதிர்ப்பட்டுப் பார்த்துக்

கொள்ளவேண்டும். உலகின் ஒளி உருவங்களை அர்த்தப்படுத்து கிறது. அவ்வுருவங்கள் உலகம் பற்றிய புரிதலை அதிகப்படுத்து கின்றன. நிஜ உலகின் வெளிச்சத்தினால் இங்குள்ள உடல்களும் உருவங்களும் சிலைகளும் கண்ணுக்குப் புலனாகின்றன. அதிலிருந்து வெளிப்படும் ஒளி உலகைப் புலப்படுத்துகின்றன.

எனவே, சிறந்த கலை பாணி படைப்பாளிக்கும் படைப்புக்கும் இடையில் உள்ள சமநிலை என்று கூறலாம். கலைப்படைப்பில் யதார்த்தங்களுக்கு இடம் கொடுக்கலாமா இல்லை, மறுத்தொதுக்கலாமா என்ற கேள்விக்கெல்லாம் விடையில்லை. எத்தனை மடங்கு யதார்த்தத்தை அனுமதித்தால், அப்படைப்பு வேர்பிடிக்கும் என்றுதான் பார்க்க வேண்டும். நிலத்தோடு அவை ஒட்டிக்கொள்ளாமலும், மேலெழுந்து மிதக்காமலும் இவை பாதுகாக்கின்றன. ஒவ்வொரு எழுத்தாளரும் தன் புரிதல் மற்றும் அனுபவத்திற்கு ஏற்ப இதற்கு விடைகாண்கிறான்.

நிஜ உலகத்திற்கு எதிராக, ஓர் எழுத்தாளன் எத்தனைக் காட்டமாகப் புரட்சி செய்கிறானோ, அத்தனை யதார்த்தங்களை அவன் கலைப் படைப்பு கோருகிறது. இல்லாவிட்டால் அக்கிளர்ச்சி மட்டுப் படாது. ஆனால் யதார்த்தத்தின் எடை, படைப்பாளியின் அனுபவங்களை ஒருபோதும் நசுக்கக் கூடாது. கிரேக்கத் துன்பியல் எழுத்தாளர்கள், மெல்வில், டால்ஸ்டாய் அல்லது மோலியர் போன்றோரின் சிறந்த படைப்புகளில் யதார்த்த கருத்தோட்டமும் அதை மறுக்கும் கலைஞனின் குரலும் இணக்கமடையும் புள்ளியைக் காணலாம். வாழ்வின் ஏற்ற இறக்கங்களைப் பிரதிபலிக்கும் மனங்கொள்ளத்தக்கதும் துடிப்பானதுமான கலவையான அனுபவத்தை, இடையறாது இவை உருவாக்குகின்றன.

சிலநேரங்களில் ஒரு புது உலகம் தோன்றுவது உண்டு. அது நமக்குப் பழக்கப்பட்ட உலகம் போல் இருக்காது. ஆனால் பரிச்சயமாகத் தோன்றும். அப்பாவித்தனமான நிச்சயமின்மை நிலவும். மேதாவிகளின் ஆற்றல் பலத்தால் சில பொழுதேனும் இயங்கியலுக்குக் கொண்டுவரப்பட்ட அதிசயப் பூமியாகத் தெரியும். அதை விவரித்துச் சொல்வது எளிதல்ல. ஒருசமயம் அதில் இல்லாதது எதுவுமில்லை; மறுசமயம் அதில் ஒன்றுமில்லை. கணத்திற்கேற்ப மறுதலிக்கும் பார்வையூட்டும்.

ஒவ்வொரு உண்மைக் கலைஞனும் தொடர்ச்சியாக மல்லுக்கட்டும் மாய உலகத்தின் இயல்பு இது. இதுதான் எழுத்தாளர்களை எப்போதும் எச்சரிக்கை உணர்வுடன் விழித்துக் கொண்டிருக்கச்

செய்கிறது. நமக்கு எப்படியோ தெரிந்த, ஆனால் உண்மையாகவே நாம் அறிந்திராத யதார்த்தத்தின் தற்காலிகப் பிம்பம் இங்குதான் கட்டியெழுப்பப்படுகிறது. அதுபோல் ஓர் எழுத்தாளன் நிகழ்காலத்தை புறக்கணிக்கவோ அல்லது அதில் மூழ்கித் திளைக்கவோ ஒருபோதும் முடியாது. அதைப் புறக்கணித்தால் அவன் வார்த்தைகள் அர்த்தமற்றுப்போகும். கவனம் குவித்தால், அவன் இருப்பு உறுதிசெய்யப்படும். ஆனால் அக்கால வெள்ளத்தோடு அவன் முழுமையாகச் சரணடைய முடியாது.

எளிமையாகச் சொல்கிறேன். எழுத்தாளன் பிறரின் அனுபவங்களைப் பகிர முடிவெடுக்கும் போது, தனிப்பட்ட தன் அனுபவங்களையும் உள்ளடக்கிச் சொல்கிறான். இந்தத் தெளிவற்ற சிந்தையிலிருந்து அவனால் தப்ப முடியாது. தன் சொந்த அனுபவங்களின் மூலமாகவும், நேரடியாகவோ மறைமுகமாகவோ கண்காணிப்பதன் மூலமாகவும் தன் எழுத்துக்கான உத்வேகத்தைப் பெறுகிறான்.

நாட்டு நடப்புகளையும் உயிரோடுள்ள மக்களின் வாழ்க்கையையும் கூர்ந்து அவதானிக்கிறான். காணாத எதிர்காலத்தோடு அவற்றைப் பொறுத்திப் பார்த்து கதையாடுவதில்லை. நிகழ்காலத்தில் உள்ள ஒருவரை, யாரென்று தெரியாத எதிர்கால மனிதரின் பெயர் கொடுத்து மதிப்பீடு செய்வது தீர்க்கதரிசியின் வேலை. தீர்க்கதரிசி முன்வைத்த அவதானிப்புகள், நிகழ்கால மனிதர்களுக்கு ஒத்துப் போகிறதா என்ற கணிப்பை முன்வைக்கிற வேலைதான் அவனுக்கு உண்டு. அரசியல் ரீதியாகவும், சமய ரீதியாகவும் தயக்கமின்றி முன்கணித்துச் சொல்லும் ஆற்றல் தீர்க்கதரிசிகளுக்கு உண்டு. எழுத்தாளனுக்கு அத்தகுதி கிடையாது. ஒருவேளை அவன் மிகச் சரியாகக் கணித்துவிட்டால் நிழல் உலகத்தில் எது சரி, எது தவறு என்ற பிரிவினைத் தோன்றும். மென்சோக நாடகம் அரங்கேறும். ஆதிக்கம் செலுத்துவதோ, சட்டமியற்றுவதோ கலையின் நோக்கம் அல்ல. புரிதல் ஏற்படுத்துவதுதான் அதன் முக்கியக் குறிக்கோள்.

சிலசமயம் சமூகப் புரிதல்களால் கலை ஆதிக்கம் செய்வதுண்டு . ஆனால் எந்தவொரு மேதாவியின் படைப்பும் வெறுப்பு மற்றும் அவமரியாதைத் தழுவி உருப்பெறாது என்பதை நினைவில் கொள்ளுங்கள். அதனால்தான் எழுத்தாளர் படிப்படியாக முன்னேறும் போது, தன் எழுத்தில் குறை சொல்வதற்குப் பதில் மன்னிக்கத் தொடங்குகிறார். நீதிபதி பொறுப்பைக்காட்டிலும் வாதம் செய்யும் வக்கீல் பொறுப்பை ஏற்றுக்கொள்கிறார். உயிருள்ள ஜீவராசிகளின் பொருட்டு குரல் கொடுக்கிறார். தூரத்து அந்நியனை

நேசிப்பதைவிட, அண்டை அயலார் மீது அன்பு செலுத்துவது அவசியம் என்று வாதிடுகிறார்.

இது மனிதநேயம் பற்றிய நவீன பார்வைகளை மட்டுப்படுத்தும். ஆனால் ஒரு நல்ல படைப்பு, விமர்சகர் எல்லோரையும் குழப்பமூட்டும். எழுத்தாளன் என்பவன் நல்லவர்களையும், மோசமான குற்றவாளிகளையும் ஒரே தராசில் வைத்து மதிக்கிறான். ஆஸ்கர் வைல்ட் சிறைச்சாலையில் வைத்து எழுதுகிறார், 'இந்தப் பரிதாபம் தொற்றும் இடத்தில், என்னோடு இருக்கும் ஒவ்வொருவர்க்கும் வாழ்வின் ரகசியத்தோடு மறைமுகமான குறியீட்டுத் தொடர்பு இருக்கிறது.' ஆம். வாழ்வின் அந்த ரகசியக் குறியீடுதான் கலையின் ரகசியம்.

வணிக மையச் சமூகத்தில் 150 வருடங்களாக வாழ்ந்து வரும் எழுத்தாளர்கள், பொறுப்பின்றி வாழலாம் என்று எண்ணினார்கள். தனிமையில் வாழ்ந்து, நான்கு சுவர்களுக்குள் மடிந்து போனார்கள். ஆனால் 20ஆம் நூற்றாண்டில் நம்மைப் போன்ற எழுத்தாளர்களின் நிலை தலைகீழாக மாறியது. நாம் இனி எப்போதும் தனிமையில் இருக்க முடியாது. சராசரி துன்பங்களை ஒருபோதும் இனி தவிர்க்க முடியாது. இதைத் தவிர்த்து நமக்கேதும் பொறுப்பு உண்டென்றால், பேச முடியாதவர்களுக்காக, முடிந்தவரை குரல் கொடுக்க வேண்டும்.

துன்பப்படுத்துவது பெரும் பலம் படைத்த அரசோ, அதிகாரமோ யாராக இருந்தாலும் பாரபட்சமின்றி நலிவடையும் மக்களுக்குக் குரல் கொடுக்க வேண்டும். எழுத்தாளர்களுக்கு வசவாளர்கள் மீது விருப்பு வெறுப்பு கிடையாது. பாரபட்சமின்றி விமர்சிக்க வேண்டும். அதனால்தான் எந்தவொரு கட்சி சார்பிலும் நம்மைப் பொறுத்திப் பார்க்கமுடியாது. குறைந்த காலமோ, நிறைந்த காலமோ மக்களின் வலியும், சுதந்திர உணர்வும்தான் எழுத்தாளரின் பக்கபலமாய் இருக்கும். அர்ப்பணிப்பு நிறைந்த எழுத்தாளர், போராட்டக் களத்தில் மக்களோடு கலந்துகொண்டாலும் ஆயுதங்கள் ஏந்தாமல் தனிப்பட்ட முறையில் கலகம் செய்வார்.

கலையின் அழகியலிடமிருந்து ஒருவர் கற்றுக்கொள்ளும் பாடம், முறையாக இருப்பின் சுயநலமாகத் தோன்றாது. அழுத்தமான சகோதரத்துவ ஒற்றுமையை வெளிப்படுத்தும். உண்மையான கலையழகு எவரையும் அடிமைப்படுத்த சொல்லித்தராது. ஆயிரமாண்டுகளாகப் பல்லாயிரக்கணக்கான மக்களைச் சுதந்திர உணர்வுடனும், சௌகரிய நலனுடனும் பேணிக் காத்திருக்கிறது. கலையின் மெய்யான மகத்துவம், அழகியலும் துன்பமும் சந்தித்துக்

கொண்டு சமன் செய்யும் புள்ளியிலும், மக்கள் மீது நேசம் கொள்ளும் விதத்திலும், படைப்பாக்கும் விந்தையான வழி முறையிலும், அடர்த்தியான தனிமையிலும், மிதமிஞ்சிய மக்கள் கூட்டத்திலும், நிராகரிப்பிலும், ஒப்புதலிலும் உருவாகுவதாய் உணர்கிறேன். இரு அபாயங்கள் ஒளிந்திருக்கும் குறுகலான குழாய் வழியே, கலை பயணிக்கிறது: அற்பமாவதும், பிரசாரக் கருவியாவதும் அதனதன் படைப்பாளியின் கரங்கள்தான் முடிவு செய்கின்றன. பெரும் கலைஞன் நடந்து செல்லும் பாதை நெடுக, ஒவ்வொரு அடியும் சவாலானது; ஒவ்வொரு பயணமும் அபாயம் நிறைந்தது. அந்த அபாயத்தின் உள்ளே தான், படைப்புச் சுதந்திரம் சிறைப்பட்டிருக்கிறது.

கலைப் படைப்பை உருவாக்குவது சவாலான காரியம். அத்தகு சுதந்திரப் பணியை மேற்கொள்ள, கண்ணியமான சுய ஒழுக்கம் தேவை. இதை எந்த எழுத்தாளரேனும் மறுக்க முடியுமா? சவால் நிறைந்த இவ்வேலையை, உடலளவிலும் மனத்தளவிலும் பலம் பொருந்திய தூய மனிதராலும், தீர்க்கமான உறுதிப்பாடு உடைய இதயத்தாலும் மட்டுமே செய்துமுடிக்க இயலும். இச்சுதந்திரத்தை அனுபவிப்பது அபாய அருவியில் தொடர்ச்சியாக உள் நீச்சலடிப்பது போன்ற சாகச உணர்வைத் தூண்டும்.

இன்றைக்குப் பல கலைஞர்கள், இந்த அபாயப் பணி மேற்கொள்ள விரும்புவதில்லை. வழக்கமான சுதந்திரம் கிடைத்தாலே போதுமென்று ஆசுவாசப்படுகிறார்கள். சௌகர்யமான மேம்போக்கு வாழ்க்கையே போதுமென்று சொல்கிறார்கள். ஆனால் கலை ஒரு சாகசப் பயணமாக இல்லாவிடில், அதனால் ஏற்படக்கூடிய பயன் என்ன? சுதந்திரமாகத் திரியும் கலைஞன், சௌகரியங்களை விரும்புபவனும் அல்ல; பொறுப்பற்ற எளியோனும் அல்ல. அவன் தனக்கென்று அரிதில் முயன்று, பணி செய்வதற்கான பிரத்தியேக அட்டவணைகளை ஏற்படுத்திக் கொள்கிறான். தான் பணி செய்யும் சூழல் எத்தனை மோசமடைகிறதோ, அத்தனைப் பங்கு தனக்கான நியதிகளை வலுப்படுத்திக் கொள்கிறான். பல நேரங்களில் தவறாகப் புரிந்துகொள்ளப்பட்டாலும், கிடே சொல்லும் கருத்தை நாம் இங்குப் பொருத்திப் பார்க்கலாம், ‘கட்டுப்பாடுகளால் கலை வாழ்கிறது, சுதந்திரத்தால் மரித்துப் போகிறது.’ இவ்வார்த்தைக்குப் பின்னால் எப்பேர்ப்பட்ட உண்மை இருக்கிறது!

கலைக்குக் கட்டுப்பாடு கிடையாது. அதனால் அது எல்லைமீறிச் செல்லலாம் என்று அர்த்தம் இல்லை. தனக்கான நியதிகளையும்,

சட்டங்களையும் தாமே வரையறுத்துக் கொண்டால் கலை வாழும். பிறர் அதில் தலையிடும் போது நன்கு சேதாரம் ஏற்படும். மிகச் சுதந்திரமான, புரட்சிகரப் படைப்பு என நாம் நம்பும் ஒன்றுதான் செம்மையான, பெரும் உழைப்பு கோரும் இலக்கியமாகத் திகழ்கிறது. ஒருவேளை கலை உலகமும் கலைஞனும் இச்சவால் நிறைந்த பாதையைத் தேர்வு செய்யாமல், பொழுதுபோக்கு நிறைந்த எளிமையான வழியில் நடைபோடுவார்கள் என்றால் அர்த்தமற்ற, பலன் கொடுக்காத வேலையில் தலைப்படுகிறார்கள் என்று அர்த்தம். கலைக்கு உயிரூட்டத் தைரியமும் தெளிந்த மனமும் தேவை. கலாச்சார மறுபிறப்பைச் சாத்தியப்படுத்தும் பொறுப்புகள் நம் கையில் உள்ளன. நாகரிக வளர்ச்சியில் தென்படும் சிக்கலான குழப்பங்களைச் சரி செய்ய, மேற்கிலிருந்து செல்வாக்குள்ள மனிதர்கள் தோன்ற வேண்டும் என விரும்பினால், துணிந்து வேலை செய்யவும் சுதந்திரத்திற்காகப் போராடவும் தயங்கக் கூடாது.

நீதியைப் பின்தொடர்ந்து துரத்திச் சென்றால், சுதந்திரம் நீடிக்குமா எனக் கேள்வி கேட்பதற்கு அவசியம் இல்லை. சுதந்திரம் இல்லாமல் எதற்கும் சாத்தியமில்லை. எதிர்கால நீதியும் கடந்தகால அழகியலும் சுதந்திரம் இன்றி நிலைக்காது. சுதந்திர உணர்வுதான் மக்களை ஒருங்கிணைத்து ஒன்று சேர்க்கிறது. அடிமை முறையால் எண்ணிலடங்கா தனிப்பட்டவர்கள் உதிரி உதிரியாகப் பிரிந்து போகின்றனர். கலை, தன் சுதந்திர உணர்வால் மக்களை ஒன்றுசேர்ந்து நெருக்கமாக்குகிறது. கொடுங்கோன்மையால் அவர்கள் பிரித்து பந்தாடப்படுகின்றனர். அதனால்தான் அடக்கு முறை சக்திகள், கலைப்படைப்புகளை விரோதப் பார்வையில் வைத்தே பார்க்கின்றனர்.

இடதோ - வலதோ, வரலாற்று நெடுக கலைஞர்களும் அறிவு ஜீவிகளும்தான் கொடுங்கோலர்களின் முதல் எதிரியாக உள்ளனர். கலையின் சுதந்திர உணர்வைக் கொடுங்கோலர்கள் கண்டு கொண்டனர். அதை உணராதவர்களுக்கு, கலை மர்மமாகத் தோன்றும். ஒவ்வொரு உன்னதப் படைப்பும் மனித முகத்தை மேலும் வசீகரமாக; கவர்ச்சியாக மாற்றுகின்றது. ஆயிரக்கணக்கான வதைமுகாம்களும் சிறைச்சாலைகளும் இருந்தால்கூட, வலிமை வாய்ந்த மனிதக் கண்ணியத்தை எதைக்கொண்டும் மறைக்க முடியாது.

அதனால்தான் எதன்பொருட்டும், தற்காலிகமாய்க்கூட எதிர்வரும் புதிய கலாச்சாரத்திற்காக நடப்பில் இருக்கும் கலாச்சாரத்தைப்

பிடித்து வைக்க முடியாது எனும் உண்மையைச் சொல்கிறேன். துன்பியல் அனுபவங்களும், பெருந்தன்மை குணங்களும், மூச்சுக் காற்றைப்போல நிறுத்திவைக்க முடியாது. மரபில்லாமல் கலாச்சாரம் இல்லை. எக்காரணம் கொண்டும் நாம் நமது மேற்குக் கலாச்சாரத்தை ஒருபோதும் நிராகரிக்கக் கூடாது. எதிர் காலத்திற்கான கலையம்சங்களில், முன்பெப்போதையும் போல அனைத்துத் தேசங்களிலும் எல்லாக் காலத்திற்கும் உட்பட்ட எழுத்தாளர்களின் அதே தைரிய உணர்வும், விடுதலை உணர்ச்சியும் இருந்துகொண்டுதான் இருக்கும்.

நவீனக் காலத்திலும் கலைஞர்களைத் தம் எதிரிகளாக, கொடுங்கோலர்கள் முன்னிறுத்தினால் அது நமக்குச் செலுத்தும் மரியாதையாய்ப் பார்க்க வேண்டும். மனித நேயத்தின் மீது படிந்துள்ள நசுக்க முடியாத சக்தியாய் எழுத்தாளன் விளங்குகிறான் என்பதன் குறியீடு இது. நெருக்கடியான வரலாற்றுக் காலத்திற்கு இடைப்பட்ட வேளையில், நான் இதைச் சொல்கிறேன், 'எத்தனைத் துன்பங்கள் வந்தாலும், மகிழ்ந்து கொண்டிருப்போம்.'

வஞ்சகம் நிறைந்த, லௌகீகம் விரும்பும் ஐரோப்பியத் தேசம் அழிவதை நாம் பார்க்கிறோம். இதைக்கண்டு மகிழ்ந்து கொண்டிருப்போம். நெடுநாட்களாக வஞ்சகம் செய்து வந்த பெரும் சபை உருக்குலைந்து விட்டது. அதன் கோரமான உண்மை முகத்தை நாம் இன்று பார்க்கிறோம். ஒரு தனிப்பட்ட மனிதனாக, வஞ்சக அரசின் எல்லைக்குள் நாம் அடைபடாததை எண்ணி மகிழ்ச்சி அடைய வேண்டும். நம் முன்னால் இருக்கும் சவால்கள், இப்போது தெளிவாகத் தெரிகின்றன.

இந்தப் பேரெழுச்சியைக் கண்டு, சகக் கலைஞராக நாமும் சந்தோஷப்பட வேண்டும். பஞ்சம், சிறை, வன்முறை போன்ற கடுமையான யதார்த்தத்தை எதிர்கொள்ளவேண்டியதன் அறியாமையில் இருந்து நாம் இப்போது விடுதலைப் பெற்று விட்டோம். உலகம் அழகுபட முன்னேற்றம் அடைந்ததாகத் தோன்றினாலும், கடந்த காலத்தில் நமக்கேற்பட்ட துன்ப நினைவுகளையும், வாழ்வில் உண்டான வடுக்களையும் மறவாது நினைத்திருப்போமானால், மேற்கத்திய கலை மீண்டும் வலுவடைய முகாந்திரம் இருக்கிறது. எளிமையான வார்த்தைகளும் வாக்கியங்களும் விடுதலை சார்ந்த இரத்தக்களேபரமான சமூகச் சூழல் வரை நீடித்துச் சென்றதற்கு, கலையுலக வரலாற்றில் இதற்கு ஓர் எடுத்துக்காட்டைச் சொல்ல முடியாது. எனவே எழுத்தாளர்கள் மிகக் கவனமாக வார்த்தைகளைக் கையாள வேண்டும். அபாயத்தை

எதிர்கொள்வதில்தான், தனிப்பட்ட நபர்கள் மீதும் அவரின் படைப்புகள் மீதும் செவ்வியல் தன்மை உருவாக்கம் பெறுகிறது. இறுதியில் எளிமையாகச் சொல்வது என்றால், பெரும் மகத்துவங்கள் அபாயத்திலிருந்துதான் முளைவிடுகின்றன.

பொறுப்பற்ற கலைஞர்களின் காலம் முடிந்துவிட்டது. கண நேரம் மகிழ்ச்சி கொடுத்த, அவ்வெழுத்தாளர்களின் இன்மையை நினைத்து நாம் வருத்தம் தெரிவிக்கலாம். ஆனால் இந்தக் கடினக் காலம், நம்மை நேர்மையாக வாழச் சொல்லி வலியுறுத்துவதற்கு முதலில் நன்றி சொல்வோம். இந்தச் சவாலை ஏற்றுக்கொள்வோம். படைப்பாளியின் சௌகரியத்தைக் காப்பாற்றுவதுதான், படைப்புச் சுதந்திரம் என்றால் அதற்கு அர்த்தமே இல்லை. சமூகத்தில் சீரிய ஒழுக்கங்கள் வேர்ப்பிடிக்க, அவை பற்றிய தவறான அனுமானங்கள் துடைத்தெறியப்பட வேண்டும். தேவையான பட்சத்தில் நாம் அதற்குத் தியாகம் செய்வோம்.

ஒருவேளை சுதந்திரத்தால் சிக்கல் வருகிறதென்றால், நாம் அதைப் பாழ்ப்படுத்தாமல் கவனமாய்க் கையாள்வோம். அறிவின் வீழ்ச்சி குறித்து சிலர் புகார் சொல்வதில் எனக்கு உடன்பாடு இல்லை. அவர்கள் சொல்வதில் ஒருவேளை உண்மை இருக்கலாம். ஆனால் அபாயங்களைச் சந்திக்காதபோதுதான், உண்மையிலேயே அறிவு வீழ்ச்சி அடைகிறது; ஞானம் தேய்கிறது; நூலகத்தில் இருக்கும் ஒன்றிரண்டு படித்த அறிவாளிகளிடமே சேகரமாகி ஒழிந்து போகிறது. இன்றையச் சமுதாயத்தில் உண்மையான அபாயங்களை அறிவுச் சமூகம் எதிர்கொள்ளும் வேளையில், அதன் மீதான மதிப்பு மேலும் மேலும் உயர்வதற்கே வாய்ப்புகள் அதிகம்.

லூ சலோமியோடு பிணக்கு ஏற்பட்டு பிரிந்து வந்ததும், நீட்சே தனிமையில் பொழுதுபோக்கினார். தன் வாழ்வில் ஒரு பெரும் பணியை எதிர்கொண்டார். ஜெனோவா வளைகுடா அருகிலுள்ள மலைப்பகுதியில் தனியாளாக இரவில் நடந்து, இலை - கொடிகளை வைத்து எரியூட்டி வேடிக்கைப் பார்த்தார். நான் அந்த நெருப்புமூட்டம் பற்றி அவ்வப்போது யோசிப்பதுண்டு. தகிக்கும் தணலுக்குள் என் மனத்தில் ஆழ உறைந்திருக்கும் மனிதர்களின் முகத்தையும், சாதனைகளையும் ஓட்டிப்பார்ப்பேன். அவர்களின் வாழ்நாள் பணியை நெருப்பின் முன் பரிசோதிப்பேன். நம் காலத்தை அதுபோன்ற ஒரு பிரம்மாண்ட நெருப்பு உற்சவத்தோடு பொருத்திப் பார்க்கலாம். பல கலைஞர்களின் படைப்புகள் அதில் சாம்பலாகும். அதில் காயம்படாமல் தப்பிப் பிழைக்கும் புத்தகங்களை, காலத்தால் நலிவடையாத வலிமையான படைப்பு

என்று உறுதியாகச் சொல்லலாம். 'போற்றுதல்' எனும் அறிவார்ந்த பண்பினால் நிலைத்தவை இவை.

நான் விரும்புவதைப் போல், பலரும் அமைதியான காலம் வாய்த்தால் பரவாயில்லை என்றுதான் எதிர்நோக்குகின்றனர். அவ்வேளைதான் சிந்திக்க உகந்தது என்று கருதுகின்றனர். ஆனால் புயலடிக்கும் போதும்கூட, எழுத்தாளன் மனத்தில் அமைதி குடிகொள்ள வேண்டும். 'ஒவ்வொரு சுவரும் கதவுதான்' என்று எமர்சன் ஒருமுறை சரியாகச் சொன்னார். வெளியேறும் வழிதேடி, எங்கெல்லாமோ அலைய வேண்டாம்; நாம் எதிர்கொள்ளும் போராட்டத்தில்தான் அதற்கேற்ற உபாயம் இருக்கிறது. உண்மையான இடைவெளி போராட்டத்தின் மையத்தில் உண்டு என நம்புகிறேன்.

பெரும் யோசனைகள் போராட்டங்களுக்கு நடுவே புறாக்களைப் போல் மென்மையாக வருகின்றன. நாம் அதைக் கவனமாகச் செவிமடுத்தால், சிறகடிக்கும் சத்தம் சன்னமாகக் கேட்கிறது. அதுதான் வாழ்க்கைப் பற்றுதலுக்கான மெல்லிய கீறில், சின்னதொரு நம்பிக்கை! சிலர் தேசியம் மீதும் மனிதர்கள் மீதும் நம்பிக்கை உறைந்திருப்பதாய் கருதுகின்றனர். ஆனால் அது எண்ணிலடங்காத தனியர்களின் எல்லைக்கடங்காத சாகசத்திலும், கொடுங்கோன்மையான வரலாற்றுப் பின்னணியிலும் உறைந்திருப்பதாய் நான் நம்புகிறேன். இப்படித்தான் உடைபடும் உண்மையொன்று சத்தமின்றி உதிக்கிறது: ஒவ்வொரு மனிதரும் தன் சொந்த அனுபவங்களின் பாடத்தை வைத்து, பிறரின் வாழ்வை மேம்படுத்த அர்த்தமூட்டும் ஒரு பங்களிப்பைச் சமூகத்திற்காகச் செய்கிறார்.

Albert Camus, 'Create Dangerously' (1957)
Create Dangerously: The Power and Responsibility of the Artist,
Vintage International.

பூமிக்கு கச்சைக்கட்டும் திட்டம்

❀

நெல்லி பிளை

எனக்கு இந்த யோசனை எப்படி வந்தது?

சிலசமயம் யோசனைக்கான பூர்வப் புள்ளி எங்கிருந்து தொடங்குகிறது எனத் துல்லியமாகச் சொல்லமுடியாது. செய்தித்தாள் எழுத்தாளர்களுக்கு யோசனை என்பது விற்பனைக்கான பெரும் பண்டம். ஆனால் பெருவாரியான சூழலில் அவை மிக அரிதாகவே தோன்றும்.

ஒரு ஞாயிற்றுக்கிழமை, செய்தித்தாள் கட்டுரைக்கான புதிய திட்டத்தை இரவு பகலாக ஆழ்ந்து யோசித்துக் கொண்டிருக்கையில் எனக்கு இந்த எண்ணம் வந்தது. வழக்கமாக ஞாயிற்றுக்கிழமை வாக்கில் கட்டுரைக்கான திட்டத்தை எழுதி முடித்துவிட்டு, திங்கட்கிழமை காலை ஆசிரியர் பார்வைக்கு அவர் மேஜையில் வைப்பேன். ஆனால் அன்று அதிகாலை மூன்று மணி ஆகியும் பொறி தட்டாததால், அயற்சியிலும் வெறுப்பிலும் படுக்கையில் சுருண்டு விழுந்தேன். கூடவே தலைவலியும் ஒட்டிக்கொண்டது. கட்டுரைத் தலைப்புக்கான தேடல் சுணக்கம் கொண்டதால், உற்சாகம் இழந்து எனக்கொரு யோசனை வந்தது:

'இந்நேரம் பூமியின் மற்றொரு மூலையில் நான் இருந்திருந்தால் எப்படி இருக்கும்?'

அதானே 'ஏன் முடியாது?' என்று யோசித்தேன். 'எனக்கொரு விடுமுறைக் காலம் வேண்டும்; நான் இப்பூமியைச் சுற்றி ஒரு வட்டமடித்து வருவேன்' எனச் சொன்னேன்.

ஒன்றையடுத்து மற்றொன்று என அடுக்கடுக்காக யோசனைகள் வந்தன. பூமியைச் சுற்றிப் பயணம் மேற்கொள்ளும் திட்டம் உண்மையிலேயே கவர்ச்சியாக இருந்தது. 'ஃபிளியஸ் ஃபாக் (Phileas Fogg) போல விரைந்து பயணம் மேற்கொள்ள முடியுமென்றால், நான் இதை நிச்சயம் செய்து காட்டுவேன்' எனச் சொல்லிக் கொண்டேன்.

எண்பது நாட்களுக்குள் உலகைச் சுற்றி வருவது சாத்தியமான திட்டம் என நம்பத் தொடங்கினேன். ஃபிளியஸ் ஃபாக்-ன் சாதனையை முறியடிக்க என்னென்ன வழிமுறை உண்டு என யோசித்துக்கொண்டே உறங்கச் சென்றேன்.

அதேநாள் நீராவிக் கப்பல் அலுவலகத்துக்குச் சென்று, சில அட்டவணைகளைக் கையில் எடுத்துப் பார்த்தேன். ஆர்வத்துடன் அவற்றைப் புரட்டினேன். ஒருகணம் வாழ்வின் சகல துன்பங் களையும் போக்கும் சர்வரோக நிவாரணியைக் கண்டடைந்த மகிழ்ச்சி என்னுள் தோன்றியது. ஏனென்றால் நான் திட்டமிட்ட படியே எண்பது நாட்களுக்குள் உலகைச் சுற்றி வருவதற்கான நம்பிக்கையூட்டும் சாத்தியப்பாடுகள் இருந்தன.

தைரியம் வரவழைத்துக் கொண்டு செய்தித்தாள் ஆசிரியரிடம் இவ்விஷயத்தைச் சொல்ல முயன்றேன். சாத்தியமில்லா விஷயத்தை முட்டாள்தனமாகச் சிந்திக்கிறேன் எனச் சொல்லி விடுவாரோ என்ற பயமும் உள்ளூர இருந்தது. நான் அவர் அருகில் அமர்ந்ததும், 'திட்டம் அகப்பட்டதா?' எனக் கேட்டார்.

'ஆம். ஒரு யோசனை இருக்கிறது,' என்று விரைந்து பதில் சொன்னேன். பேனாவை உருட்டி விளையாடிக் கொண்டிருந்தவர், என் வார்த்தைகளுக்காகக் காத்திருந்தார். உடனே, 'நான் இவ்வுலகத்தைச் சுற்றி வர விரும்புகிறேன்' என்று எடுத்த எடுப்பில் உளறினேன்.

'அப்படியா' என்று ஆச்சரியப்பட்டவர், மருளும் சிரிப்புடன் உற்றுப்பார்த்தார்.

'அதிகப்பட்சம் எண்பது நாளைக்குள் உலகைச் சுற்றி வர வேண்டுமென்று விரும்புகிறேன். இதன்மூலம் ஃபிளியஸ் ஃபாக்-ன் சாதனையை முறியடிக்கலாம் என்பது என் நம்பிக்கை. நான் ஒருமுறை முயற்சி செய்து பார்க்கவா?'

அலுவலகத்தில் இதுகுறித்து முன்னரே உரையாடியிருக்கிறோம் என்று அவர் சொன்னதும் அதிர்ந்து போனேன். ஓர் ஆண்மகனை

அனுப்பி வைப்பது குறித்துப் பேசியிருக்கிறார்களாம். ஆனாலும் வணிக மேலாளரிடம் பேசி, எனது பயணத்திற்கு உறுதுணையாக நிற்பதாய் ஆசிரியர் சொன்னது சற்று ஆறுதலாக இருந்தது. நாங்கள் இருவரும் வணிக மேலாளரின் அறைக்குச் சென்றோம்.

'உன்னால் போக முடியாது' என்ற வரிதான் அவரின் முதலும் முடிவுமாக வந்தது. 'நீ ஒரு பெண் என்பதை நினைவில் கொள். உனக்கு ஒரு பாதுகாவலர் தேவை. ஒருவேளை உன்னால் தனியாகப் பயணம் செய்ய முடிந்தால்கூட, எக்கச்சக்க மூட்டைகளைத் தூக்கிச் செல்ல வேண்டியிருக்கும். பயணத்திற்கு அவை மிகப்பெரிய முட்டுக்கட்டை. அதைத் தவிர்த்து, ஆங்கில மொழி மட்டும்தான் உனக்குப் பேச வரும். எனவே இப்பயணம் பற்றிப் பேசுவதில் ஒரு பிரயோஜனமும் இல்லை; இதை ஓர் ஆண்மகனால் மட்டுந்தான் நிறைவேற்ற முடியும்' என்றார்.

'ஓ, ரொம்பச் சரி,' என்று கோபமாகச் சொன்னேன், 'நீங்கள் அந்த ஆண்மகனுக்குத் தேவையான பிரயாண ஏற்பாடுகளைச் செய்யுங்கள். நான் மற்றொரு செய்தித்தாள் அலுவலகத்தோடு சேர்ந்து அவரோடு போட்டியிடுகிறேன். யார் முந்திக்கொண்டு செய்தி தருகிறோம் எனப் பார்ப்போம்'.

'உன்னால் முடியும் என நம்புகிறேன்' மேலாளர் மெல்லமாகச் சொன்னார். என் கோபத்தால் அவர்கள் மீளவொருமுறைச் சிந்திக்க நேர்ந்தது எனச் சொல்வது அபத்தம். இருந்தாலும் நான் அங்கிருந்து விடைபெறும்போது, அலுவலகத்திலிருந்து இப்பிரயாணம் செல்ல யாரேனும் நிர்ப்பந்திக்கப்பட்டால், அது நானாகத்தான் இருக்கும் என்று வாக்குறுதி அளித்தார்கள்.

பயணத்திற்குத் தேவையான ஏற்பாடுகளைச் செய்து கொண்டிருந்த போது, சில கட்டுரைத் திட்டங்கள் மேஜை மீது குவிந்தன. எனவே பயணத்திட்டம் சில நாளைக்குத் தள்ளிப் போனது. சுமார் ஓராண்டாக்குப் பிறகு, குளிர் நிரம்பிய ஒரு மாலை வேளையில், நேரம் கிடைக்கும்போது அலுவலகத்துக்கு வந்துபோகும்படி ஒரு கடிதக் குறிப்பு அனுப்பினார்கள். அந்தி நேரத்தில் கடிதம் வருவதெல்லாம் விசித்திரமான விஷயம். எந்த வேலைக்காகத் திட்டித் தீர்க்கப் போகிறார்களோ என்று பதற்றத்துடன் அலுவலகம் நோக்கி விரைந்தேன்.

நான் உள்ளே சென்று ஆசிரியருக்குப் பின்னால் உட்கார்ந்து கொண்டு, அவர் பேச்சைத் தொடங்கக் காத்திருந்தேன். தான் எழுதிக்கொண்டிருந்த காகிதத்திலிருந்து கண்களை உயர்த்தி

என்னை அமைதியாகப் பார்த்தார். 'இன்றிலிருந்து இரண்டாம் நாள், உங்கள் உலகப் பயணத்தைத் தொடங்கமுடியுமா?' எனக் கேட்டார்.

வேகமெடுக்கும் இதயத் துடிப்புகளைக் கட்டுப்படுத்தும் விதமாக, 'இந்தக் கணமே நான் கிளம்புவதற்குத் தயார்' என்று அவசரமாகப் பதில் சொன்னேன்.

'நாங்களும் நாளை காலைப் பொழுதிலேயே உங்கள் பிரயாணத்தைத் தொடக்கி வைத்து, பாரிஸ் நகரத்திற்கு அனுப்ப யோசித்திருந்தோம். அப்போதுதான், அங்கிருந்து இலண்டன் ரயில் பிடிக்க உங்களுக்குப் போதுமான நேரம் கிடைக்கும். ஆனால், ஒருவேளை நாளை புறப்படும் 'அகஸ்டா விக்டோரியா' கப்பல், மோசமான வானிலை காரணமாகத் தாமதித்தால் நீங்கள் அந்த ரயிலைத் தவறவிட நேரும்.'

'நான் அதைப் பார்த்துக் கொள்கிறேன். அகஸ்டா விக்டோரியா பிடித்து ஒரு நாளைக்கு முன்பே செல்வதுதான் சரியாக இருக்கும்' என்றேன்.

மறுநாள் காலை, ஆடை வடிவமைப்புக் கலைஞர் கார்ம்லேவைச் சந்தித்து, நேர்த்தியான ஆடையொன்று தயாரிக்கும்படி சொன்னேன். நான் அங்குச் சென்றபோது, மணி பதினொன்றுக்கும் மேலாகிவிட்டது. எனவே சொல்ல விரும்பியதை முழுதாகச் சொல்ல வாய்ப்பு அமையவில்லை.

சரியான பாதையில் முழுமுதல் ஆற்றலையும் செலவு செய்தால், சாதிக்கமுடியாதது என்று எதுவுமில்லை என எப்போதும் நான் யோசிப்பதுண்டு. செய்ய வேண்டிய வேலைகளுக்குப் பின்னால் கடைசி நேரத்தில் அலைந்து கொண்டிருக்கும்போது, 'வெகு தாமதமாகிவிட்டது. உன்னால் முடியாது' என்று யாரும் சொன்னால்: 'முட்டாள். உண்மையாகவே நீ அக்காரியத்தைச் செய்ய விரும்பினால் செய்து கொண்டு இரு. உனக்கு அதில் விருப்பம் இருக்கிறதா இல்லையா, என்பதுதான் கேள்வி.'

இப்பதிலைக் கேட்டு, உத்வேகம் அடைந்து வேலை செய்த ஒருவரையும் நான் இதுவரையில் பார்த்ததில்லை. பிறரிடமிருந்து நல்ல வேலையை எதிர்பார்ப்பவர்களும், தாமாகச் சிரத்தையெடுத்து முடிப்பவர்களும் இறுதி முடிவை எண்ணித் தயங்காமல் உழைக்க வேண்டும்.

எனவே கார்ம்லேவிடம் சென்று, 'இன்று மாலைக்குள் எனக்கு ஆடை வேண்டும்' என்றேன்.

'அப்போ சரி' என்று நிதானமாகச் சொன்னார். ஒன்றிரண்டு மணிநேரத்தில் சொல்லிவைத்து கவுன் வாங்குவது, பெண்களின் அன்றாட வேலைபோல அவர் வியப்பின்றி நடந்துகொண்டார்.

'மூன்று மாதங்களுக்குத் தொடர்ச்சியாக உடுத்தினாலும் தாக்குப்பிடிக்கும் வகையில் எனக்கந்த ஆடையை வடிவமைத்துத் தாருங்கள்' என்று சொல்லி முழுப் பொறுப்பையும் அவரிடம் ஒப்படைத்தேன்.

கலை ரசனையுடன் பல விதமான துணிகளை மேஜையில் பரப்பி, அவற்றை ஒவ்வொன்றாகப் பெரிய கண்ணாடி முன் வைத்துப் பார்த்து, சரியான ரகத்தைத் தேர்ந்தார். அவரிடம் அவசரமோ பதட்டமோ இல்லை.

ஒவ்வொரு ஆடையாகப் பரிசோதிக்கும்போதும், நகைப்பூட்டும் சில துணுக்குகளைத் தூவி அச்சூழலை உயிர்ப்போடு வைத்தார். இறுதியில் நீல நிற எளிய ஆடையும், ஒட்டக முடியிலான கட்டம் போட்ட மேலாடையும் பயணத்திற்கு உகந்ததாக இருக்குமெனச் சொன்னார்.

சுமார் ஒருமணி வாக்கில், நான் கிளம்புவதற்கு முன், அத்துணியை முதல்முறை அணிந்து பரிசோதித்தேன். மாலை ஐந்து மணிக்குத் திரும்பி வருகையில் இரண்டாம் பரிசோதனையும் முடித்து, கையோடு விலை கொடுத்து வாங்கிவிட்டேன். வடிவமைப்புக் கலைஞரின் இந்த அதித் தீவிரப் பணி, ஒரு நல்ல சகுனமாக இருந்தது. இதை என் திட்டத்தின் கிரியா சக்தியாக ஏற்றுக் கொண்டேன்.

கார்ம்லேவைச் சந்தித்து வந்ததும், மற்றொரு கடைக்குச் சென்று வெப்பமூட்டும் மேலங்கி ஒன்று வாங்கினேன். மற்றொரு தையல்காரரிடம், வெயிலுக்கு ஏற்ற மெலிதான ஆடை தைக்கும்படிச் சொல்லியிருந்தேன். உலகில் வேறெங்கெல்லாம் வெயில் வாட்டுகிறதோ, அங்கு அதைப் பயன்படுத்திக் கொள்ளலாம்.

கைப்பை ஒன்று வாங்கினேன். பயணச் சாமான்களை அதற்குள் அடக்கி வைக்க முயல வேண்டும். அன்றிரவு என் நெருங்கிய நண்பர்கள் சிலருக்கு விடைபெறு கடிதம் எழுதிவிட்டு, கைப்பையைச் சாமான்களால் நிரப்ப முயன்றேன்.

சாமான்களைப் பையில் பூட்டுவதுதான், என் வாழ்வின் மிகக் கொடிய பணியாக இருந்தது. அந்தக் குட்டி இடத்தில், பல

பொருட்களைத் திணிக்க வேண்டும். முடிந்தவரை எல்லா வற்றையும் பையில் நுழைத்துவிட்டேன். ஆனால் என் மாற்றுத்துணிக்கு மட்டும் இடமில்லை.

அப்போது அக்கேள்விக்கான பதில் தாமே தோன்றியது: எனது கைப்பையோடு மற்றொரு பார்சலை நான் எடுத்துச் செல்ல வேண்டும். இல்லையெனில், உலகம் முழுக்க ஒரே ஆடையில் சுற்றிவர வேண்டும். பார்சல் கொண்டு செல்வதை நான் எப்போதும் வெறுத்திருக்கிறேன். எனவே என் மாற்றுத்துணியை விட்டுத்தரத் தீர்மானித்தேன். அதற்குப் பதிலாக, கடந்த கோடைக் காலத்தில் வாங்கிய பட்டு மேலாடையை, சுருக்கி – கசக்கி பைக்குள் அடைத்தேன்.

பயணத்திற்கு முந்தி சில மூடநம்பிக்கைகள் என்னை அச்சுறுத்தின. பத்திரிகை ஆசிரியர் தான் கண்ட மோசமான கனவை என்னோடு பகிர்ந்து கொண்டார். நான் ஓர் ஓட்டப்பந்தயத்தில் கலந்துகொள்ளப் போவதாக அவரிடம் சொன்னதாகத் தெரிகிறது. ஆனால் நான் வெற்றிபெறுவேனா என்ற சந்தேகத்தில், போட்டியைக் காண மறுத்து அவர் புறமுதுகிட்டுத் திரும்பியிருக்கிறார். சில நிமிடங்களில் வாத்தியங்கள் இசைக்கும் சத்தம் கேட்டதாம்; மக்கள் கைத்தட்டி ஆராவாரம் செய்தார்களாம். ஆனால் கண்களில் கண்ணீர் ததும்ப, 'நான் தோற்றுவிட்டேன்' என்று அவரிடம் ஓடிவந்து அழுததாகச் சொன்னார்.

'நான் இதற்கு விளக்கம் கொடுக்கிறேன்' என்றேன். 'என்னால் உலகப் பயணத்தில் செய்தி சேகரிக்க முடியும், ஆனால் வேறொருவர் என்னை முந்திச் செல்ல வாய்ப்பிருக்கிறது.' இதுதான் அதற்கு அர்த்தம்.

இச்செய்தியைக் கேட்டதிலிருந்து, மறுநாள் காலை நான் உலகப் பயணம் செல்வதை நினைக்கும் போதெல்லாம் பயம் அதிகரித்தது. எண்பது நாட்களுக்குள் என்னால் நிறைவு செய்ய முடியாதோ, நேரம் கரைந்து விடுமோ என்றெல்லாம் கவலைப்படத் தொடங்கினேன்.

உலகப் பயணத்திற்காக அவ்வருடத்தில் அவர்கள் தேர்ந்தெடுத்த சமயம், எனது உடல்நிலை ஒன்றும் அத்தனைச் சிறப்பாக இல்லை. ஓராண்டாகத் தினமும் தலைவலியோடு போராடிக் கொண்டிருந்தேன். ஒருவாரத்திற்கு முன்பும் கூட, புகழ்பெற்ற மருத்துவர்களைச் சந்தித்து தொடர்ச்சியான வேலைப் பளுவினால் சீரழிந்து வரும் உடல்நிலை பற்றி விசாரித்து வந்தேன். மூன்று

வருடங்களாக, ஒருநாள் கூட விடுப்பு எடுக்காமல் இந்தச் செய்தித்தாள் நிறுவனத்தில் பணிபுரிந்து கொண்டிருக்கிறேன். எனவே இந்தப் பயணமும், இடைவெளியும் எனக்கு மிகவும் தேவைப்படுவதாக உணர்ந்தேன்.

கப்பல் ஏறுவதற்கு முந்தைய நாள் இரவு அலுவலகம் சென்றேன். 200 பவுண்ட் தங்க நாணயமும், இங்கிலாந்து நாட்டுப் பணமும் கொடுத்தார்கள். தங்க நாணயத்தைப் பாக்கெட்டிலும், இங்கிலாந்து நாட்டு வங்கிப் பணத்தை என் கழுத்தோடு சுற்றிக்கொண்ட கெமாய்ஸ் தோல் பையிலும் வைத்துக் கொண்டேன். அதைத் தவிர்த்து, அமெரிக்க நாணயமும் காகிதப் பணம் சிலவற்றையும் கையில் எடுத்துக்கொண்டேன். பிறநாட்டுத் துறைமுகங்களில் அமெரிக்கப் பணத்தை அடையாளம் காண்கிறார்களா என்று நான் பரிசோதிக்க வேண்டும்.

எனது தோல் பையில் மாகாணச் செயலாளர் ஜேம்ஸ் ஜி. ப்ளெய்னால் கையெழுத்திடப்பட்ட 247ஆம் நம்பர் சிறப்புப் பாஸ்போர்ட் இருந்தது. பாதுகாப்பு வசதிக்காகக் கையடக்கத் துப்பாக்கி ஒன்று வைத்துக்கொள்வது வசதியாக இருக்குமென்று சிலர் சொன்னார்கள். ஆனால் நான் இந்த உலகை எங்ஙனம் வரவேற்று உபசரித்தேனோ, அங்ஙனமே அவர்களும் என்னை ஏற்றுக் கொள்வார்கள் என்று திடமாக நம்பினேன். அதனால் ஆயுதமேந்திச் செல்வதில் எனக்கு நம்பிக்கை இல்லை. என் நடத்தையும் நோக்கமும் ஒழுக்கமானதாக இருந்தால் அமெரிக்கர்களோ, ஆங்கிலேயர்களோ, பிரெஞ்சுக்காரர்களோ, ஜெர்மானியர்களோ யாராய் இருந்தால் என்ன? என்னைப் பாதுகாப்பதைத் தவிர்த்துக் காயப்படுத்த மாட்டார்கள்.

நியூ யார்க்கிலிருந்து மொத்தப் பிரயாணத்திற்குமான பயணச் சீட்டுகளை வாங்க முடியும். ஆனால் பயணத்தின் எந்தவொரு புள்ளியிலும் எனது பாதையை மாற்றிக்கொள்ள நேரும் என்பதால் நான் அதற்கு உடன்படவில்லை. எனவே நியூ யார்க்கிலிருந்து இலண்டன் செல்வதற்கான பயணச் சீட்டுக்களை மட்டும் பெற்றுக்கொண்டேன்.

பிரிவிடைச் சொல்வதற்காக அலுவலகம் சென்றபோது, எனது பிரயாண ஏற்பாடுகள் இன்னும் உறுதிச் செய்யப்படாததை உணர்ந்தேன். பிரதி வெள்ளிக்கிழமை இலண்டனிலிருந்து புறப்படும் விரைவு ரயில் புறப்பட்டுவிட்டதா என்று எங்களுக்குத் தெரியவில்லை. அதில் ஏறித்தான் பிரிண்டிஸி செல்வதாகத்

திட்டமிட்டிருந்தேன். கூடவே நான் இலண்டனில் தரையிறங்கும் போது, அங்கிருந்து செல்லும் கப்பல் இந்தியா செல்லுமா, இலண்டன் செல்லுமா என்பதிலும் குழப்பம் நீடித்தது. உண்மையில் நான் பிரிண்டிஸி வந்தடைந்த பிறகு, அங்கிருந்த கப்பல் ஆஸ்திரேலியா நோக்கிப் பயணிப்பதாகச் சொன்னதும் எல்லையில்லா ஆச்சரியம் அடைந்தேன்.

நீராவிக் கப்பல் அலுவலகத்தைச் சார்ந்த ஒருவரைப் பின்தொடர்ந்து சென்று, பிரயாணத்திற்கு ஏற்ற அட்டவணையை வடிவமைத்துக் கொண்டேன். பெரும்பாலும் அவை நீர்நிலை ஒட்டி அமையும்படி பார்த்துக் கொண்டோம். அவை எத்தனைத் துல்லியமாக இருந்தன என்பதை எதிர்வரும் அத்தியாயத்தில் நீங்கள் தெரிந்து கொள்வீர்கள்.

நான் திரும்ப வந்ததிலிருந்து, எத்தனை ஜோடி துணிகளை எடுத்துச் சென்றேன் எனப் பலரும் கேட்கின்றனர். ஒரேயொரு ஆடையை எடுத்துச் சென்றேன் என்றும், எடைக் குறைவான பட்டுத் துணிகள் பல எடுத்துச் சென்றேன் என்றும் பலவாறாகப் பேசிக் கொள்கின்றனர். தேவையானவற்றைத் துறைமுகப் பகுதியில் வாங்கிக் கொண்டேனா என்றும் கேட்கின்றனர்.

அவசரகதியில் ஒரு கைப்பை எடுத்துச் செல்லும்போது, அதன் கொள்ளளவுக்குள் எத்தனைப் பொருட்களை வைக்கலாம் என்று குழம்பிப் போவீர்கள். எனது கைப்பையில் இரண்டு தொப்பி, மூன்று விரிப்புகள், சில காலணிகள், குளியல் பொருட்கள், மைக்கூடு, பேனா – பென்சில்கள், காகிதங்கள், ஊசி, நூல், அங்கி, விளையாட்டு உடுப்பு, சிறிய தண்ணீர் குடுவை, தேவையான அளவு உள்ளாடைகள், எக்கச்சக்கமான கைக்குட்டைகள் மற்றும் வெவ்வேறு காலநிலைகளைத் தாக்குப்பிடிக்கும் அழகுசாதனக் களிம்புகள் முதலிய அத்தியாவசிய வஸ்துக்களை அடைத்துச் சென்றேன்.

முகக் களிம்புக் குடுவை பெரும் தொல்லைக் கொடுத்துவிட்டது. பையின் பெருவாரியான இடத்தைக் கமுக்கமாக அடைத்துக் கொண்டு, பூட்டவிடாமல் இம்சை செய்தது. ஒருவேளை மழை பெய்தால் பயன்படும் என்று நீர்த்தாங்கும் பட்டுத்துணி ஒன்றும் கொண்டுசென்றேன். ஆனால் தேவைக்கு அதிகமானவற்றைச் சுமந்து கொண்டிருப்பதை ஒருகணத்தில் உணர்ந்தேன். நான் நினைத்தால், அவையெல்லாவற்றையும் அந்தந்த ஊரிலேயே வாங்கியிருக்க முடியும். ஏடன் மட்டும் இதற்கு விதிவிலக்கு. அவ்வூரில் நான் கடைத்தெரு பக்கமே செல்லவில்லை. அதனால் உறுதியாகச் சொல்ல முடியாது.

விரைவுப் பயணத்தில் அழுக்குத் துணிகளைத் துவைப்பதுதான் பெரும்பாடு. புறப்படுவதற்கு முன்பே இக்கவலை என்னைத் தொற்றிக்கொண்டது. என் ஒட்டுமொத்தப் பயணத்திலும் சலவைத் தொழிலாளர்களை இரண்டு மூன்று முறைதான் பார்க்க முடியுமோ எனத் தோன்றியது. ரயில் பயணத்தில் இந்நிலை மேலும் பரிதாபகரமானது. இலண்டனிலிருந்து பிரிண்டிஸி செல்லும் மார்க்கமும் (இருநாள் தொலைவு), சான் பிரான்சிஸ்கோவிலிருந்து நியூ யார்க் செல்லும் மார்க்கமும் (நான்கு நாள் தொலைவு) தூரமானவை.

அட்லாண்டிக் பெருங்கடலில் செல்லும் கப்பல்களில் சலவைச் சேவைகள் கிடையாது. ஆனால் பிரிண்டிஸியிலிருந்து சீனா செல்லும் கீழைத்தேய மற்றும் தீபகற்பக் கப்பல்களில் நாள்தோறும் சலவைச் செய்து தருகிறார்கள்.

ஒருவேளை கப்பலில் சலவை செய்வதற்கான வசதி இல்லையென்றால், அருகிலுள்ள துறைமுகத்தில் அதற்கேற்ற பிரத்தியேக வல்லுநர்கள் இருக்கின்றனர். அதிகப்பட்சம் ஆறு மணிநேரம். அதற்குள் எல்லா வேலையும் முடித்து கையோடு தருகின்றனர். நியூ யார்க்கைவிட, இங்கு சலவைச் செய்வதற்கான கூலி மிகவும் குறைவு.

எனவே, எவரொருவரையும் ஈர்க்கும் காரணமின்றி, பயண நோக்கத்திற்காக மட்டுமே பிரயாணம் செய்பவர்கள் மூட்டை முடிச்சுக்களை அள்ளிக்கொண்டு போகமாட்டார்கள். ஒரு சமயம் ஹாங்காங்கில் நிகழ்ந்த அலுவல் முறை விருந்தில் கலந்துகொள்ள, என்னிடம் சாதாரண உடைகள் இல்லை. இதனால் சற்று வருத்தமடைந்தாலும், பென்னம் பெரிய பெட்டிகளைப் பொதியாகச் சுமக்கும் வலியைவிட, அவ்விருந்தில் கலந்துகொள்ள முடியாத வலியொன்றும் பெரிதல்ல.

Nellie Bly, 'A Proposal to Girdle the Earth' (1890)
Around the World in Seventy-Two Days and Other Writings,
Penguin Classics.

காந்தி : ஒரு பார்வை

ஜார்ஜ் ஆர்வெல்

தன்னை அப்பாவி என்று நிரூபணம் செய்யும் வரை எல்லாத் துறவிகளும் குற்றவாளிகளாகவே கருதப்படுகின்றனர். நபருக்குத் தகுந்தாற்போல் அவர்கள் பரிசோதிக்கப்படும் முறைகள் மாறுபட்டாலும் நடைமுறை இதுதான். காந்தி விஷயத்தில், அவரைப் பற்றி, தெரிந்த ஒருவர் கீழ்க்காணும் கேள்விகளை கேட்க விரும்புவார்:

'காந்தி எந்த அளவு தற்பெருமைக்கு ஆட்பட்டிருந்தார்? அரை நிர்வாண ஆடை அணிந்து, பவ்வியமாய் பிரார்த்தனை விரிப்பில் உட்கார்ந்து கொண்டிருக்கும் ஒருவரால் எப்படித் தன் தெய்வீக சக்தியைக் கொண்டு பேரரசுகளைக் கட்டுப்படுத்த முடிகிறது? அரசியலில் நுழைவதற்காக எந்த அளவு தன் சொந்தக் கொள்கைகளை காந்தி சமரசம் செய்து கொண்டார்? அந்தக் கொள்கைகளில் வற்புறுத்தலுக்கும் மோசடிக்கும் இடைப்பட்ட குணங்கள் எவையெவை?'

காந்தியின் எழுத்துகளையும் சொந்த வாழ்வையும் ஊன்றி கவனித்த ஒரு சிலரால் மட்டுமே இதற்கான சரியான விடையைச் சொல்ல முடியும். அவரின் ஒட்டுமொத்த வாழ்க்கையும் புனிதப் பயணம் போன்று அமைவதால், ஒவ்வொரு நிகழ்வும் அதில் முக்கியத்துவம் பெறுகின்றது.

தனது சுயசரிதையில் 1920கள் வரையிலான தன் வாழ்வை வெளிச்சமிட்டு காண்பிக்கிறார். காந்தி சொல்வதுபோல் அவர்

வாழ்வின் இருண்ட பக்கங்களும் இந்நூலில் இடம்பெற்றுள்ளன. இப்போது துறவுகோலம் பூண்டிருக்கும் காந்தி என்ற மனிதருக்குள் மிகப் புத்திக்கூர்மை வாய்ந்த ஒருவர் வாழ்ந்திருக்கிறார் என்பதை அந்நூலில் நினைவுகூர்கிறார். ஒருவேளை காந்தி நினைத் திருந்தால் வெற்றிகரமான வக்கீலாகவோ, ஆளுமை நிறைந்த நிர்வாகியாகவோ குறைந்தபட்சம் ஒரு தொழிலதிபராகவோ ஜொலித்திருக்க முடியும்.

எசகுபிசகாய் அச்சிடப்பட்ட இந்திய இதழ்களில் காந்தியின் சுயசரிதை வெளிவரத் தொடங்கிய காலமது. தொடக்கத்தில் அதன் சில அத்தியாயங்களை வாசித்த ஞாபகம் இன்னும் நன்றாக நினைவிருக்கிறது. எனக்கு அப்போது காந்திக்கே தோன்றாத நல்ல அபிப்பிராயம் அதன்மேல் உருவாகியிருந்தது.

காந்தி என்றதும் நினைவுக்கு வருபவை: கைத்தறி நூற்பும் ஆன்ம சக்தியும் சைவ உணவுப் பழக்கமும்தான். ஆனால் இவற்றை ஏற்றுக் கொள்ள முடியாது. காந்தியின் இடைப்பட்ட எண்ணவோட்டங்கள் பின்தங்கிய, பசியால் வாடும், மக்கள் திரள் மிகுந்த நாட்டில் நிச்சயமாய் சாத்தியப்படாது. பிரிட்டிஷார் அவரைப் பயன்படுத்திக் கொண்டார்கள் அல்லது பயன்படுத்திக் கொள்வதாய் நினைத்துக் கொண்டார்கள் என்பது வெளிப்படையாய் தெரிந்தது.

ஒவ்வொரு தேசாபிமானிக்கும் காந்தி எதிரியாகத் தெரிந்தார். எப்பேர்ப்பட்ட நெருக்கடி நிலையிலும் வன்முறையைத் தடுப்பதற்கு முடிந்தவரை போராடினார். செயலூக்கம் உடைய எல்லா முயற்சிகளையும் முறியடித்து, 'இவர் நம்மவர்' என்று பிரிட்டிஷார் யோசிக்கும்படி காந்தி நடந்துகொண்டார். இது ஒருவாறு கீழான முறையில் ஒப்புக்கொள்ளப்பட்டது.

இந்திய லட்சாதிபதிகளும் அப்படியே நடந்து கொண்டார்கள். மனந்திரும்பி வாருங்கள் என்று காந்தி அவர்களுக்கு அழைப்பு விடுத்தார். அவர்களும் சோசலிஸ்ட், கம்யூனிஸ்ட்களை விட காந்திமேல் அதிக பிரியம் கொண்டிருந்தார்கள். வாய்ப்பு கிடைத்தால் தங்கள் பணத்தை எடுத்துக் கொண்டு ஓடவும் தயாராய் இருந்தார்கள். காந்தியின் கணக்கு எத்தனை நாளுக்கு நீடிக்கும் என்பது சந்தேகம். காந்தியே சொல்வதுபோல், 'ஏமாற்றுபவர்கள் தங்களைத் தாங்களே ஏமாற்றிக் கொள்கிறார்கள்.'

என்ன நடந்தாலும் அவர் மென்மையாய் கையாளப்பட்டார். ஒருவேளை காந்தியைப் பயன்படுத்திக் கொள்ளலாம் என்ற கருத்தியல் காரணமாய் பிரிட்டிஷார் காய் நகர்த்தியிருக்க வாய்ப்பு உண்டு. 1942ல் நடந்த அகிம்சைப் போராட்டத்தை வேறு வழியில்

மடைமாற்றிய போதுதான் கன்சர்வேடிவ் கட்சியினர் காந்தி மேல் கோபப்பட்டனர்.

ஆனால் அவரைப் பற்றி எள்ளலாக மறுத்துப் பேசிய பிரிட்டிஷ் அதிகாரிகளும் ஒரு கட்டத்திற்கு பின் அவரை விரும்பி ரசித்ததை என்னால் பார்க்க முடிந்தது. அவர் விலை போனவர் என்றும், அற்ப விஷயங்களுக்குப் பேராசை கொண்டவர் என்றும் யாரும் சொன்னது கிடையாது. அவரது செயல்பாடுகள் பயத்தினாலோ தீமையினாலோ விளைந்தவை அல்ல.

காந்தியைப் போன்ற ஒரு மனிதரை எடைபோடுவதில், இயல்பாகவே நாம் உயர்தரக் கற்களை தராசில் ஏற்றுகிறோம். இதனால் அவரிடம் உள்ள நற்பண்புகள் நம் கண்பார்வையில் இருந்து மறைந்து விடுகின்றன. அவரது இயற்கையான தைரியம் பொருந்திய உடலைப் பற்றி சுயசரிதையில் சில குறிப்புகள் கிடைக்கின்றன. பிற்காலத்தில் காந்தி இறந்த விதம் அதற்கு விளக்கமாய் இருந்தது. ஏனென்றால் அவரைப் போல் மதிப்புமிக்க மனிதரின் உடலுக்கு இன்னும் போதிய அளவில் பாதுகாப்பு ஏற்பாடுகள் செய்யப்பட்டிருக்கும்.

இ.எம். ஃபார்ஸ்டர் தனது 'A Passage to India' எனும் நூலில் குறிப்பிடுவது போல் பிரிட்டிஷாரின் பாசாங்குத்தனத்தால் இந்தியாவை வீழ்த்துகிறார் என்ற சித்திரிப்பில் இருந்து காந்தி இப்போது மீண்டதாய் தெரிகிறது. நேர்மை கெட்ட மனிதர்களை பார்த்த மாத்திரத்திலேயே அவரால் அடையாளம் காணமுடிந்தது என்றாலும் நம்பிக்கையானவர்களை இனம் காண்பதிலும் சிரத்தையோடு இருந்தார் எனச் சொல்ல முடியும்.

ஏழைமையான நடுத்தரக் குடும்பத்தில் பிறந்தவர்தான். வாழ்க்கை அவர் விரும்பியபடி அமையவில்லை. வெளிப்புறத் தோற்றமும் சொல்லிக்கொள்ளும்படி ஈர்ப்புடன் இருக்காது. ஆனாலும் அவர் தாழ்வு மனப்பான்மையிலோ பொறாமையிலோ மனம் வெதும்ப வில்லை. தென்னாப்பிரிக்காவில் நடந்த நிறத் துவேஷ சம்பவம், காந்தியின் மனதில் பெரிய தாக்கத்தை ஏற்படுத்தியிருக்க வேண்டும்.

நிறத் துவேஷத்தை எதிர்த்து சண்டை செய்யும்போதுகூட, மக்களை இனம் அடிப்படையிலோ அந்தஸ்து அடிப்படையிலோ பாகு படுத்தி பார்க்கவில்லை. மாகாண ஆளுநரும், பஞ்சு உற்பத்தி செய்யும் லட்சாதிபதியும், அரைப் பட்டினி கிடக்கும் திராவிடக் கூலித் தொழிலாளியும் அவருக்கு ஒன்றுதான். இங்கு அவரின் விசித்திரமான குணமொன்றைச் சொல்லியே தீர வேண்டும்.

தென்னாப்பிரிக்காவில் இந்திய சமூகத்தின் மீட்பராய் தன்னை அடையாளப்படுத்தினாலும், அவருக்கு பல ஐரோப்பிய நண்பர்கள் இருந்தார்கள்.

சின்னச் சின்ன பத்திகளில் தொடராக எழுதினாலும், அவரது சுயசரிதை சொல்லிக்கொள்ளும்படியான இலக்கியப் படைப்பு அல்ல. இருந்தும் அதன் பொதுவான தன்மை நம்மை ஈர்க்கிறது. இளமைத் ததும்பும் இந்திய மாணவனாக இருந்தபோது காந்தியின் லட்சியம் சராசரியாய் இருந்தது. ஏதோ ஒரு கட்டத்தில் பிடித்தோ பிடிக்காமலோ, சந்தர்ப்ப சூழ்நிலையால்தான் காந்தி தன்னை தீவிரமாய் வார்த்துக் கொண்டார் என்பதை நாம் மறந்து விடக்கூடாது.

ஐரோப்பிய கலாசாரத்தை உள்வாங்கிக் கொள்ளும் பொருட்டு உருண்டைத் தொப்பி அணிந்து, நடனம் ஆடக் கற்றுக்கொண்டு, பிரெஞ்சு லத்தீன் மொழிகளை ஆர்வமாய்ப் படித்து, ஈபிள் டவருக்கு சென்ற காலமெல்லாம் காந்தியின் வாழ்க்கையில் இருந்திருக்கிறது. பால்யத்திலேயே ஆன்மிகக் குறி கண்ட அதிசயத் துறவியாகவோ, பரபரப்பான உலகியல் வாழ்வில் இருந்து வெறுத்துப்போய் துறவறம் பூண்ட இடைநிலை சாமியாராகவோ காந்தியை நாம் அடையாளப்படுத்த முடியாது.

வாலிபத்தில் செய்த எல்லாக் குற்றங்களையும் காந்தி ஒப்புக் கொள்கிறார். உண்மையில் ஒப்புக்கொள்ளும்படி அவை அதிகம் இல்லை. காந்தி இறந்தபோது அவரது உடைமைகளை ஒன்றுதிரட்டி எடுத்த புகைப்படம்தான் புத்தகத்தின் அட்டைப் படமாய் இருக்கிறது. மொத்தப் பொருட்களையும் சேர்த்தால் ஐந்து யூரோக்களுக்கு வாங்கிவிடலாம். அவரது சதைப்பிண்டமான பாவங்களும் இதே அளவுள்ள ஒரு குவியலுக்குள் அடங்கிவிடும்.

சில சிகரெட்டுகள், உண்டுசெறித்த மாமிசத் துண்டுகள், சிறு வயதில் வேலைக்காரியிடம் இருந்து திருடிய சில்லறைக் காசுகள், பாலியல் தொழிலாளியின் வீட்டுக்கு இரண்டு முறை சென்று வருதல் (இரண்டு முறையும் காந்தி நெறிதவறாமல் அப்படியே திரும்பி விட்டார்), ஒருமுறை பிளைமவுத்தில் வீட்டு உரிமையாளரிடம் இருந்து தப்பி ஓடுதல், ஒரேயொரு முறை பொறுமை இழந்து வெடித்துப் பேசுதல் என அவர் செய்த பாவங்கள் மிகவும் சொற்பம்தான்.

குழந்தையில் இருந்தே ஆர்வமோடு சூட்டிப்பாக இருந்த காந்தி, மதத்தைத் தழுவி ஆச்சாரமாய் வளர்ந்தார் என்பதைக் காட்டிலும்

தன்போக்கில் சீரான நெறிமுறையில் வளர்ந்தார் எனச் சொல்ல வேண்டும். முப்பது வயதை நெருங்கும்வரை தனக்கான பாதையை அவர் தேர்ந்தெடுக்கவில்லை. பெயர் சொல்லும்படியான பொது வாழ்வு பிரவேசம் 'தீவிரமான சைவ' உணவிலிருந்து தொடங்கியது. காந்தியின் அடிப்படையான குணாதிசயங்களுக்குள் ஊடுறுவி பார்த்தால், நடுத்தர வணிகரின் எண்ணவோட்டங்கள் எட்டிப் பார்க்கும். இது அவரின் மூதாதையார் மூச்சுக்காற்று.

தன் சொந்த விருப்பு வெறுப்புகளைத் துறந்தபோதும், வளப்பம் பொருந்திய வாய்த்திறம் வாய்த்த வக்கீலாகவும்; நெஞ்சுரம் வாய்ந்த அரசியல்வாதியாகவும்; வரவு செலவில் கஞ்சனாகவும்; கமிட்டிகளைக் கையாளும் திறன்படைத்தவராகவும்; வாடிக்கை யாளரை தேடிச் சளைக்காத பத்திரிகையாளராகவும் அவர் மிளிர்வதை உணரமுடிகிறது.

காந்தி ஓர் அசாதாரண மனிதர். நீங்கள் விரல்விட்டுச் சொல்லிடும்படி எந்தவொரு குறையும் அகப்படாது. காந்தியை மிகத் தீவிரமாய் எதிர்ப்பவர்கள் கூட, வெறுமனே தன் இருப்பால் இந்த உலகத்தை மாற்றிவிட்ட ஆச்சரியமிக்க மனிதர் என்று ஒப்புக்கொள்வார்கள் என நம்புகிறேன்.

அவர் அன்பாக இருந்தாரா இல்லை மத நம்பிக்கை இல்லாதவர் களுக்கும் போதனை தந்தாரா என்பதெல்லாம் இப்போது வரை நான் முழுமையாய் உணரவில்லை. மேற்குலகின் இடதுசாரி அரசியலில் அனுதாபம் கொண்ட முகமாய் காந்தி வளர்ச்சி அடைந்தார். இரண்டறக் கலந்த காந்தியைப் பற்றி பேசுவது அங்கு தவிர்க்க முடியாத வழக்கமானது.

காந்தியின் நடுமைவாதத்தையும் வன்முறை குறித்த பார்வையையும் மனத்தில் வைத்துக் கொண்டு அராஜகவாதிகளும் சமாதான வாதிகளும் தனக்கு தனக்கு என்று போட்டிப் போட்டுக் கொண்டார்கள். அவரின் பிற உலகார்ந்த கொள்கைகளும், மனித விரோத போக்கையும் பெரிதாக கவனத்தில் கொள்ளவில்லை.

ஆனால் காந்தியின் கொள்கைபடி, வாழத் தகுதியான இந்தப் பூமியில் தன் விருப்பப்படி வாழலாம் என்பதும், மனிதன் ஒருவனே? எல்லாச் செயல்களுக்கும் காரணம் என்பதும் ஏற்றுக்கொள்ள முடியாத சிந்தனை என்பதை ஒருவர் உணர்ந்துகொள்ள வேண்டும்.

கண்ணுக்குத் தெரியாத கடவுள் இருக்கிறார் என்றும்; திடமான பொருட்களின் மீது வசீகரிப்படாமல் உலகியல் மாயையிலிருந்து உயிர் பிழைக்கவேண்டும் என்றும் அவர் போதித்தார். மனிதக்

குலத்திற்கோ கடவுளுக்கோ சேவை செய்ய விரும்புபவன் இன்னின்ன ஒழுக்கங்களை கடைப்பிடிக்க வேண்டும் என்று காந்தி விதித்திருந்தார். ஆனாலும் இதை அப்படியே அவர் சீடர்கள் பின்பற்ற வேண்டுமென்று காந்தி கட்டாயப்படுத்தவில்லை.

முதலில் மாமிசம் என்ற பேச்சுக்கே இடமில்லை. விலங்குகளிடம் இருந்து பெறப்படும் உணவை எந்தவகையிலும் உட்கொள்ளக் கூடாது. (ஆனால் பால் அருந்துவதில் காந்தி சமரசம் செய்ய வேண்டியிருந்தது. இதை அவர் பின்னடைவாகவே கருதினார்.) மது அருந்துவதும், புகையிலை பிடிப்பதும் கூடாது. மசாலா பொருட்களும் வாசனை வஸ்துக்களும் பயன்படுத்தக் கூடாது. பலத்தை பாதுகாக்க உணவு உண்ண வேண்டுமே தவிர, நாச் சுவை சுரப்பிகளை உசுப்பிவிடும்படி உண்ணக்கூடாது.

இரண்டாவதாய் உடலுறவு வைத்துக்கொள்ளக் கூடாது. ஒருவேளை நடந்தால், பிள்ளை பெறுவதற்காக மட்டுமே ஒன்றுகூட வேண்டும். அதுவும் நீண்ட இடைவெளிக்குப் பிறகு. காந்தியே கூட முப்பதுகளின் மத்தியில் பிரம்மச்சரிய விரதத்தை ஏற்றுக்கொண்டார். அதன்மூலம் கற்பு நெறி தவறாமல் இருப்பதோடு, களவியல் எண்ணங்களையும் விட்டொழித்தார். இந்த நிலையை அடைவதற்கு பிரத்தியேக விரதத்தை, குறிப்பிட்ட நாள் கணக்கில் தொடர்ச்சியாக மேற்கொண்டிருக்க வேண்டும். பால் அருந்தினால் பாலுணர்வு தூண்டப்படும் என்பது மிக மோசமான விளைவு. இறுதியில், நன்மையை நாடுபவருக்கு இந்த ஒழுக்கங்களே முக்கியமான அம்சமாகும்.

நெருங்கிய நட்பு அபாயகரமானது என்று காந்தி சொல்வார். ஏனென்றால் 'நண்பர்கள் ஒருவருக்கொருவர் எதிர் வினையாற்று வார்கள்'. விசுவாசமாய் இருப்பது தவறு செய்ய தூண்டும் என்பது எத்தனைக் கண்மூடித்தனமான உண்மை. மேலும் கடவுளை நேசிக்கும் ஒருவரோ, மனிதநேயத்தின்பால் அன்பு கொண்ட ஒருவரோ தனியொரு நபரைமட்டும் பிரத்தியேகமாய் விரும்ப முடியாது. மனிதநேயமும் மத அபிப்பிராயமும் ஒன்றிணைந்து சமரசம் அடையும் புள்ளியை இது குறிக்கிறது. மற்றவர்களைக் காட்டிலும் ஒருசிலரை மட்டும் அதிகமாய் நேசிப்பதுதான் இங்கு காதல் என பொருள்படுகிறது.

தன் மனைவியின் உணர்வுக்கும் குழந்தைகளின் உணர்வுக்கும் காந்தி மதிப்புக் கொடுத்து நடந்தாரா என்ற செய்தி, சுயசரிதையில் தெளிவாக இல்லை. ஆனால் மூன்று சந்தர்ப்பங்களில், மருத்துவர்

பரிந்துரைத்த மாமிச உணவு உண்பதைக் காட்டிலும் தன் மனைவியும் குழந்தையும் இறந்துபடுவதே மேல் என்று முடிவெடித்திருக்கிறார். நல்லவேளையாய் அந்தத் துர்பாக்கிய நிலை ஏற்படவில்லை.

பாவம் செய்யாமல் இருந்து உயர் வாழும் வழியை கவனமாய் வலியுறுத்தி, முடிவெடுக்கும் அதிகாரத்தை எதிர் முனையில் இருக்கும் நோயாளியிடம் விட்டுவிடுவார். ஆனால் அப்போதும் கூட முடிவெடுக்கும் அதிகாரத்தை அவர் கையில் ஒப்படைத்தால், என்ன நடந்தாலும் மாமிசம் உண்பதை தடுப்பதே சரியென வாதிடுவார். நாம் உயிர் வாழ்வதற்கு எந்த எல்லை வரை செல்லவேண்டும் என்று காந்தி அடிக்கடிச் சொல்வார். கோழிக் குழம்பு வரை செல்லக்கூடாது என்பது அவரின் தீர்க்கமான வாதம்.

என்னைப் பொறுத்தவரை இது ஒரு மகோன்னத மனநிலை. ஆனால் இதை மனிதநேயமற்ற செயல் என்று பெரும்பாலான மனிதர்கள் எண்ணக்கூடும். நேர்மையாக வாழ்வதில் அல்ல, விசுவாசத்தின் பொருட்டு பாவங்கள் செய்வதே மனித வாழ்வின் சாரமாய் இருக்கிறது. நட்புறவு நீடிக்காத எல்லைவரை அழகியலைக் கொண்டுசேர்த்து வாழ்க்கைக்கு எழில் சேர்க்க நினைப்பது நடக்காத காரியம். வாழ்வின் உன்னதத்தை உடைத்தெறிந்துதான், பிறர் மீது கொண்ட விசுவாசத்தை நிரூபிக்க முடியும்.

துறவிகள் மதுவையும் புகையிலையும் ஒதுக்கித் தள்ளவேண்டும் என்பதில் எள்ளளவும் மாற்றுக் கருத்தில்லை. அதே சமயம் துறவற வாழ்க்கையையும் மனித வாழ்விலிருந்து ஒதுக்கி வைக்க வேண்டும். இதற்கொரு தெளிவான பதிலடி இருக்கிறது. அதை கவனமாய் சொல்ல வேண்டும். யோகிகள் மலிந்த காலத்தில், யாரோடும் ஒட்டாமல் இருப்பது முழுமையான உலக வாழ்விலிருந்து துறந்து போக நினைப்பதால் மட்டுமல்ல, சராசரி மனிதனால் உலக வாழ்வை எதிர்கொள்ள முடியாமல் திணறிப் போவதால்தான். இதையே ஒவ்வொரு சராசரி மனிதனும், தோற்றுப்போன துறவி என்று வேறுமாதிரி சொல்லலாம்.

உண்மையாகவே பலருக்குத் துறவறம் போவதில் ஆசையில்லை. துறவியாக இருக்கும் சிலருக்கு மனித மனத்தின் எதார்த்தங்களைப் படிக்கும் உணர்வு பெரும்பாலும் வாய்க்கப் பெறுவதில்லை. உளவியல் காரணங்களை நுட்பமாக ஆராய்ந்தால், 'யாரோடும் ஒட்டாமல்' இருப்பதற்கு காரணம் என்ன என்பது தெளிவாகப் புலப்படும். வாழ்வை எதிர்கொள்ள நேரிடும் அச்சமும், காதலை

எதிர்கொள்ள நேரிடும் உணர்வும், காமம் சார்ந்தும் சாராததுமான விஷயங்களும் வாழ்வைக் கடினப்படுத்துகின்றன.

இல்லற விஷயங்கள் பெரியவையா, மனிதநேய லட்சியம் பெரியதா என்று கேள்வி எழுப்பி விவாதம் செய்வதற்கான தருணம் இல்லை இது. விஷயம் என்னவென்றால், அவர்கள் போட்டியிடத் தகுதியற்றவர்கள். கடவுளா, மனிதனா? இருவருக்கும் இடையில் யாரோ ஒருவரைத் தேர்ந்தெடுக்க வேண்டும். தீவிரவாதிகள் முதல் முற்போக்குவாதிகள் வரை, தாராளாவாதி முதல் அராஜகவாதிவரை எல்லோரும் மனிதனையே தேர்ந்தெடுத்துள்ளார்கள்.

இருப்பினும் காந்தியின் அகிம்சைக் கொள்கையை, அவரது பிற போதனைகளில் இருந்து பிரித்துப் பார்க்கலாம். அதன் சாரம் மதநம்பிக்கையில் புதைந்துகிடந்தாலும், அரசியல் ரீதியான ஆதாயங்களை தான் விரும்பியபடி அடைவதற்கு அதனைப் பயன்படுத்திக் கொண்டார். மேற்கத்திய அகிம்சைவாதிகளைப் போல் அல்லாமல், இந்த விஷயத்தில் காந்தி வேறுபட்டிருந்தார். தென்னாப்பிரிக்காவில் அவர் மேற்கொண்ட 'சத்தியாகிரக' முறை அகிம்சை வழியில் எதிரியைத் தோற்கடிக்கும் உத்தியை பின்பற்றியது. இதனால் யாரும் துன்புறுவதில்லை, மனம் நோவதில்லை.

அரசுக்கு ஒத்துழைப்பு தராமல், வேலை நிறுத்தத்தில் ஈடுபட்டு, ரயில் மறியலில் கலந்துகொண்டு, போலீஸ் தாக்குதலுக்கு தப்பி ஓடாமல், திருப்பியடிக்காமல் காயங்களைச் சுமந்துகொண்டு நிற்பதுதான் சத்தியாகிரகப் போராட்டம். 'செயலற்ற எதிர்ப்பு'தான் சத்தியாகிரகம். குஜராத்தி மொழியில் இதற்கு 'உண்மையில் ஊறிய உறுதி' என்று பொருள். தன் இளம் வயதில் நடந்த போயர் யுத்தத்தில் பிரிட்டன் சார்பாக டோலிகளைத் தூக்கும் பணியில் ஈடுபட்டிருக்கிறார். முதல் உலகப்போர் நடந்த *1914-18* காலக்கட்டத்திலும் இதே பணியை மேற்கொண்டிருக்கிறார்.

அவர் வன்முறையை முற்றிலுமாய் கைவிட்டபிறகும், போரில் எதாவது ஒரு பக்கம் நிற்பது அவசியம் என்பதை உணரும் அளவில் நேர்மையாய் இருந்தார். ஆனால் அவரின் ஒட்டுமொத்த அரசியல் வாழ்க்கையும் இந்திய சுதந்திரப் போராட்டத்தை வட்டமடித்து வந்தபோதிலும், அவரால் நேர்மையான நிலைப்பாட்டை ஏற்க முடியாமல் போனது. போர்க்களங்கள் சந்திக்கும் இரு அணியும் ஒன்றுபோலத்தான். அதில் வெற்றியும் தோல்வியும் பெரிய மாறுதல்களை ஏற்படுத்திவிடாது என்று அவரால் பாசாங்குபட நடக்கமுடியவில்லை.

மேற்குலக அகிம்சை விரும்பிகளைப் போல், மோசமான கேள்விகளை இவர் தவிர்ப்பதில்லை. இரண்டாம் உலகப் போர் பற்றி அகிம்சை விரும்பிகள் கட்டாயம் பதிலளிக்க வேண்டிய கேள்வி ஒன்று, 'யூதர்களை என்ன செய்வது? அவர்கள் அழிந்து போவதை நீங்கள் பார்க்கத் தயாரா? இல்லையென்றால், போர் செய்யாமல் அவர்களைக் காப்பதற்கான வழி என்ன?'

மேற்கத்திய அகிம்சை விரும்பிகளிடம் இருந்து இந்தக் கேள்விக்கான தகுந்த பதிலை இதுவரை கேட்கவில்லை. கேட்ட ஒன்றிரண்டும் அப்படித்தான், இப்படித்தான் என்று மழுப்பல்களாய் இருந்தன. ஆனால் 1938ல் இப்படியான ஒரு கேள்வி காந்தியிடம் கேட்கப்பட்டிருக்கிறது. இதனை 'காந்தியும் ஸ்டாலினும்' என்ற நூலில் லூயி ஃபிஷர் பதிவு செய்திருக்கிறார். அதில் காந்தி சொல்கிறார், 'ஜெர்மானிய யூதர்கள் கூட்டாகத் தற்கொலை செய்துகொள்ள வேண்டும். அது ஹிட்லர் செய்த கொடுமையால் நிகழ்ந்தது என ஒட்டுமொத்த உலகமும் கொந்தளிக்கும்'. போர் முடிந்த பிறகு, 'எப்படியோ யூதர்கள் எல்லாம் கணிசமான அளவில் இறந்துவிட்டார்கள்' என்று ஹிட்லர் தன்னை நியாயப்படுத்திக் கொள்வான்.

இந்த அணுகுமுறை ஃபிஷர் போன்ற ஒருசில காந்திய ரசிகர்களை அரவணைத்தது என்றாலும், காந்தி மிக நேர்மையாய் இருந்ததை நாம் உணரவேண்டும். ஓர் உயிரைப் பறிக்க நீங்கள் தயாராய் இல்லையென்றால், வேறு வழியில் உங்களை உயிரை இழக்க எப்போதும் தயாராய் இருக்க வேண்டும் என்று காந்தி நினைக்கிறார். 1942ல் ஜப்பானியப் படையெடுப்புக்கு எதிராக அகிம்சை போராட்டத்தை அறிவித்தபோது லட்சக்கணக்கான உயிர்கள் பறிபோகும் என்பதை காந்தி அறிந்திருந்தார்.

1869ல் பிறந்த காந்தி சர்வாதிகாரத்தின் முழு தன்மையை உணர்ந்து கொள்ளாமல், அனைத்து விஷயங்களையும் தனது போராட்ட அணுகுமுறையிலேயே கணித்தார் என்று யூகிக்க இடமுண்டு. இங்கே கவனம் செலுத்த வேண்டிய விஷயம் என்னவென்றால், காந்தி பொதுமக்களுக்குக் கட்டளையிடும் அதிகாரத்தை தன்பால் வைத்திருந்ததால், பிரிட்டன் அரசு அவரை சகிப்புத்தன்மையோடு ஏற்றுக்கொண்டது. மேற்சொன்ன விஷயத்தை மனதிலிறுத்தி, 'உலகத்தைக் கட்டியெழுப்ப' காந்தி கனவு கண்டார். ஆட்சியைப் பிடித்தவர்கள் நள்ளிரவில் காணாமல் போகும் நாட்டில் காந்தியின் வழிமுறைகளை பயன்படுத்துவது அவ்வளவு எளிதான காரியம் அல்ல.

ஊடகச் சுதந்திரமும் ஒன்றுகூடும் உரிமையும் வாய்க்கப்பெறாமல், கருத்தை முறையிடுவது மட்டுமல்ல கூட்டத்தை கட்டியெழுப்புவதும் பெரிய பணிதான். இந்தக் கணத்தில் ரஷ்யாவில் ஒரு காந்தி இருக்கிறாரா என்ன? ஒருவேளை இருந்தால் என்ன சாதித்திருப்பார்? அவருக்கும் இதே எண்ணம் உதிந்திருந்தால், ரஷ்ய மக்களை ஒன்றுதிரட்டி மாபெரும் ஒத்துழையாமை போராட்டம் நடத்தியிருப்பார். உக்ரைன் பஞ்சபோராட்டத்திலும் இதே முடிவுதான் எட்டியிருக்கும்.

அகிம்சை கொள்கையை தனது சொந்த நாட்டின் ஆளும் அரசுக்கு எதிராகப் பயன்படுத்துவதில் நன்மையுண்டு. அந்நியர் ஆட்சிக்கு எதிராகவும் பயன்படுத்தலாம். ஆனால் எப்படி அதை சர்வதேச அளவில் பயன்படுத்துவது? இரண்டாம் உலகப் போருக்கு பிந்தைய காலக்கட்டத்தில் காந்தியின் கருத்தில் முரண்பாடுகள் எழுகின்றன. இது அகிம்சை கொள்கையில் சிக்கல் இருப்பதை உணர்த்துகிறது.

அயல்நாட்டு அரசியலில் அகிம்சையைப் பின்பற்றினால் ஒன்று அமைதி உடன்படுக்கைக்கு ஒத்துவரலாம். இல்லை சண்டை சச்சரவுக்கு உடன்படலாம். மேலும், தனிநபர்களைக் கையாள்வதில் காந்திக்கு நிறையவே அனுபவம் இருக்கிறது. அனைத்து மனிதர்களும் தான் அணுகக்கூடிய வகையில் தாராளமான சைகைக்கு பதிலளிப்பார்கள் என்ற அனுமானம் தீவிரமாய் கேள்விக்குள்ளாக்கப்பட வேண்டும்.

இது உண்மையாக இருக்கவேண்டிய அவசியம் இல்லை. ஒருவேளை நீங்கள் பைத்தியக்காரர்களை அணுகுகிறீர்கள் என்று வைத்துக்கொள்வோம், 'யார் அறிவாளி? ஹிட்லர் அறிவாளியா? ஏதோ ஒரு நபரை வைத்துக் கொண்டு, ஒட்டுமொத்த நாடும் முட்டாள்கள் என்று சொல்லிவிடுவதா? ஒருவரால் ஒட்டுமொத்த தேசத்தின் உணர்வைகளை கட்டியெழுப்ப முடிந்தால், தார்மீகச் செயலுக்கும் பதிலுரைக்கும் இடையே ஒற்றுமை இருக்கிறதா? சர்வதேச அரசியலில் நன்றியுணர்வு என்ற காரணி இன்னும் இருக்கிறா?'

இதுமாதிரியான கேள்விகள் உடனடியாய் விவாதிக்கப்பட்டு, தக்க பதில்கள் விரைவில் வழங்கப்பட வேண்டும். நம்முன் இருக்கும் விண்வெளி களத்தின் பொத்தானை உடனடியாய் தட்டி ராக்கெட்டை பறக்கவிட வேண்டும். இன்னுமொரு பெரும் போரை இந்தத் கலாச்சாரம் தாங்குமா? அகிம்சை மூலம் தப்பிக்க முடியும் என்று சிந்திப்பதே ஒரே பலம் தானே.

நான் மேலே எழுப்பிய கேள்விகளை காந்தி மிக நிதானமாய் உள்வாங்கிக்கொண்டு, பத்திரிகையில் பதில் எழுதுவார். காந்தி புரிந்துகொள்ளாத விஷயங்கள் நிறைய இருக்கின்றன என்று சிலர் சொல்வார்கள். ஆனால் பயம்கொண்டு பேசாத, யோசிக்காத விஷயம் என்றும் எதுவும் கிடையாது. காந்தியை நான் ஒருபோதும் அதிகமாய் விரும்பியது கிடையாது. ஆனால் ஓர் அரசியல் சிந்தனையாளராக, நான் அவரை முக்கியமான மனிதராய் கருதுகின்றேன், அவருடைய வாழ்க்கை முழுதும் தோல்வியால் ஆனது என்று நான் நம்பவில்லை.

காந்தி படுகொலை செய்யப்பட்டபோது, அவரின் அணுக்கமான அபிமானிகள் சோகத்தில் விம்மினார்கள். தான் கட்டிவைத்த மாளிகை தன் கண் முன்னாலேயே அழிந்தபோவதைப் பார்த்து உயிர்ந்துறந்தார். அதிகார மாற்றம் நிகழும் இடத்தில் உள்நாட்டுக் கலவரங்கள் நடப்பது இயல்புதான்.

ஆனால் இது இந்து – முஸ்லிம் கலவரத்தை சாந்தப்படுத்தும் முயற்சி அல்ல, மாறாக காந்தியின் முக்கிய அரசியல் லட்சியமான 'அமைதியான ஆட்சிமாற்றத்தை' அடைந்த ஆசுவாசம். எப்போதும்போல சில தொடர்புடைய உண்மைகள் வெளிவருகின்றன.

மற்றொரு பக்கம், பிரிட்டிஷார் எந்தவொரு போரிலும் இந்தியர்களை எதிர்கொள்ளாமல் ஆட்சியதிகாரத்தை கையில் கொடுத்துவிட்டு இந்தியாவை விட்டு வெளியேறி விட்டார்கள். இதை ஒன்றிரண்டு பேர்தான் துல்லியமாய் கணித்திருந்தார்கள்.

இன்னொரு விஷயம் என்னவென்றால், சுதந்திரம் தந்தது தொழிலாளர் கட்சி. சர்ச்சில் தலைமையிலான கன்சர்வேடிவ் கட்சி ஆட்சியைப் பிடித்திருந்தால் நிலைமை வேறு மாதிரி இருந்திருக்கும். ஆனால் 1945ல் இருந்தே இந்தியா சுதந்திரம் அடைய வேண்டும் என்ற அனுதாப இயக்கம் பிரிட்டனில் செயல்படத் தொடங்கியது. எந்த அளவுக்கு இதில் காந்தியின் பங்கு இருக்கிறது?

ஒரு வேளை இந்தியாவும் பிரிட்டனும் கண்ணியமான நட்புறவு பூண்டால், அதற்கு காந்தி மேற்கொண்ட வெறுப்பில்லாத பிடிவாதம் பிடித்த அகிம்சை கொள்கையும் ஒரு காரணம் என்று கருதலாமா? அரசியல் காற்றில் நஞ்சு கலக்காமல் பாதுகாத்த பயிர் என்று சொல்லலாமா? இப்படிப்பட்ட கேள்விகளைக் கேட்பது கூட அவருடைய ஆகிருதியை காட்டுகிறது அல்லவா?

நான் நினைப்பதுபோல, வேறு சிலரும் காந்தியை அழகியல் பார்வையிலிருந்து விலக்கி, அவரின் புனிதத்துவத்தை கேள்வியெழுப்பலாம் (அவராகத் தன்னை புனிதர் என்று சொல்லிக்கொண்டதில்லை). காந்தியின் புனிதத்துவ எண்ணங்களை மறுத்துரைத்து, வெறுமனே அவரை மனிதகுல விரோதி என்றும் பிற்போக்குவாதி என்றும் அடையாளப்படுத்த சிலர் முனையலாம். ஆனால் சாதாரண அரசியல்வாதியாய் நான் அவரை அடையாளம் காண்கிறேன். சமகாலத்தில் வாழ்ந்த ஏனைய தலைவர்களோடு ஒப்பிட்டு புளங்காகிதம் அடைகிறேன்.

எவ்வளவு வாசம் பொருந்திய நறுமணத்தை அவர் விட்டுச் சென்றிருக்கிறார்!

George Orwell, 'Reflections on Gandhi' (1949)
George Orwell Essays, Penguin Modern Classics.

காலத்தின் குரல்
இஸ்க்ரா

காலத்தின் குரல்

இஸ்க்ரா

**உலக வரலாற்றை உருமாற்றிய
உன்னதமான சொற்பொழிவுகள்**

அம்பேத்கர், காந்தி, நேரு, மார்டின் லூதர் கிங், ஐன்ஸ்டைன், காஸ்ட்ரோ, கென்னடி, சர்ச்சில் என்று வரலாற்றின் போக்கை மாற்றியமைத்த மகத்தான தலைவர்களின் மிகச் சிறந்த உரைகள் அடங்கிய தொகுப்பு இது.

ஒவ்வோர் உரையும் நமக்குள் கரையும். நம் இதயத்தில் தங்கும். புதிய கோணங்களில் சிந்திக்கவும் புதிய உத்வேகத்தோடு போராடவும் நம்மை உந்தித் தள்ளும். சாதி, நிறம், பாலினம், வர்க்கம் என்று பிரிந்து கிடக்கும் மக்களை ஒன்றிணைக்கும் ஆற்றல் இதிலுள்ள ஒவ்வொரு குரலுக்கும் உண்டு.

இது காலத்தின் குரல் மட்டுமல்ல.
காலத்தைக் கடந்து உயிர்ப்போடு திரண்டு நிற்கும்
மனிதத்தின் குரலும்கூட. இஸ்க்ராவின் அழகிய,
உணர்வுப்பூர்வமான மொழிபெயர்ப்பில் மலரும் இந்நூல்
படிக்கவும் பரிசளிக்கவும் ஏற்றது.

* 9 7 8 9 3 8 6 7 3 7 9 8 4 *
FCW - #0035 - 061026 - C0 - 216/140/14 - PB - 9789386737984 - Matt Lamination